கௌடில்யரின் அர்த்த சாஸ்திரம்

KAUTILYA'S ARTHASHASTRA

NOW IN
TAMIL

நிதி நிர்வாக மேலாண்மை மற்றும்
சிக்கனமான ஆட்சிக்கான வழிமுறைகள்

ஜெய்கோ பப்ளிஷிங் ஹவுஸ்

அகமதாபாத் பெங்களூரு சென்னை டில்லி
ஹைதராபாத் கொல்கொத்தா மும்பை

Published by Jaico Publishing House
A-2 Jash Chambers, 7-A Sir Phirozshah Mehta Road
Fort, Mumbai - 400 001
jaicopub@jaicobooks.com
www.jaicobooks.com

© Priyadarshni Academy
1, Arcadia, Ground Floor, Nariman Point, Mumbai 400 021. INDIA
Tel.: +91 (22) 2204 9398, 2204 9315
Website: www.priyadarshniacademy.com
E-mail: pa@priyadarshniacademy.com

KAUTILYA'S ARTHASHASTRA
கௌடில்யரின் அர்த்த சாஸ்திரம்
ISBN 978-81-8495-586-6

மொழிபெயர்ப்பு : காந்தலஷ்மி சந்திரமௌலி

First Jaico Impression: 2014
Fifth Jaico Impression: 2017

No part of this book may be reproduced or utilized in
any form or by any means, electronic or
mechanical including photocopying, recording or by any
information storage and retrieval system,
without permission in writing from the publishers.

Printed by
Trinity Academy For Corporate Training Limited, Mumbai

மறைந்த திரு பகவன்தாஸ் பேரஜ் தாக்கர்
அவர்களின் நினைவஞ்சலியாக
அர்ப்பணிக்கப்படுகின்றது.

க்ளோபல் உயிர் காப்பீடு சேவை தனியார் நிறுவனம்
தலைமை அலுவலகம் : கிரிஷாம் அஷ்யூரன்ஸ் ஹவுஸ்,
4வது மாடி, சர் பி. எம். தெரு, ஃபோர்ட்,
மும்பை - 400 001 (இந்தியா)

முன்னுரை

—ஜிக்னேஷ் ஷா

தலைவர் - கிழக்கத்திய கல்வி நிர்வாக குழுவின் உயர்வு

பிரியதர்ஷினி அகாதமி தலைவர் மற்றும் அமைப்பு நிர்வாகத்தலைவர் பொருளாதார நிபுணத்துவ குழு.

கி.மு. 300இல் கௌடில்யர் எழுதிய (இவர் சாணக்கியர் விஷ்ணு குப்தர் என்றும் அழைக்கப்படுகின்றார்). அர்த்த சாத்திரம் எனும் புத்தகம், அரசியல் நிபுணர்கள், சமூக ஆய்வாளர்கள், பொருளாதார நிபுணர்கள் ஆகியோரிடம் மிக உயர்ந்த பெருமை பெறுகின்றது.

கற்றுணர்ந்தவர் அரசியல் அறிவாளி என்பது மட்டும் கௌடில்யரின் பெருமை அல்ல. அதற்கு மேலும் அவர் அரசியல் அறிவு, இராணுவ யுத்த தந்திரம் மற்றும் பொருளாதார நிபுணர் ஆவார்.

தொன்மையான க்ஷஷீலா குருகுலத்தில் (பல்கலைக்கழகம்) கௌடில்யர் ஒரு அரசியல் மற்றும் பொருளாதார பேராசிரியராக இந்தியாவில் திகழ்ந்தார்.

மௌரிய சாம்ராஜ்யத்தின் முதல் அரசரான சந்திர குப்த மௌரியாவின் ஆலோசகராக இருந்து பிறகு அவரது நாட்டின் முதலமைச்சராகத் திகழ்ந்தார்.

'அர்த்த சாத்திரம்' என்பதை 'பொருளாதார (பணத்தின்) அறிவு சாத்திரம் என்று கூறினாலும், இலாபம் மற்றும் பொருளாதார வெற்றிக்கான அறிவு சாத்திரம் என்றும் கூறப்படுகின்றது.

அர்த்த சாத்திரம்' எனும் வார்த்தையின் பொருளை மட்டும்

நோக்காமல் மேலும் ஆழமாக நோக்குகையில் அது அரசியல் தந்திரம், பொருளாதார செயற்திட்டம், இராணுவ போர்த் திட்டம் கொண்டதாகும்.

மேலும் அர்த்த சாத்திரம் ஒரு அரசியல் பொருளாதாரத்தை சட்ட ரீதியாகவும், நிர்வாக சம்பந்தமாகவும் நடத்துவதற்கு உரிய குறிக்கோள்களை அளிக்கின்றது.

அதே சமயம் உண்மையைக் கூற வேண்டும் என்றால் அர்த்த சாத்திரம் என்பது பல்வேறு இடங்களிலிருந்து வரி வசூல் செய்து, சிக்கன நடவடிக்கை மூலம் நிதி நிர்வாகம் செய்வதை மிக தெளிவாக எடுத்து உரைக்கின்றது.

மேலும் இதன் மூலம் சட்ட நிர்வாகம், சமூக நலன், சிக்கனமான முறையில் நிதி நிர்வாகம், சமூகப் பணிகள் ஆகியவற்றை நாட்டின் பிரஜைகளுக்கு அளிக்கும் முறையையும் அர்த்த சாத்திரம் எடுத்துரைக்கின்றது.

ஆதலால் அர்த்த சாத்திரம் நாட்டை ஆள்பவர்களுக்கு அதிகமாக எடுத்துரைத்தாலும், பிரஜைகளுக்கும் உரிய அரசியல், நிதி நிர்வாகம், சமூகப் பணிகள் ஆகியவை சந்திர குப்த மௌரிய பேரரசரின் கால கட்டங்களில் எப்படி இருந்தன என்பதனையும் தெளிவாக எடுத்துரைக்கின்றது.

அதே சமயம் அர்த்த சாத்திரம் என்பது நிதிநிர்வாகத்தின் சரித்திர பதிவுகள் மட்டுமல்ல. அதில் இருக்கும் பல கொள்கைகள் இன்றும் அரசாங்கமும், பொது மக்களும் மௌரிய சாம்ராஜ்ஜியத்தின் அன்றாட வாழ்வு முறைகளிலிருந்து கற்றுக் கொள்ளும் வகையில் உள்ளன.

அரசு நிதி நிர்வாகத்திற்காக விவசாயம், வனத்துறை, கால்நடை, பால் பண்ணை, ஏற்றுமதி, இறக்குமதி, உள்நாட்டு வர்த்தகம், தொழிற்சாலை கைத்திறன் என்று பல்வேறு விதமான விஷயங்களின் நிதி நிர்வாகத்தை பற்றி கௌடில்யர் எடுத்துரைக்கின்றார்.

இதற்கான செயற்பாடுகளை சமூகத்திற்கும், பொதுமக்களுக்கும் உதவும் வகையிலும் அதே சமயம் அரசுக்கு உரிய பணவரவு அளிக்கும் வகையிலும் எடுத்துரைத்துள்ளார் கௌடில்யர்.

முன்னுரை

பல்வேறு விதமான கட்டணங்கள் விலைப் பட்டியல்கள் ஆகியவற்றை பல்வேறு திட்டங்களுக்கு ஏற்றவகையில் மட்டுமல்ல, குற்றங்களைத் தடுக்க சட்ட திட்டங்களை மீறுபவர்களுக்கு அபராத கட்டணங்கள் பற்றிய விவரங்களும் அதன் மூலம் அரசுக்கு கிடைக்கக்கூடிய வருமானத்தைப் பற்றியும் விவரமாகக் கூறியுள்ளார்.

கௌடில்யரின் காலகட்டத்து நிதிநிர்வாக சிக்கன நடவடிக்கைகளைப் பற்றி அவர் மிகத் தெளிவான எண்ணங்களை கொண்டிருந்தார்.

பொதுப்பணம் எனும் விஷயத்தில் அவருக்குமிகுந்த தெளிவு இருந்தது வடக்கு ஐரோப்பாவில் காட்டுவாசிகளாக திரிந்து கொண்டிருந்த காலகட்டத்தில் கௌடில்யர் பலவிதமான வரிகள் பற்றிய விவரங்கள், நில வரி, வர்த்தகம் மற்றும் தொழிற்சாலை, அரசு மூலதனம் மற்றும் வியாபாரம்; சட்டங்களை மீறுபவர்களுக்கு உரிய அபராதங்கள் மற்றும் தண்டனைகள் இவற்றோடு இணைந்து நிலம் பாதுகாப்பு மற்றும் வளர்ச்சி ஆகியவற்றில் நிதிநிர்வாகம்; சுரங்கத்தொழில் மற்றும் நீர்ப்பாசனம் ஆகியவற்றை அணைக்கட்டுகள், குளங்கள் மற்றும் ஏரிகள் மூலம் வளர்ச்சியடைய செய்வது; சிறந்த முறையில் ஆலோசித்து மானியம், வரிவிலக்கு, ஆகியவற்றை பெண்கள், இளைய சமுதாயம், மாணவர்கள், மாற்றுத் திறனாளிகள் மற்றும் எளியவர் ஆகியோருக்கு உதவுவது போன்றவற்றைப் பற்றி குறிப்புப் புத்தகங்களை அரசர்களுக்காக அட்டவணை போட்டு எழுதிக் கொடுத்துள்ளார்.

வரிவிதிப்பிற்கு ஏற்ற கடிவாளம் போடுவதிலும் கௌடில்யர் சிறப்பாக பணி செய்தார். நியாயம், நேர்மை, திறமை மற்றும் ஆற்றல் இவற்றின் அடிப்படையில் வரி கட்டும்படி கூறினார். இவற்றை இன்று ஆட்சி புரியும் அரசும் பின்பற்றுகின்றன. ஆனால் அதே சமயம் இன்று கண்மூடித்தனமான வரி விதிப்பு மூலம் வேகமாக பண வசூலிப்பு செய்ய வேண்டும் என்று விளைவுகளை பார்க்காமல் வரிவசூலிப்பு செய்கின்றார்கள்.

கௌடில்யரின் கால கட்டத்தில் வர்த்தகமும், வியாபாரமும் நன்கு வளர்ந்தது.வியாபாரம், எடைக் கற்கள், அளவுகள், விலை

நிர்ணயம் ஆகியவற்றிற்கு உரிய வழிகளை கௌடில்யர் வகுத்தார்.

அவர் வகுத்துள்ள விலைப்பட்டியல் கொள்கை மூலம், விற்பனைக்கு வரும் சரக்கு மற்றும் அதன் தேவை. இவற்றின் அடிப்படையில் தயாரிக்கும் விலைப்பட்டியலைப் பற்றி நன்கு அறிந்திருந்தார். அதுமட்டுமல்ல பொருட்களின் சிறப்பியல்புகளைப் பற்றியும் புரிந்து வைத்திருந்தார்.

சந்தை விற்பனை, கொள்முதல் ஆகியவற்றின் அடிப்படை ஒப்பந்தச் சட்டங்களை இயற்றியுள்ளார். இதையும் மீறி அப்பொருட்களை பட்டுவாடா செய்யும் தன்மையைப் பற்றி நன்கு தெளிவாக எழுதியுள்ளார்.

அமெரிக்காவிலும், ஐரோப்பாவிலும் முன்னேற்றம் மற்றும் எதிர்கால ஒப்பந்தங்கள் புழக்கத்தில் வந்த பல ஆண்டுகளுக்கு முன்பே கௌடில்யர் 'வருங்கால விலைப்பட்டியல்' என்று குறிப்பிட்டுள்ளார்.

'வருங்கால பட்டியல்' என்பதை இன்று 'ஏற்றிச் செல்ல கட்டணங்கள்' என்று கூறுகின்றோம். இதில் பொருட்களை பாதுகாப்பாக வைக்க கிடங்கு வாடகை, அதன் வட்டி மற்றும் ஏற்றிச் செல்லும் செலவு ஆகியவையும் அடங்கும்.

பொருள் தயாரிப்பவர்களுக்கும் வாங்குபவர்களுக்கும் உரிய லாபம் கிடைக்கும்படி சட்டங்கள் இயற்றியிருந்தார்.

இன்றைய சங்கம் (கம்பெனி) என்பதற்கு முன்னோடியாக தொழில் நிபுணர்களின் சங்கங்களைப் பற்றியும் கூறியுள்ளார். இச்சங்கங்கள் எவ்விதத்தில் நடத்தப்பட வேண்டும் அரசுக்கு எப்படிப்பட்ட வரிகளை செலுத்த வேண்டும், எப்படி பொருட்களை கொண்டு வியாபாரம் செய்ய வேண்டும் பணி புரிபவர்களுக்கு எப்படி ஊதியம் அளிக்க வேண்டும் என்று குறிப்பிட்டுள்ளார்.

இவை அனைத்தையும் தாண்டி சுற்றுப்புறச் சூழல் பற்றிய கவனமும் அவரிடம் இருந்தது. காடுகளை பாதுகாப்பது அவற்றில் வசிக்கும் யானைகள் மற்றும் மற்ற மிருகங்களை பாதுகாப்பது போன்றவற்றைப் பற்றி எழுதியுள்ளார். ஒரு சிறந்த சமுதாயத்தின் நலனைக் கருதி அவருடைய நூல்கள் மிகச்சிறப்பாக எழுதப்பட்டுள்ளன.

ஒரு அரசர் மிகச் சிறப்பாக மிகச்சரியாக நடந்து கொள்ள வேண்டும் என்று எதிர்பார்த்தார் என்பதில் அதிசயம் ஏதும் இல்லை. அவர் தன்னுடைய அர்த்த சாத்திரத்தில் ''ஒரு அரசனுக்கு மகிழ்ச்சி ஏற்படுத்தும் விஷயம்தான் நல்ல விஷயம் என்றும் கருத வேண்டும்.'' என்று கூறியுள்ளார்.

இன்று நம்மை ஆட்சி செய்பவர்களுக்கும் பொது மக்களுக்கும் உரிய மிகத்தெளிவான விஷயங்கள் கௌடில்யரின் அர்த்த சாத்திரத்தில் உள்ளன.

2400 வருடங்களுக்கு முன் இந்த ஞானி நமக்கு கற்றுக் கொடுத்த பல பாடங்களை நாம் மறந்து விட்டோம் என்பது வேதனைக்குரியது.

இன்று நாம் அதை ஞாபகத்தில் வைத்திருந்தால் சந்திரகுப்த மௌரியர் அரசாட்சிக் காலத்தில் இருந்தது போல இந்தியா மிக அருமையான நாடாகத் திகழ்ந்திருக்கும் என்று நிச்சயமாகக் கூறலாம்.

இத்தகைய மிகச்சிறந்த அறிவு சார்ந்த புத்தகத்தை வெளியிட்டதற்கு பிரியதர்ஷினி அகாதமிக்கு வாழ்த்து தெரிவிக்க வேண்டும். இப்புத்தகம் ஆட்சிபுரியும் அரசியல்வாதிகளின் மேஜைமீதும், அவர்களுடைய பொறுப்புகளை ஏற்று பணி புரிபவர்களின் மேஜை மீதும், அரசியல் மற்றும் சமூக நல விஞ்ஞானிகள் மேஜை மீதும், நிதி நிர்வாகிகள் மேஜை மீதும், மிகப்பெரிய நிறுவனங்களின் நிர்வாகிகளின் மேஜை மீதும் இருக்க வேண்டிய புத்தகம் ஆகும்.

முகவுரை

–ஸ்ரீ நானிக் ரூபானி

தலைவர் - பிரியதர்ஷினி அகாதமி

சமஸ்கிருத மொழியில் எழுதப்பட்ட அர்த்த சாத்திரம் இந்திய இலக்கிய தளத்தில் மிகப்பெரிய இடத்தில் வைத்துப் போற்றப்படுகிறது. சிறிதும் தயக்கமற்ற, நிதர்சனமான, பொருளாதார நிர்வாக சிக்கன நடவடிக்கைகள், உண்மையான அரசியல் இவற்றிற்கு உரிய அறிவுரைகள் கொண்டதால் இப்புத்தகம் மிக உயர்ந்த நிலையில் இன்றும் வைக்கப்பட்டுள்ளது. 'சாம, தான, தண்ட, பேத' எனப்படும் தன் வயப்படுத்தக்கூடிய சக்தி, ஆசைகாட்டி மயக்குதல், தண்டனை மற்றும் பிரித்துப் பார்ப்பது போன்றவற்றை வெற்றியைப் பெற அதற்கேற்றாற் போல் பல்வேறு வித்தியாசமான வரிசைக் கிரமமாகன முறையில் உபயோகிப்பதின் அடிப்படையில்தான் கௌடில்யரின் தத்துவங்கள் அமைக்கப்பட்டுள்ளன.

கௌடில்யரின் மிக முனைப்பான அணுகுதல் மற்றும் அதன்மூலம் ஒரு இலக்கை எப்பாடுபட்டாவது அடையவேண்டிய கருத்தை மிகத்தெளிவாகவும் வரிசைக்கிரமமாகவும், உண்மைக்குச் சிறிதும் புறம்பில்லாத வழிமுறைகளையும் எடுத்துக்கூறும் கௌடில்யரை நான் மிகவும் மதிக்கின்றேன். கௌடில்யரின் அர்த்த சாத்திரம் ஒரு மிகச்சிறந்த புத்தகமாகும். அதுவும் புத்தகம் எழுதப்பட்டிருக்கிற காலகட்டத்தை எண்ணிப் பார்க்கும் பொழுது அதனுடைய மதிப்பு உயருகிறது. ஒரு ராஜ்ஜியத்தை ஆள்வதற்காக பல்வேறு விதமான

முகவுரை

விஷயங்களைப் பற்றிய அவருடைய அறிவுக் கூர்மையின் ஆழம் மிக அதிகமாக உள்ளது. நிர்வாகம், வரிவிதிப்பு, அதன்மூலம் கிடைக்கக்கூடிய நிதி, சட்டம் அரசியல் தந்திரம், வர்த்தகம், வியாபாரம், நாணயங்கள், விவசாயம், நில சொத்து, உடன்படிக்கை, பணியாளர்கள் மற்றும் சமூகம் ஆகியவற்றைப் பற்றி எல்லாம் எழுதியுள்ளார்.

கி.மு. 300-ஆம் ஆண்டு வாழ்ந்த சக்தி வாய்ந்த அரசர் சந்திரகுப்த மௌரியரின் அறிவுரையாளராக சாணக்கியர் என்று அழைக்கப்படும் கௌடில்யர் இருந்தார். போற்றுதலுக்கு உரிய புத்தகத்தைப் படிக்கும் பொழுது இன்றைய இந்தியாவின் இத்தனை பிரச்சினைகளுக்கும் கௌடில்யரின் எழுத்துக்கள் தகுந்த பதில்களை அளிக்கிறது.

அர்த்த சாஸ்திரத்தின் உன்னதமான பரம்பரை சொத்தில் உள்ள முக்கியமான பாடங்களைக் கொண்டு இன்றைய இந்தியா பல விஷயங்களை செயலாக்கலாம். 2400 ஆண்டுகளுக்கு முன் எழுதப்பட்டுள்ள இந்த புத்தகம் சமூக அரசியல் மற்றும் பொருளாதார நிர்வாகத்தை எப்படி ஒரு நாடு கடைப்பிடிக்கலாம் என்று எழுதப்பட்டது இன்றைய காலகட்டத்திற்கும் மிக அதிகமாகப் பொருந்தும்.

இந்தியாவைப் பற்றி சாணக்கியர் ஒரு கனவு கண்டார்.

- சுய தேவைக்குப் போதுமான பொருளாதார அமைப்பு

- அனைவருக்கும் சமமான வாய்ப்புகள்.

- நிலநிர்வாகத்தை மிகச்சிறந்த முறையில் விரிவாக்குதல். (இன்று மிக முக்கியமான தேவை கொண்டது)

- மிகக்குறைந்த வரி விகிதாச்சாரங்கள் மற்றும் மக்களுக்கு எவ்வித துன்பமும் இன்றி வசூலிக்கப்படும் முறைகள்

கௌடில்யரின் தொலை நோக்கு பார்வை என்னை மிகவும் ஈர்த்தது. ''ஒரு அரசன் தேனீயைப் போல வரிகளை வசூலிக்க வேண்டும் என்று கூறியுள்ளார். அதாவது எவ்வளவு வேண்டுமோ அந்த

அளவு மட்டுமே. முற்றிலும் அழிப்பது போல மிக அதிகமான வரி வசூலிக்கக்கூடாது என்று கூறியுள்ளார். இதுதான் இன்று இந்திய வரி வசூலிப்பு சூழ்நிலைக்கு மிகவும் பொருத்தமான விஷயமாகும்.

என்னைப் பொருத்தவரை கௌடில்யரின் பணியை இன்று கார்ப்பரேட் என்று அழைக்கப்படும் பன்னாட்டு நிறுவனம் கலாச்சாரம் மற்றும் ஆன்மீகத்தின் அடிப்படையில் இணைந்த ஒரு ஆன்மீக நூல் என்றுதான் கூறுவேன். அக்கால கட்டத்தில் பன்னாட்டு நிறுவனங்கள் புழக்கத்தில் கிடையாது. இன்று நிறுவன சமூக பொறுப்புகள் (கார்ப்பரேட் சோஷியல் ரெஸ்பான்ஸ்பிலிட்டி C.S.R.) எனும், தான் சார்ந்த சமூகத்திற்கு உரியனவற்றைச் செய்ய பொறுப்பு எடுக்க வேண்டும் என்று இன்று இந்தியாவில் மட்டுமல்ல உலகம் முழுவதிலும் பேசப்படுகிறது. என் பார்வையில் இதன் அடிப்படைத் தத்துவம் கௌடில்யரின் அர்த்த சாத்திரத்திலும் அவருடைய எழுத்துக்களிலும் உள்ளன. 2400 ஆண்டுகள் முன்பே கௌடில்யர் சி.எஸ்.ஆர். என்பதைப்பற்றி மட்டும் பேசவில்லை. சுற்றுப்புறச்சூழல் அதனுடைய பிரச்சினைகளைத் தீர்க்கும் வழியினையும் மிகச் சிறப்பாக கூறியுள்ளார். நீர் நிர்வாகம், வன பாதுகாப்பு, நிலம் ஆகியவை மதிப்பு மிகுந்த வருவாய் என்றும் அவருடைய ஆராய்ச்சியில் எழுதியுள்ளார்.

கௌடில்யர் ஒரு அடிப்படை உண்மையை எடுத்துக் கூறியுள்ளார். அதாவது ''சமூகம் தொடர்ந்து மாறிக் கொண்டே வருகின்றது. அந்த மாற்றத்தை ஏற்றுக் கொள்ளாதவர்களை தன்னிடமிருந்து ஒதுக்கி விடுகிறது, என்று கூறியுள்ளார். அதாவது மாற்றம்தான் இவ்வுலகின் அடிப்படை உண்மை என்றும் கூறலாம். இன்றைய பிரிவினைகளும் பிறகு தற்காலிக இணக்கமும் கொண்ட அரசியலில் பலர் எதற்கெடுத்தாலும் 'வேண்டாம்' என்று கூறுகிறார்கள். அது தீட்டப்படும் திட்டங்கள் நாட்டிற்கு கேடு விளைவிக்கும் என்பதற்கான மறுப்பு அல்ல. அத்திட்டங்கள் அரசியல்வாதிகளுக்கு அவர்களுடைய சொந்த அரசியல் தொழிலுக்கு கேடு விளைவிக்கும் என்பதற்காக தெரிவிக்கப்படும் மறுப்பு !

சாணக்கிய நீதி அல்லது அரசியல் தந்திரம் என்பது இந்தியா முழுவதும் புகழ்பெற்ற ஒன்றாகும். இன்றும் இராணுவம் போர்

முகவுரை

தந்திர முறைகள் மற்றும் வெளிநாட்டு உறவு என்று பல விஷயங்களில் சாணக்கிய நீதி உபயோகிக்கப்படுகின்றது. அரசாங்கம் எப்படி அரசாள வேண்டும் என்பதை சாணக்கிய நீதி ஆழமாக குறிப்பிடுகிறது. பொதுப் பணித்துறையில் மேற்பார்வையாளர்களை நியமிப்பது பற்றி அவர் எழுதியிருப்பது எனக்கு பெரும் ஆச்சரியத்தை அளிக்கின்றது.

- சுரங்கம், தங்கம், வர்த்தகம்

- எடைக் கற்கள் மற்றும் அளவுகோல், பருத்தி நூல் மற்றும் துணிமணிகள்

- காடுகளில் விளை பொருட்கள், ஆயுதசாலை

- விவசாயம் மற்றும் கடல் வணிகம்

பணியாளர்களை நீக்குவதைப் பற்றி கௌடில்யர் மிகச்சிறந்த அறிவுரையைக் கூறுகிறார். ''கோபம், பேராசை, கர்வம் மற்றும் பயந்த சுபாவம்'' உள்ளவர்களை முற்றிலும் நீக்கி விடுங்கள் என்று அவர் கூறியுள்ளார். ''ஆன்மீக முன்னேற்றம் என்பது உள் மன சக்திக்கும் ஒரு மனிதனின் குணாதியசங்களுக்கும் முதல் தேவை. பிறகுதான் இரண்டாவதாக பொருட்கள் சேர்ப்பதும் வெற்றியடைவதும் அமைகின்றது.'' ''எச்செயலை நாம் செய்தாலும் அது சரியான பலனைத்தான் எதிர்நோக்கிச் செல்ல வேண்டும்.'' இப்படி கௌடில்யர் கூறியுள்ள விஷயங்களை இன்று நாம் பின்பற்றுவதில்லை. உரிய பலன்களைப் பெறவில்லை என்றால் அப்பணியைச் செய்தவருக்கு தண்டனை அளிக்க வேண்டும்.

சாது வாஸ்வானி அவர்களின் தத்துவத்திலும் கௌடில்யரின் எண்ணங்களை நாம் காணலாம். சேவைக்கு கிடைக்கும் பரிசு மேலும் அதிகமான சேவையாகும். நீங்கள் கொடுக்கையில் நீங்கள் ஆசீர்வதிக்கப்படுகிறீர்கள். யார் ஒருவர் தாம் செய்யும் பணிகளை சரியானபடி செய்கிறார்களோ அவர்களுக்கு பரிசுகள் கிடைக்கின்றன. 'தனிஸ் வியாபாரிஸ்' என்று அழைக்கப்படும் பண பலமிக்க வியாபாரிகள் இச்சமுதாயத்திற்கு சேவை செய்ய

கிணறுகள் வெட்டுவது, மருத்துவமனைகளை கட்டுவது, குழந்தைகளுக்கான பாதுகாப்பு இடங்களை அளிப்பது, நில நடுக்கம், புயல் போன்ற சமயத்தில் சமூக முன்னேற்றத்திற்கு பாடுபடுவது என்று பலவற்றைச் செய்ய வேண்டும் என்று கூறுகிறார். கர்மயோகா செய்யும் பணியில் தன்னை முழுமையாக அர்ப்பணிப்பது. தியானயோகா, ஆழ்ந்த தியானம் மற்றும் பக்தியோகம் எனப்படும் இறை நம்பிக்கை ஆகிய மூன்றையும் நம் வாழ்வில் இணைத்துக் கொள்ள வேண்டும். இதன் மூலம் பல நிறுவனங்களின் லாபம் பெருகுகிறது. அந்த லாபத்தைக் கொண்டு பொது மக்களுக்கு உதவிகள் புரியலாம்.

''ஒரு அரசனுக்கு தனக்கென்ற தனித்துவம் எதுவும் கிடையாது. அவர் மக்களுக்காக மக்களோடு வாழ்கிறார்'' என்று கௌடில்யர் கூறுகிறார். இது கிட்டத்தட்ட காந்தியின் தத்துவத்தை பிரதிபலிக்கிறது. அதாவது நிர்வாகிகள் வாக்காளர்களின் பொறுப்பாளியாக இருக்க வேண்டும் என்று மகாத்மா காந்தி கூறியுள்ளார். இதை 'பூமிதான' இயக்கம் மூலம் திரு வினோபாபாவே மிகச்சிறந்த முறையில் நடத்திக் காட்டினார். இத்தகைய தருணத்தில் வாழும் கலை இயக்கத்தை நிறுவிய திரு. ஸ்ரீ ஸ்ரீ ரவிசங்கர் அவர்களைப் பற்றி கூற விரும்புகிறேன். I.M.C. நான்காவது 'இந்தியா அழைக்கிறது 2004' எனும் அமைப்பில் ஆசிய பசிபிக் வர்த்தக சம்மேளனம் நடத்தப்பட்ட சிங்கப்பூரில் நிறுவன நிர்வாகத்தில் முழுமையான விஞ்ஞானம் என்ற தலைப்பில் உரையாற்றினார். அவருடைய பேச்சு எனக்குள் கௌடில்யரின் எண்ணங்களை பிரதிபலித்தது.

இதே வகையில் திருமதி இந்து ஜெயின் (தலைவர் டைம்ஸ் ஆஃப் இந்தியா குழுமம் மற்றும் பென்னட் கோல்மேன் தனியார் நிறுவனம்) C.S.R. பற்றி விவரமாகப் பேசினார். இது தயாள குணமா ? இது ஈகையா ? கடமையா அல்லது சமூகப்பார்வையா ? சமூகத்தின் முன்னேற்றமா ? பாதை போடுவது, பொது சமுதாயக்கூடங்கள், பள்ளிகளைக் கட்டுவதா ? சுத்தமான குடிநீர் மற்றும் சுகாதாரத்திற்கான உதவிகளை அளிப்பதா? ஒரு கிராமத்தையே தத்து எடுத்துக் கொள்வதா ? சுற்றுப்புறச் சூழலை பாதுகாப்பதா ?

மரங்களை கணக்கில்லாமல் வெட்டக்கூடாது, காடுகளை அழிப்பது ஒரு குற்றம். C.S.R. எனும் நிறுவனங்களின் சமுதாயப் பொறுப்பினைப்பற்றி மிகத் தெளிவாக கௌடில்யர் குறிப்பிடுகிறார். அதன்படி C.S.R. என்பது புதிதாக மேல்நாட்டிலிருந்து வந்த விஷயம் அல்ல என்று புரிகின்றது. அது இந்தியாவிற்கு வந்த ஒரு புதிய விஷயம் அல்ல. அது நம்முடைய கலாச்சாரத்தில் ஆயிரம் ஆண்டுகள் முன்பே தோன்றிய விஷயம். இன்றைய காலகட்டத்தில் டாட்டாக்களும், பிர்லாக்களும் மேலும் ஒரு சில நிறுவனங்களும் C.S.R. மூலமாக சமூகத்திற்கு பல உதவிகளைச் செய்கின்றன.

இந்திய நாடு இன்று சந்திக்கும் பல பிரச்சினைகளை கௌடில்யரின் வார்த்தைகள் மூலமாக தீர்க்கலாம் என்று நான் உண்மையாக நம்புகிறேன். கௌடில்யர் ஒரு நாட்டின் அரசியல் மற்றும் பொருளாதார நிர்வாகத்தைப் பற்றி தீவிர கவனத்துடன் மிகச்சிறப்பாக எழுதியுள்ளார்.

அர்த்த சாத்திரத்தில், அரசியல் நிர்வாகம், இராணுவ விஷயங்கள், விவசாயப் பணிகள், அரசு பரிபாலனை போன்ற பல விஷயங்களை அனைவரும் புரிந்து கொள்ளும்படி எழுதப்பட்டுள்ளது.

கௌடில்யர் தன்னுடைய ஆராய்ச்சியை அர்த்த சாத்திரம் என்று பெயரிட்டு அழைத்தாலும் அது ஒரு முழுமையான ஆவணம் ஆகும். மனித சமுதாய நடவடிக்கைகளை மிகப்பரந்த பார்வையில் முழுமையாக ஆராய்ச்சி செய்து எழுதப்பட்டுள்ளது. ஏகாதிபத்திய ஆட்சி எப்படி நடத்தப்பட வேண்டும் வெளியிலிருந்து வரும் போர் மற்றும் அச்சுறுத்தலை எப்படி சமாளிக்க வேண்டும். ஒரு அரசாங்கம் எவ்விதம் இணைந்து நடத்தப்பட வேண்டும் என்று முழுமையான விபரங்கள் அளிக்கப்பட்டுள்ளன. இப்பணியை செய்கையில் கௌடில்யரின் அர்த்தசாத்திரம் மிக விவரமாக பொதுப்பணம், விவசாயம், வர்த்தகம், மேலதிகாரிகள் மற்றும் அமைச்சர்களை தேர்ந்தெடுக்கும் முறை, அரசாங்கத்தை நடத்தும் விதம் ஆகியவற்றை பற்றி எழுதப்பட்டுள்ளது. தனித்தனி அதிகாரிகளுக்கு உட்பட்ட பல இலாக்காக்களைக் கொண்ட அரசியல் முறையைப் பற்றி சாணக்கியரின் அர்த்தசாத்திரத்தில்

எழுதப்பட்டுள்ளது. பிற்பாடு அரசாட்சி புரிந்த பல இராஜ்ஜியங்களுக்கு உதாரணமாகத் திகழ்ந்தது.

அர்த்த சாத்திரம் அரசு இலாகாக்களுக்கு சிறந்த திறனுடன் சிறப்பாக நடத்த பல சட்டங்களை எடுத்து கூறுகின்றது. இது இன்றைய இந்தியாவிற்கும் பொருந்தும். இந்தியாவின் பழமையான காலசாரத்திற்கு ஏற்ப கௌடில்யரின் அர்த்த சாத்திரம் எழுதப்பட்டுள்ளது. அன்றை காலகட்டத்தை நன்கு புரிந்து கொண்டால்தான் அவர் அளித்துள்ள பிரம்மாண்டமான சிறந்த பாடங்களை நாம் சரியாக புரிந்து கொள்ள இயலும்.

இப்புத்தகம் அளிக்கும் உபயோககரமான இன்றைய காலகட்டத்திற்கும் பொருத்தமான ஆய்வு மேலும் பல காலத்திற்கும் பொருந்தக் கூடியது என்பதுதான் இப்பணியின் சிறப்பாகும்.

2400 ஆண்டுகளுக்கு முன் வாழ்ந்த கௌடில்யரின் பரந்த பார்வையும், வருவதை முன்கூட்டியே அறியும் சக்தியும் கொண்ட அவருடைய எழுத்துக்கள் உலகம் முழுவதற்கும் பொருந்தும். அன்றைய அரசியல், சமூக பொருளாதார நிலைமை இன்றைய நிலைமைக்கு முற்றிலும் மாறுபட்டு இருந்தாலும், கௌடில்யரின் பாடங்கள் அன்றைக்கு பொருந்தியது போலவே இன்றும் பொருந்துகின்றது என்பது அதிசயிக்கத்தக்கது ஆகும். நான் இந்த பணியை துவக்கி வைத்தேன் என்பதில் எனக்கு மிகுந்த பெருமையும் திருப்தியும் ஏற்படுகிறது. இதன் மூலமாக மிகச்சிறந்த புத்தகமாக கௌடில்யரின் அர்த்த சாத்திரத்தை நன்கு புரிந்து உணரக்கூடிய சந்தர்ப்பம் கிடைத்ததற்கு பெருமை கொள்கிறேன்.

இந்திய நாட்டின் பொற்காலம் என்று புகழப்படும் சந்திரகுப்த மௌரியரின் அரசாங்கத்தில் கௌடில்யர் ஒரு அமைச்சராக இருந்தார் என்று அறிகிறோம். அத்தகைய சாணக்கியரின் அறிவுரைகளை மீண்டும் நாம் ஏற்றுக்கொண்டு நடந்தால் நாம் சிறப்பான இந்திய பொற்காலத்தை மிக விரைவில் காணலாம். கௌடில்யரின் அர்த்த சாத்திரத்தில் எது இன்றைய இந்தியாவிற்கு பொருந்துமோ அதை தேர்ந்தெடுத்துக்கொள்ள தயங்கக்கூடாது.

இப்புத்தகம் கௌடில்யரின் எண்ணங்கள் அவருடைய தகவல்களை புரிந்து கொள்ள உண்மையான முயற்சிகளை நாம் செய்ய வேண்டும். அதிலும் மிக முக்கியமாக அரசியல் நிர்வாகம் மற்றும் புதிய இந்தியாவின் வர்த்தகத்திற்கு உரியவற்றை ஏற்றுக்கொள்ள வேண்டும்.

அனைத்து துறையையும் சார்ந்த மக்களுக்கு இப்புத்தகம் உபயோககரமாக இருக்கும் என்று நான் தீர்க்கமாக நம்புகிறேன். மேலும் இப்பணியின் மூலம் கௌடில்யரின் பொருளாதார சிக்கன அடிப்படைகளை பல நிர்வாகங்கள் உபயோகித்து பலன்பெறும் என்று நம்புகிறேன்.

பொருளாதாரத்தில் ஈடுபடும் அனைவருக்கும் இப்புத்தகத்தை நான் பரிந்துரைக்கிறேன். இதனைக் கொண்டு நம் நாட்டின் பல முக்கியமான பிரச்சினைகளை அவர்களால் தீர்க்க முடியும் என்று நம்புகிறேன்.

நன்றி நவில்தல்

திரு நானிக் ரூபானி அவர்கள் திரு விஜய் பாட்கர் (நிறுவனர் - இந்தியா இன்டர் நேஷனல் மல்டி வெர்சிடி); திரு. பி. பி. சாப்ரியா, (சிம்டி, ஃபினோலெக்ஸ் குழுமம்) ஆகியோருடன் பேச்சு வார்த்தை நடத்துகையில் தோன்றிய எண்ணம்தான் 'அர்த்த சாத்திரம்' புத்தகம். இப்பணிக்கு முழுமையான ஊக்கத்தை அளித்தவர்கள் டாக்டர் ராம் தார்னேஜா (முன்னாள் தலைவர் ஐ.எம்.சி) மற்றும் திருமதி கீதா ரூபானி (திரு. ரூபானியின் மனைவி) ஆவார். இதற்கான முனைப்புகளை பூனேயில் உள்ள வேதிக் ஆய்வு கூடத்தில் செய்வதாக தீர்மானிக்கப்பட்டது. இக்கூடம் பிரியதர்ஷினி அகாதமி மற்றும் இந்தியா இன்டர்நேஷனல் மல்டிவெர்சிடி ஆகியவை இணைந்து துவக்கிய ஆய்வுக்கூடமாகும்.

பெங்களுருவில் நடைபெற்ற பன்னாட்டு ஆலோசனை கூட்டத்தில் இதற்கான எண்ணங்கள் தோற்றுவிக்கப்பட்டன. இக்கூட்டத்திற்கு தலைமை தாங்கிய 'வாழும் கலை' நிறுவிய ஸ்ரீ ஸ்ரீ ரவி சங்கர் அவர்களின் முன்னிலையில் இதை எடுத்துக் கூறிய பொழுது கூட்டத்தில் பெரும் வரவேற்பு கிடைத்தது.

'இந்தியன் மெர்ச்சன்ட் சேம்பர்' (IMC) தலைவர் பதவியில் இருந்தார் திரு ரூபானி. ஐஎம்சியின் பொருளாதார ஆய்வு மற்றும் பயிற்சி நிறுவனம் என்பது பொருளாதார நிதி வர்த்தகம் மற்றும் வியாபாரம்

ஆகியவற்றில் தொடர்ந்து ஆய்வுகள் நடத்தி வந்தன. இத்தகைய நிறுவனம் மூலமாகத்தான் இப்புத்தகம் வெளி வர வேண்டும் என்று திரு ரூபானி எண்ணம் கொண்டார். இப்பணிக்கு ஐ.எம்.சியி்ன நிர்வாகமும் அதில் முக்கியமாக திரு. ராம் காந்தி மற்றும் திரு சுரேஷ் கோட்டக் ஆகிய இருவரும் எல்லையற்ற ஆதரவு அளித்தனர். வல்லுனர்களும், நிபுணர்களும் இணைந்து இப்பணியை செய்து முடித்தனர். திரு ஜவஹர் முல்ராஜ் - டைம்ஸ் ஆஃப் இந்தியா தினசரியின் எழுத்தாளர் இப்புத்தகத்தை பதிப்பிற்கு தயார் செய்தார்.

திரு. ஜெயந்த்ராவ் பாட்டீல்

(அமைச்சர் - ஹோம் அஃபயர்ஸ் - மஹாராஷ்டிரா அரசாங்கம்)

திரு. சுரேஷ் பிரபு (முன்னாள் மத்திய அமைச்சர் -சக்தி)

திரு. ஸ்ரீசந்த் பி. ஹிந்துஜா (தலைவர் ஹிந்துஜா ஸ்தாபனம்)

திரு. மினூஷ்ரோஃப் (தலைவர் - ஃபோரம் ஆஃப் ஃப்ரீ என்டர்பிரைஸ்)

திரு. அரிந்தாம் சௌத்ரி (டீன், சென்டர் ஃபார் எகனாமிக் செர்ச் மற்றும் அட்வான்ஸ்டு ஸ்டடீஸ் - இந்தியன் இன்ஸ்டிட்டியூட் ஆஃப் பிளானிங்க் அண்ட் மேனேஜ்மெண்ட்)

திருமதி. கிரண் நந்தா (ஆலோசகர் ஐ.எம்.சி., இயக்குனர் ஐஎம்சி இஆர்டிஃப்)

டாக்டர் எஸ் ஆர் கே ராவ் (ரிசர்வ் பாங்க் ஆஃப் இந்தியாவின் முன்னாள் பிரின்ஸிபல் எகனாமிக் அட்வைஸர்)

டாக்டர் டி.கே. பாட்டியா (முன்னாள் எகனாமிக் அட்வைசர் ரிசர்வ் பாங்க் ஆஃப் இந்தியா)

டாக்டர் பி.ஆர்.ஜோஷி (முன்னாள் இயக்குனர் - டிஎஸ்பி மெரில் லின்ச்)

டாக்டர் விஜய் டியோ, ஸ்காலர் ஆன் கௌடில்யா

திரு யு.ஸி. தீக்ஷித் (முன்னாள் டைரக்டர் ஆஃப் ரிசர்ச் ஆர்.பி.ஐ)

திருமதி. பியா மஹான்டி (எகனாமிஸ்ட் மற்றும் மேனேஜ்மெண்ட் கன்சல்டன்ட்)

திரு. பி.என். மோக்ரே, (சீஃப் அட்வைசர் - ஐஎம்சி)

திரு. ஜிதேந்திரா சங்கவி (டெபுடி செகரெட்டரி ஜெனரல் மற்றும் சீஃப் எகனாமிஸ்ட் ஐஎம்சி)

டாக்டர் மோஹன் மேத்யூ (எகனாமிஸ்ட்)

திருமதி சமதா தாவாடே (எகனாமிஸ்ட்)

திரு உல்லாஸ் ஸட்கர் (பதிப்பாளர் அமேயா இன்ஸ்பைரிங் புத்தகங்கள்)

இந்திய மெர்ச்சன்ட்ஸ் சேம்பர்

இந்திய மெர்ச்சன்ட்ஸ் சேம்பர் எகனாமிக் ரிசர்ச் மற்றும் ட்ரெயினிங் ஃபவுண்டேஷன்)

அறிமுகம்

—சைலேஷ் ஹரிபக்தி

முன்னாள் தலைவர் இந்தியன் மெர்ச்சன்ட் சேம்பர்

அநாஷ்ருத கர்ம பலம், கார்யம் கர்ம கரோதியஹ
சஹ சந்யாசிம்ச, யோகிச, ந நிரக்னிர் ந சக்ரிய ஹ.

(பகவத் கீதை - அத்தியாயம் - 6)

தான் செய்யும் பணிகளின் பலனோடு ஒட்டாமல் இருப்பவர்கள், கடமை உணர்ச்சியுடன் தன் பணியைச் செய்பவர்கள், வாழ்வை விட்டு படிப்படியாக விலகும் தன்மை கொண்டவர்கள்தான் உண்மையான ஆன்மிகவாதி ஆவார்கள். எந்த விளக்கையும் ஏற்றாமல், எக் கடமையையும் செய்யாமல் இருப்பவர்கள் ஆன்மீகவாதிகள் அல்ல. கடமையை பலன் எதிர்பாராமல் செய்வதின் முக்கியத்துவத்தை இந்த ஸ்லோகத்தில் ஸ்ரீகிருஷ்ணர் அர்ஜுனனுக்கு எடுத்துரைக்கிறார். இன்றைய கலிகாலத்தில் பொதுவாக மக்கள் கடமையை செய்வது கடினமாக இருக்கிறது என்று ஸ்ரீ கிருஷ்ணருடைய வார்த்தைகள் எடுத்துக் கூறுகின்றன.

இன்று நாம் காணும் பலருடைய செயல்கள் தன்னுடைய குடும்பத்தை காப்பாற்றுவதற்கும் தனக்கு செய்யக்கூடிய பணிகளாகவும் உள்ளன. யாரும் சுயலாபம் அல்லது சொந்த விஷயத்தைத் தவிர வேறு பணிகளை செய்வதில்லை. அது நீண்ட கால பணிகளாக இருந்தாலும் சரி, உடனுக்குடன் செய்யும் பணியாக இருந்தாலும் சரி.

இறைவனுடைய எண்ணங்களுக்கு ஏற்ப செயல்களை செய்வதுதான் நம்முடைய கடமையாகும். ஏனெனில் நாம் அனைவரும் அவருடைய ஒருபகுதி தானே. எந்த மனிதன் இறைவனை திருப்திப்படுத்த மட்டுமே பணிகளைச் செய்து தன்னுடைய சொந்த திருப்தியை புறக்கணிக்கின்றானோ அவன்தான் மிகச்சிறந்த சந்நியாசி மற்றும் மிகச்சிறந்த யோகி ஆவான். (பகவத் கீதை - ஏ. சி. பக்த வேதாந்த சுவாமி பிரபு பாதா) மேற்கூறிய இந்த எண்ணத்தை நாட்டுப் பணிகளிலும் இயல்பாக செயல் புரிய வேண்டும். இந்த எண்ணத்துடன்தான் நாட்டை ஆட்சி செய்ய வேண்டும்.

ஆட்சி அதிகார வர்க்கம் என்பதற்கு பதிலாக அனைத்திலும் மிக உயர்ந்த எனும் வார்த்தையை உபயோகிக்கலாம். அதுபோன்றே தேர்ந்தெடுக்கப்பட்ட பிரதிநிதிகள் மற்றும் அதிகார வர்க்கம் எனும் வார்த்தைக்குப் பதிலாக வாழும் ஸ்தூலப் பொருள் எனும் வார்த்தையை உபயோகிக்க வேண்டும். இந்திய இதிகாசங்களில் கொட்டிக் கிடக்கும் ஞானச் சொத்து மிக அதிகம். அது இன்றைய காலகட்டத்திற்கும் நமக்குப் பொருந்தும். இவற்றை மிகச்சரியாகப் புரிந்து கொண்டு அவற்றின் அடிப்படைக் கொள்கையை உபயோகப்படுத்தினால் நமக்கு முன்னேற்றமும், மிகச் சிறந்த நன்மையும் வரும் காலங்களில் பெறலாம்.

இன்று ஒரு சில அரசியல்வாதிகள் தங்களுடைய சக்தி அனைத்தையும் வோட்டுக்களை காப்பாற்றிக் கொள்வதற்காகவும், அரசியலில் நீண்டகாலம் வாழ்வதற்காகவும் உபயோகித்து பணிகளைச் செய்வதை இன்று நாம் எதிர் கொள்கிறோம். இதனால் அவர்கள் எந்த விளக்கையும் ஏற்றி முன்னேற்றப்பாதையில் மக்களை அழைத்துச் செல்வதில்லை, பணிகள் செய்வதில்லை, மற்றவர்களையும் கடமையை ஆற்ற விடுவதில்லை. நம்முடைய அரசியல் அடிப்படை அமைப்பு ஆட்சியின் மூன்று தூண்கள் என்று கருதப்படுபவை :

1) சட்டத்தை இயற்றும் சட்டசபை

2) சட்டத்தை தெளிவாக்கும் நீதிபதிகள்

3) கொள்கைகளை நிறைவேற்றக்கூடிய நிரந்தர அரசு அதிகாரிகள் மற்றும் தேர்ந்தெடுக்கப்படும் அரசியல்வாதிகள் என்று

இவர்கள்தான் சட்டத்தை அமுலுக்கு கொண்டு வருகிறார்கள். அரசு கொள்கைகளை நிறைவேற்றுபவர்கள்தான் குடியரசு நாட்டின் மிக முக்கியமானவர்கள். எப்பொழுதெல்லாம் பொதுமக்களின் அக்கறையை மனதில் கொள்ளாமல் அரசாட்சி செய்கின்றார்களோ அப்பொழுது அந்த சமூகமே அழிந்து போவதை சரித்திர ஏடுகள் பலமுறை நிரூபிக்கின்றன.

ஒரு ஆணித்தரமான சமூக அமைப்பும், உயர்ந்து வரும் நிதி நிர்வாகச் சூழ்நிலையும் நல்ல ஆட்சியைச் சார்ந்துள்ளது. ஓர் உயர்ந்த இலட்சியம் கொண்ட அரசு அமைப்பு நமக்கு இருக்க வேண்டும் என்றும், அது செல்வ வளத்தை உறுதியாக நிலை நிறுத்த வேண்டும் என்பதுதான் நம் ஒவ்வொருவரின் ஆசையாக உள்ளது. இப்படிப்பட்ட ஒரு இலட்சிய அமைப்பு கிடைக்கக்கூடியதா எனும் கேள்வியை நாம் எதிர்கொள்ள வேண்டும்.

இப்படிப்பட்ட ஒரு கேள்வியின் அடிப்படையை மிக ஆழமாக யோசித்தவர் விஷ்ணு குப்தர். இவர் கௌடில்யர் அல்லது சாணக்கியர் என்று அழைக்கப்பட்டார். (கி.மு. 350 லிருந்து 275 வரை) அவர் எழுதிய ஆய்வு நூலான அர்த்த சாத்திரம் அரசியல் பொருளாதார நிர்வாகம் மற்றும் சமூக நிர்வாகம் ஆகியவற்றில் ஆழமாகப் பயணிக்கிறது. உலகிலேயே மிகப் பழமையான நிர்வாகப் புத்தகம் என்றால் அது அர்த்த சாத்திரம்தான். கி.மு 350 ஆம் ஆண்டு கௌடில்யர் இதை எழுதினார். இப்புத்தகம் மிகச்சிறந்த புத்தகமாகும். இதில் அரசு நிர்வாகம், அரசியல், இராணுவப்போர், தந்திரங்கள், சட்டம், கணக்கு வழக்கு, வரிவிதிப்பு பொதுவரிப்பண சம்பந்தமான கொள்கைகள், பொது மக்களுக்கான சட்டங்கள் உள்நாடு மற்றும் வெளிநாடு வர்த்தக முறை என்று இப்புத்தகம் எண்ணற்ற விஷயங்களை அடக்கியுள்ளது. அதனால்தான் பண்டிதர்கள் பல நூற்றாண்டுகளாக மீண்டும் மீண்டும் கௌடில்யரின் புத்தகத்தை அறிவு ஜீவியின் புத்தகம் என்கிறார்கள். கௌடில்யர் அனைத்து துறைகளிலும் நிபுணத்துவம் பெற்றவர் என்று கருதப்படுகின்றார்.

நந்தர் இராஜ்ஜியத்தை கவிழ்த்தவர் என்றும் கிரேக்கப் பேரரசரான அலெக்சாண்டர் இந்திய நாட்டை பிடிக்க வேண்டும் எனும் எண்ணத்துடன் வருகையில் அவரை தோற்கடித்தவர் என்றும்

கௌடில்யர் புகழ்பெற்றார். ஒரு அரசியல் ஆலோசகராக, மனித இன சரித்திரத்திலேயே முதல் முறையாக ஒரு நாடு எனும் எண்ணத்தை தொலைநோக்குப் பார்வையில் அவர் சந்தித்தார். அவருடைய காலகட்டத்தில் இந்தியநாடு பல்வேறு நாடுகளாக வகுக்கப்பட்டிருந்தது. அவற்றையெல்லாம் ஒருங்கிணைத்து மத்திய ஆட்சி என்ற ஒன்றை உருவாக்கி ''ஆரிய வர்த்தா'' எனும் ஒரு நாட்டை உருவாக்கி அது பின்னாளில் இந்தியாவாக மாறியது. தன் வாழ்நாள் முழுவதும் அவர் ஆற்றிய பணிகளை எல்லாம் இணைத்து அர்த்த சாத்திரம் எனும் நூலை இயற்றினார்.

பல்லாயிரக்கணக்கான ஆண்டுகளாக பல பேரரசர்கள், அரசர்கள், ஆட்சியாளர்கள் போன்றவர்கள் ஒரு நாட்டை ஆழமான நிதி நிர்வாகத்துடனும் உயர்ந்த ஆன்மீக நிலையிலும் ஆளவேண்டும் என்பதற்காக அர்த்த சாத்திரத்திலிருந்து அறிவுரைகளை மேற்கொண்டார்கள். இந்தியநாடும், இந்தியர்களும் அர்த்த சாத்திரத்தை மறக்க வில்லை என்றாலும் அந்நூலில் குறிப்பிட்டுள்ள அறிவுரைகளை பல நூற்றாண்டுகளாக பயன்படுத்த முற்றிலும் மறந்து விட்டார்கள். இப்புத்தகத்தை ஒரு அறிவு சார்ந்த படைப்பாக பார்ப்பதை விட இப்புத்தகம் இன்று பலருக்கும் பயனளிக்கும்படி இன்றைய உலகின் வாழ்க்கைக்கு ஏற்ப உபயோகப்படுத்தப்பட வேண்டும். இப்புத்தகத்தில் பல அடிப்படை கொள்கைகள், திறமைகள் உள்ளன. இவற்றை ஒருமுறை உபயோகித்துப்பார்த்தால் இவை பலவித உயர்ந்த மாற்றங்களை நம்முடைய தினசரி வாழ்விலும் ஏற்படுத்தும்.

ஆட்சி – அதில் நீதிநெறியின் பங்கு

பல நூற்றாண்டுகளாக நீதிநெறி வழுவாமல் வாழ்வதைக்குறித்து பேச்சுக்கள் வளர்ந்து கொண்டுதான் இருக்கின்றன. இதைப்பற்றி கௌடில்யர் பல விஷயங்களை உள்நோக்கிய பார்வையில் கூறியுள்ளார். எந்தவித சட்ட திட்டங்களோ அல்லது கணக்கு தணிக்கைகளோ நீதி நெறியை நிலை நாட்ட இயலாது. மிக உயர்ந்த தனித்துவ குணத்தைப் பெறுவதற்கு நீதிநெறி வழுவாத செயல்பாடுகள் மிக முக்கியம். இதன் மூலம் சிறந்த

அறிமுகம்

நீதிநெறி பெறலாம். அதைக் கொண்டு சுலபமாக சிறந்த நீதிநெறி நடவடிக்கைகளை மேற்கொள்ளலாம். நீதிநெறி வழுவாத நடத்தை, சட்டதிட்டங்களை காப்பாற்றி சொத்துக்களை சேர்க்கின்றன. இதன்மூலம் நிதி பெருகி ஆன்மீக எழுத்துக்களும், தத்துவங்களும் தோன்றி மீண்டும் நீதி நெறி சிறப்பாக நிலைநாட்டப்படுகிறது.

தர்மம் எனும் வார்த்தையை கௌடில்யர் உபயோகிக்கிறார். இதை கடமை என்றும் நாம் கூறலாம். தர்மத்தை சுய வாழ்க்கையிலும் சமூக அமைப்பிலும் கடைப்பிடிக்க வேண்டும் என்று கௌடில்யர் கூறுகிறார். அடிப்படை தர்மத்தை "இவை அனைத்திற்கும் பொருந்தும் கடமைகள் - **அகிம்சை** (உயிருடன் இருக்கும் எதையும் துன்புறுத்தக்கூடாது) சத்தியம் (உண்மை) சுத்தம் - வன்மையிலிருந்து முற்றிலும் வெளியேறுவது, கருணை மற்றும் சகிப்புத்தன்மை" என்று கௌடில்யர் கூறியுள்ளார்.

கிரேக்க தத்துவ ஞானிகளான பிளாட்டோ மற்றும் அரிஸ்டாட்டில் நீதிநெறியை நல்லொழுக்கம் என்று எண்ணினார்கள். ஒரு மனிதனின் நற்குணங்களை போற்றினால் அதை இயற்கையாக அம்மனிதன் ஏற்றுக்கொண்டு நல்லொழுக்கத்தை கடைப்பிடிப்பான் என்று எண்ணினார்கள். அரிஸ்டாட்டில் தைரியம், தன்னடக்கம், நீதி, நேர்மை, முன்யோசனை ஆகியவைகளை சிறந்த குணங்களாக கருதினார். இதோடு இணைந்து நேர்மை, கருணை, தாராள மனப்பான்மை, விசுவாசம், சீரிய நிலை மற்றும் சுயக்கட்டுப்பாடு இவற்றை எல்லாம் இணைத்தார். அரிஸ்டாட்டில் சீரிய பண்புடன் கூடிய நீதி நெறியைப் பற்றி பேசுகையில் செயல்பாடுகளுடன் கூடிய நீதிநெறியைப்பற்றி பேசவில்லை. ஆனால் கௌடில்யர் சீரிய பண்புடன் கூடிய நீதி நெறியைப் பற்றியும், செயல்பாடுகளை அடிப்படையாகக் கொண்ட நீதி நெறியைப் பற்றியும் பேசுகிறார். மேலும் அவர் செயல்பாடுகளுடன் கூடிய நீதி நெறியின் ஆழத்தை மிக விபரமாக எழுதியுள்ளார். அதில் அவர் உரிமைகளை சரிசமமாக பாவிப்பது மற்றும் பணியாளர்களின் தலைமைப்பண்பை பற்றியும் எழுதியுள்ளார். சீரிய பண்பை விட மிகச்சரியான நடத்தை அதிக முக்கியமானது என்று குறிப்பிட்டுள்ளார்.

கௌடில்யர் வேதங்களையும், அதனுடன் இணைந்த பல தத்துவங்களையும் மிக ஆழமாக அறிந்துள்ளார். சுய தனித்துவ குணத்தை உயர்த்துவதைப்பற்றிய விஷயத்தை அர்த்த சாத்திரத்தில் வெளிப்படுத்தவில்லை. உ.தா. ஒரு அரசன் தத்துவத்தையும், வேதங்களையும் பலம் பொருந்திய ஆசிரியர்களிடம் கற்கவேண்டும். பொருளாதார நிர்வாகத்தை அரசாங்கத்தின் பல்வேறு தலைவர்களிடம் கற்கவேண்டும். ஆட்சி அறிவியலை அரசியலில் ஆழம் கண்டவர்களிடம் மட்டுமல்ல அதைத் தொடர்ந்து அரசியல்வாதிகளிடமும் கற்கவேண்டும் என்று கூறியுள்ளார். இதைப் பற்றி யோசிக்கையில் இரண்டு விஷயங்களை நாம் காணலாம். முதலாவதாக ஒரு சிறு குழந்தையிடம் நீதி நெறியை நாம் புகட்டி விட்டால் பிற்காலத்தில் அக்குழந்தை அரசியல் வாதியாகவோ அல்லது அரசு அதிகாரியாகவோ ஒரு வியாபாரியாகவோ (கணக்கு வழக்கு பார்ப்பவராகவோ) பொதுத்துறை அல்லது தனியார் துறையில் அதே சீரிய நீதி நெறியுடன் பணிபுரிவான்.

இரண்டாவதாக நீதி நெறியின் அடிப்படை என்பது மனசாட்சி எடுத்துக்கூறுவதை பின்பற்றும் திறனை உயர்த்துவது மற்றும் சுயதேவைகளைத் தாண்டி செயலாற்றுவது மற்றும் மற்றவர்களிடம் கருணை காண்பிப்பது போன்றவை ஒரு தொழிலை கற்றுக்கொள்வதை விட மிகமுக்கியமானது என்று எடுத்துக் கூறுகிறார் கௌடில்யர். ஒரு நாட்டில் நீதிநெறியை நிலைநாட்டுவது என்பதற்கு கௌடில்யர் மிகுந்த முக்கியத்துவம் அளிக்கிறார். அதை உயர்த்த அவர் பல்வேறு வழிமுறைகளை பரிந்துரைத்துள்ளார். அரசு அதிகாரத்துவம் நிறைந்த கழகங்கள் தேவை என்றாலும் அத்தகைய கழகங்கள் இன்றி எதுவும் செய்ய இயலாது என்பதையும் குறிப்பிட்டுள்ளார். ஆனால் அதே சமயம் நேர்மையற்ற தன்மை (லஞ்சம்) அவற்றை கண்டு பிடிப்பதும் மிகக்கடினம் என்றும் குறிப்பிட்டுள்ளார்.

மிக நேர்மையான கணக்கு வழக்குகளை எழுதி வைப்பதும், அதை தணிக்கை செய்வதும் முக்கியமானதுதான் என்றாலும் அது நீதி நெறி கொண்ட பணிகளுக்கு அடித்தளமாக அமையும் என்று உணர்ந்து எழுதியுள்ளார். இதை எளிமையாக கூறவேண்டும்

என்றால் கணக்கு வழக்குகளை கையாளுவதில் அவை எத்தனைதான் சரியாக இருந்தாலும் அவற்றில் ஊடுருவலும், பொய் கணக்கு வழக்கும் தடுக்க இயலாது என்று கூறுகிறார்.

கௌடில்யர் அரசாங்க கஜானாவிற்கு நஷ்டம் ஏற்படுத்தக் கூடிய அதிகாரிகளை இனம் கண்டு கொள்ள விபரங்கள் குறிப்பிட்டுள்ளார். அதில் இரண்டு வகைகளை மட்டும் இங்கு நாம் காண்கையில் கௌடில்யரின் பார்வையின் ஆழத்தை உணர்ந்து கொள்ளமுடியும். எந்த அரசு அதிகாரி தன்னுடைய அறிவின் மீதும் தன்னுடைய சொத்தின் மீதும், தனக்கு உயரதிகாரிகளிடமிருந்து கிடைக்கும் ஆதரவு மீதும் கர்வம் கொள்கிறாரோ, அவரால் அரசு கஜானாவிற்கு ஆபத்து என்று குறிப்பிடுகிறார். இதில் 'உயரதிகாரிகளிடமிருந்து கிடைக்கும் ஆதரவு' எனும் வாக்கியம் உயரதிகாரிகளின் தீய தன்மையை சுட்டிக்காட்டுகிறது. அது போன்றே ஒரு அரசு அதிகாரி பேராசையுடன் இருந்தால் அவர் தவறான கணக்கு வழக்குகள், தவறான எடைக் கற்கள் மற்றும் அளவுகோல்கள் அல்லது தவறான மதிப்பீடுகளையும், கணக்கிடுதலையும் செய்வார் என்று குறிப்பிடுகிறார்.

ஒருவரை பணிக்கு அமர்த்தும் முன்பு அவருடைய குணாதிசயங்களின் நற்சான்றிதழ்களைப் பெற வேண்டும் என்று கௌடில்யர் கூறுகிறார். கௌடில்யர் கூறும் இந்த முறைகளைக் கொண்டு இன்றும் பல நிறுவனங்கள் புதிதாக பணியாளர்களை அமர்த்துவதற்கு முன்பு நற்சான்றிதழ்களைப் பெறுகின்றன. ஒரு அரசன் ஒழுக்கமுள்ள சூழ்நிலையை ஏற்படுத்தத் தேவையான பல்வேறு விஷயங்களைப் பற்றி கௌடில்யர் எடுத்துக் கூறியுள்ளார். ''அரசர் மிகுந்த ஒழுக்க சீலனாக இருந்தால் தன்னைச் சுற்றி நடக்கும் கேடுகளைக் கூட மாற்ற இயலும்'' என்கிறார் கௌடில்யர். ஒரு அரசருக்கு எப்படிப்பட்ட குணம் உள்ளதோ அது அவரை சுற்றியுள்ள சூழ்நிலையில் எதிரொலிக்கும்'' என்றும் கூறியுள்ளார். ஒரு அரசர் உயர்ந்த ஒழுக்க நீதியை பின்பற்ற வேண்டும். தன்னுடைய தலைமைப் பண்பு கொண்டு நல்லாட்சி புரிய வேண்டுமே தவிர தன்னுடைய அதிகாரத்தினால் அல்ல என்று கௌடில்யர் கூறியுள்ளார். அதற்காக ஒழுக்க நெறிமுறைகளின் பட்டியல் ஒன்றினை தயார் செய்ய வேண்டும் என்றும் கூறியுள்ளார்.

கௌடில்யரின் இந்த வார்த்தைகள் இன்றைய காலகட்டத்திற்கும் மிகவும் பொருந்தும். ஓர் அரசர் தன்னுடைய சாம்ராஜ்யத்தில் நற்குணங்கள் பெற்ற ஓர் சமுதாயத்தை உருவாக்க வேண்டிய பொறுப்பை எப்படி ஏற்கின்றாரோ அது போன்றே உயர்ந்த நற்குணங்கள் கொண்ட ஒரு நிறுவனத்தை பராமரிக்க வேண்டிய பொறுப்பு ஒரு நிறுவன தலைவருக்கு உள்ளது. அது வெறும் வார்த்தைகளில் மட்டுமின்றி அதற்கென்று வழிமுறைகளை வகுத்து அதன் மூலமாக அனைத்து பணியாளர்களும் அதை பின்பற்றுமாறு செய்வது நிறுவனத் தலைவரின் சீரிய பொறுப்பாகும். அனைத்து பணியாளர்களும் சிறப்பாக பின்பற்றும்படியான சட்ட திட்டங்கள், ஒழுங்கு படுத்தும் நிபந்தனைகள் ஆகியவற்றை ஏற்படுத்த வேண்டும். அதுமட்டுமல்ல, நிர்வாகிகள் தன்பங்கிற்கு அத்தகைய உண்மை, சீரிய நிதிநெறிகளை பின்பற்றி தன் நிறுவனத்தின் வர்த்தகத்தை மேம்படுத்த வேண்டும். நிறுவனத்தின் ஒவ்வொரு பணியாளரும் மிகச் சிறந்த நிதி நெறிகளை உணர்ந்து அத்தகைய செயல்களை மட்டுமே புரிய முடிவு எடுக்க வேண்டும்.

அது போன்றே நிறுவனர்கள், அதிகாரிகள் ஆகியோர் அத்தகைய பணி சூழலை அங்கு தக்கவைத்துக் கொள்ள வேண்டும். இதன் மூலம் பணியாளர்கள் ஊக்கப்படுத்தப்பட வேண்டும். அதுமட்டுமல்ல அவர்கள் எழுப்பும் உரிய கேள்விகள் நிர்வாகத்திடம் சென்றடைய வேண்டும். அதற்கு உடனுக்குடன் பணியாளர்களின் செய்கைகளுக்கு பதில் அளிக்க வேண்டும்.

ஆட்சி – மற்றும் சமூகத்தில் அதன் தாக்கம்

ஒரு சமூகத்தின் உயர்வை ஒரு நிர்வாகம் தன்னுடைய கொள்கை மற்றும் அதிகார மேற்பார்வை கொண்டு வளர்க்கின்றது. சமூக நிதிநிர்வாக முன்னேற்றம் இத்தகைய கொள்கையைத்தான் நம்பியிருக்கின்றது. சமூக நிலை என்பது மதம், மூட நம்பிக்கை நகர்ப்புற வளர்ச்சி, உணவு, பெண் விடுதலை, கலை, அறநிலை, சார்ந்து இருப்பது மற்றும் பணி ஆகியவற்றை உள்ளடக்கியுள்ளது. சிக்கனத்திற்கான அளவுகோல் என்பது நிர்வாகம் வியாபாரக் கொள்கை, வரிக்கொள்கை, உழைப்பிற்கான

கொள்கைகள் மற்றும் நுகர்வோர் பாதுகாப்பு ஆகும்.

சமநிலை, நீதி மற்றும் செழிப்பு இவற்றை நிலைநாட்டத்தான் மேற்கூறிய கொள்கைகள் பக்கபலமாக உள்ளன. இம்மூன்றையும் சிறப்பாக நிறைவேற்ற பங்கெடுத்துக் கொள்ளுதல், மத்திய அரசின் அதிகாரத்தை பகிர்ந்து கொடுத்தல், பொறுப்புடமை ஆகியவற்றை எளிதில் அனைவரும் தெள்ளத் தெளிவாக காணும் வகையில் பணிகளை புரிய வேண்டும். ஒரு சிறந்த, சிறப்பாக நடக்கக்கூடிய அரசு பணிகளுக்காகவே அர்த்த சாத்திரம் தரமான விஷயங்களை எடுத்துக் கூறுகிறது.

கௌடில்யர் அரசின் பொருளாதார நிர்வாகத்திற்கு மிகுந்த முக்கியத்துவம் அளித்தார். ஏனெனில் சாதாரண காலகட்டங்களை விட யுத்தம்,பஞ்சம் மற்றும் பல பேராபத்துகள் ஏற்படும் பொழுது நிதி நிர்வாகத்தின் பலம் ஒரு நாட்டிற்கு மிகவும் தேவையானது என்று புரிந்து எழுதினார் கௌடில்யர். அது போன்றே கௌடில்யர் பல வித்தியாசமான சிக்கன பொருளாதார நிர்வாகத்தைத் தொடர்ந்து சிறந்த முறையிலும், முன்னெச்சரிக்கையுடனும், லாபகரமாகவும் ஒரு அரசு நடத்த வேண்டும் என்று உணர்ந்தார். கௌடில்யர் நிதி உற்பத்தி செய்வதையும், லாபத்தை பெருக்குவதிலும் மிகுந்த கவனம் செலுத்தினார். ஒரு வர்த்தகம் இலாபத்தை பெருக்குவது என்பது அந்நிறுவனத்திற்காக உழைக்கும் உழைப்பாளர்களுக்கு துணை செல்வது என்று கௌடில்யர் கருதினார். அந்த வியாபரம் இலாபம் ஈட்டவில்லை எனில் உழைக்கும் தொழிலாளிகளின் நேரம், சக்தி ஆகியவற்றை அவ்வர்த்தகம் வீணாக்குகின்றது என்று பொருள் என்று கருதினார் கௌடில்யர். நிதியை பெருக்குவதால் அரசின் நன்மை உயருகின்றது என்று கருதினார்.

முன்பு வர்த்தகத்தில் சற்றே புராதனமான எண்ணமான 'இலாபம் பெறுவது' என்பது மட்டும் குறியாக இருந்தது. பின்வரும் காலங்களில் இலாபம் ஈட்டுவதையும் தாண்டி, அந்த இலாபம் உண்மையான நீதி நெறியுடன் ஈட்டப்பட வேண்டும் எனும் எண்ணங்களுடன் செயல்படத் துவங்கியது. வியாபாரம் என்பது இப்பொழுது மாற்று எண்ணங்களுடன் செயல்படுகின்றன.

அதனால் இலாபம் மட்டுமே அதனுடைய குறிக்கோளாக இருப்பதில்லை. உற்பத்தி செய்யும் தொழிற்சாலைகள், தங்களுடைய பங்குதாரர்கள் பணியாளர்கள், நுகர்வோர், சரக்குகளை அளிப்பவர் ஆகியோர் முடிவில் இச்சமூகமே ஓர் விதத்தில் இலாபம் அடையும்படி தங்கள் இலக்குகளை அமைக்கின்றார்கள்.

இன்றைய வர்த்தகத்தில் இத்தகைய புதிய தெளிவு என்பது இலாபம் முக்கியமல்ல என்பதோ அல்லது இதற்கு எவ்வித மதிப்பும் இல்லை என்பதோ கிடையாது என்று தெளிவாக புரிந்து கொள்ள வேண்டும். இலாபம் ஈட்டுவது என்பது, நிறுவனங்களுக்கு மிக, மிக முக்கியமானதாகும், ஏனெனில் அவர்கள் சமூக உயர்வுக்கு பெரும் பங்களிக்கின்றார்கள். அச்சமூகத்திலிருந்துதான் அவர்கள் வருவாய் பெறுகின்றார்கள். அதே சமயம் நஷ்டமடையும் நிறுவனங்கள் உழைப்பாளிகளின் கடும் உழைப்பை விழுங்கி, சமூகத்திற்கும், நிதி நிர்வாகத்திற்கும் பெரும் பாரமாக ஆகி விடுகின்றன.

விற்பனையையும், பணியாளர்களின் சம்பளத்தையும் கௌடில்யர் இணைத்து எழுதியுள்ளார். அதை இன்றும் நிறுவனங்கள் பின் பற்றுகின்றன. இன்றைய உலக தாராளமயமாக்குதலில், பல நிறுவனங்கள் உற்பத்தியை பெருக்குவதில் முனைப்பாக உள்ளன. ஏனெனில் இது மேற்படி செலவுகளை சமாளித்து தேவையற்ற செலவைக் குறைத்து, இலாபத்தை அதிகரிக்கின்றது. மேலும் வெவ்வேறு விதமான திட்டங்கள் மூலம் நிறுவனங்கள் பணியாளர்களின் பணி செய்யும் திறனை மதிப்பீடு செய்கின்றன. இதன் மூலம் பணியாளர்கள் தத்தம் பணிகளை சிறப்பாக செய்கின்றார்களா என்று இத்திட்டங்கள் மூலம் நிறுவனம் அறிந்து கொள்கிறது. அதுபோன்றே குறிப்பிட்ட உற்பத்தித்திறனின் தரத்தை அடைய ஏற்ற திட்டங்களைத் தீட்டுகின்றார்கள். அவ்வாறே உற்பத்திக்கு ஏற்ப உழைப்பவர்களுக்கு 'போனஸ்' - நிதி ஊக்கம் அளிக்கவும் நிறுவனங்கள் திட்டங்களைத் தீட்டுகின்றன. இப்படி பலவற்றின் மூலம் நிறுவனங்கள் தங்களுக்குத் தேவையான உயரத்தை எட்டுகின்றன.

அறிமுகம்

வரிவிதிப்பு முறைகளைப் பற்றி கௌடில்யர் மிக விரிவாகவும் சரியான திட்டங்களுடனும் எழுதியுள்ளார். அரசுக்கு சிறப்பான முறையில் அரசாங்கம் புரிய எழுதப்பட்ட இந்த ஆராய்ச்சி நூல் கி.மு. 300-ஆம் ஆண்டு மௌரிய சாம்ராஜ்ஜியம் மிகச்சிறந்த முறையில் உயர்ந்து கொண்டிருக்கும் பொழுது எழுதப்பட்டது என்பது மிகவும் ஆச்சரியமாக உள்ளது. ஏனெனில் அக்காலகட்டத்து சமூக நாகரீகத்தைப் பற்றி தீவிரமாக ஆராய்ச்சி செய்யப்பட்டுள்ளது. அதே சமயம், ஒரு அரசன் தன்னுடைய நாட்டை மிகச் சிறப்பாகவும், நன்மை பயக்கும் படியும் அரசாள பல யோசனைகளையும் எடுத்துக் கூறுகின்றது. அர்த்த சாத்திரத்தில் மிக அதிகமான பக்கங்கள் பொருளாதார நிதி சம்பந்தமாகவும், நிதி நிர்வாகத்தைப் பற்றியும் எடுத்துக் கூறுகின்றன.

கௌடில்யரின் பார்வையில் மௌரிய சாம்ராஜ்ஜியத்தில் விவசாய இலாக்காவில் அது அரசைச் சார்ந்த விவசாயத் துறைக்காக பெறப்படும் வரிகள், அந்நாட்டிற்கு ஒரு முக்கியமான பணவரவு அளிக்கும்படியாக இருந்தன. விவசாயத்தின் மூலம் கிடைக்கும் விளைபொருட்களில் ஆறில் ஒரு பாகம் அரசாங்கத்திற்கு உரியது என்பது மட்டுமல்ல நீர்வரி, விளை பொருட்களை நகரத்திற்குள் கொண்டு வருவதற்கான வரி, சுங்க வரி, இறக்குமதி வரி என்று பல வரிகள் விதிக்கப்பட்டிருந்தன. காடு விளை பொருட்களின் வரிகள் சுரங்கத்தில் இருந்து கிடைக்கக்கூடிய உலோகங்களுக்கு வரிகள் என்று மக்களிடமிருந்து வசூலிக்கப்பட்டன.

வருமான வரி பெறும் திட்டங்கள் மிகச் சிறப்பாக நடைபெற்றன. அதன் மூலம் அரசாங்கத்திற்கு நிதி கணிசமாக உயர்ந்தது. பொதுவான விற்பனை வரிகள், விற்பனை மீது விதிக்கப்பட்டன. கட்டிடங்களை வாங்குவதற்கும், விற்பதற்கும் வரிகள் விதிக்கப்பட்டன. சூதாட்டம் கூட ஒரு மத்திய அரசு மூலமாக செயல்பட்டு வரிகள் வசூலிக்கப்பட்டன. 'யாத்ரவேதனா' எனும் பெயரில் புண்ணிய ஸ்தலங்களை தரிசிக்கச் செல்பவர்களுக்கு வரி விதிக்கப்பட்டது. பலவிதமான வரிகள் மூலம் பல்வேறு நிதிகள் அரசுக்கு கிடைக்கப் பெற்றாலும் அடிப்படையில் மக்களை ஏமாற்றவோ அல்லது அதிக வரிகளை அவர்கள் மீது திணிக்கவோகூடாது என்பதை அரசு கவனமாக பாதுகாத்தது.

மக்களுக்கும், நாட்டிற்கும், அரசனுக்கும் உள்நாடு மற்றும் வெளிநாட்டிலிருந்து எவ்வித ஆபத்து இன்றி காக்கப்படுவதில் முனைப்பாக இருக்க வேண்டும் என்று அர்த்த சாத்திரம் கூறுகிறது. இப்படி வசூலிக்கப்பட்ட வரிகள் மூலம் சாலைகளை செப்பனிடுவது, கல்வி நிலையங்களை துவங்குவது, புது கிராமங்களை உருவாக்குவது போன்ற பல சமூக நல உதவிகள் மக்களுக்காக செய்யப்பட்டன.

கௌடில்யர் அர்த்த சாத்திரத்தில் பொது நிதித்துறை மற்றும் வருமான வரி விதிப்பு தன்மையைப் பற்றி மிக அதிக முக்கியத்துவம் ஏன் அளித்தார் என்பதற்கான காரணத்தை அதிகம் தேட வேண்டிய அவசியம் இல்லை. கௌடில்யரைப் பொறுத்த வரையில் ஒரு அரசின் பலம் என்பது அதனுடைய நிதித்துறையின் சக்தியைப் பொறுத்து உள்ளது. "நிதித்துறையிலிருந்து ஒரு அரசுக்கு சக்தி கிடைக்கிறது. அந்த அரசர் ஆளும் நாட்டிற்கு ஆபரணமாக நிதித்துறை செயல்படுகிறது என்பதற்கு நிதித்துறையும் இராணுவமும் காரணம்" என்று கௌடில்யர் கூறுகிறார்.

அதே சமயம் நிதி வசூலிப்பு மற்றும் வரி என்பது அரசாங்கத்திற்கு வருவாய் ஈட்டும் வழியாகும். இதற்கு அந்த அரசர் மக்களுக்கு பல்வேறு விதமான சேவைகள் புரிந்து, அவர்களை ஆபத்துகளிலிருந்து காப்பாற்றி, சட்டம் மற்றும் ஒழுங்கை நிலைநாட்ட உதவுகிறது என்று கௌடில்யர் தீர்மானமாக எண்ணினார். கௌடில்யரின் கூற்றுப்படி அரசர் என்பவர் ஆளும் நிலத்தின் ஒரு பொறுப்பாளி மட்டுமே. அதனால் அந்த நிலத்தை பாதுகாப்பது தலையாய கடமைகளில் ஒன்று. அதே சமயம் நிலத்திலிருந்து மேலும் மேலும் உற்பத்தியைப் பெருக்கி நாட்டிற்குத் தேவையான வருமானத்தை நிலவரிகளின் மூலம் அதிகரிக்க வேண்டும் என்று கூறினார். வரி என்பது கட்டாயப்படுத்தப்பட வேண்டிய விஷயம் அல்ல. அது தர்மத்தின் அடிப்படையில் விதிக்கப்பட வேண்டும். அப்படி கிடைக்கும் வரி பணத்தின் மூலம் தன் நாட்டு மக்களைப் பாதுகாப்பது அரசனின் புனிதமான செயலாக இருக்க வேண்டும் என்று கௌடில்யர் கூறியுள்ளார்.

ஒரு அரசர் இத்தகைய புனிதமான கடமையை செய்யத் தவறினால், அந்நாட்டின் பிரஜை வரிகளை கட்டுவதை நிறுத்தி விடலாம் என்றும், கட்டிய வரிகளை திருப்பிக் கேட்கலாம் என்றும் கூறியுள்ளார். மௌரிய சாம்ராஜ்ஜியத்தின் வரி விதிப்பு நிர்வாகத்தைப் பற்றி கௌடில்யர் மிக ஆழமாக விவரித்துள்ளார். இன்றைய வரி விதிப்பு நிலை என்பது 2400 ஆண்டுகளுக்கு முன்பு நடந்த அதே நிலையை தொடருகிறது என்பது மிகுந்த ஆச்சரியத்திற்கு உரியதாகும். அர்த்த சாத்திரத்தின் கூற்றுப்படி ஒவ்வொரு வரிவிதிப்பும் முக்கியமானதாகும். அதில் மத்தியஸ்தத்திற்கு எவ்வித வழிமுறையும் கிடையாது. ஒவ்வொரு வரி கட்டுவதற்கான நேரம், முறை, அளவு என்று ஒரு கால அட்டவணை திட்டங்களோடு முன்கூட்டியே தீர்மானிக்கப்படுகின்றன.

விளையும் பொருட்களில் 1/6 பங்கு நிலவரியாக வாங்கப்பட்டன. ஏற்றுமதி இறக்குமதி வரிகள் பொருளின் விலைக்கு ஏற்ப அரசாங்கத்தின் மூலம் நிர்ணயிக்கப்பட்டன. வெளிநாட்டிலிருந்து இறக்குமதி செய்யப்பட்ட வெளிநாட்டுப் பொருட்கள் 20% ஆக வாங்கப்பட்டன. அது போன்றே சுங்கவரி, சாலைவரி, கப்பல் போக்குவரத்து வரிகள் என்று பல்வேறு விதமான வரிகள் முன்பே நிர்ணயிக்கப்பட்டன. இதைக்காணும் பொழுது கௌடில்யரின் வரிவிதிப்பு திட்டம் என்பது கிட்டத்தட்ட இன்றைய வரிவிதிப்பு திட்டத்துடன் ஒன்றி உள்ளது. அவர் நீதி, நேர்மை மற்றும் சம உரிமை பங்குகளுக்கு அதிக அழுத்தம் கொடுத்துள்ளார். அதாவது வசதி உள்ளவர்கள் அதிக வரி கட்ட வேண்டும். வசதி அற்றவர்கள் குறைவான வட்டி விகிதத்திற்கு உட்படுத்தப்படவேண்டும். மாணவர்கள் மற்றும் உடல் நலக்குறைவால் பீடிக்கப்பட்டவர்கள், இளையவயதினர்கள் ஆகியோர் வரிவிதிப்பிலிருந்து மீட்கப்படவேண்டும் அல்லது அவர்களுக்கு உரிய தள்ளுபடி அளிக்கப்பட வேண்டும் என்றெல்லாம் கூறினார். வரி வசூலிப்பவர்கள் தாங்கள் வசூலித்ததின் கணக்கு வழக்குகளையும், சலுகை அளிப்பவைகள் பற்றிய விபரங்களையும் பதிவு செய்தனர். ஆக மொத்தம் ஒரு நாட்டின் முழுமையான வருவாய் பல்வேறு விதமான இடங்களிலிருந்து வசூலிக்கப்பட்டன.

நிலத்திலிருந்து கிடைக்கப்பெறும் வருவாய் மற்றும் வர்த்தக வரிகளை ''வரி வருமானம்'' எனும் தலைப்பின் கீழ் கௌடில்யர் வகைப்படுத்தினார் . பாக்ரா, பாதிகா, வஸ்த்திகா எனும் பெயர்களில் தீர்மானிக்கப்பட்ட வரிகளும், அரையாண்டு வரிகளும் இணைக்கப்பட்டன. சுரங்க வரிகள், விற்பனை வரிகள் வியாபார வரிகள் மற்றும் தொழில் வரிகள் மற்றும் நேரடி வரிகள் இவை அனைத்தையும் ஒருங்கித்து வர்த்தக வரியின் கீழ் வகைப்படுத்தப்பட்டன. அதே சமயம் நிலத்திலிருந்து விளையும் பொருட்கள், எண்ணெயிலிருந்து கிடைக்கப்பெறும் இலாபம், கரும்பு மற்றும் பானங்கள் ஆகியவை அரசு தயாரிப்பு மற்றும் அரசின் நடவடிக்கைகள் என்பதால் வரிகளற்ற வருமானமாக கருதப்பட்டன.

நாட்டை ஆபத்து சூழும் காலத்தில் போர் சமயத்தில் பஞ்சம் மற்றும் வெள்ளப்பெருக்கெடுத்தோடும் காலங்களில் வரிவசூலிப்பு மிகக்கடுமையாகவும் போருக்கான கடன்களைப் பெறவும் ஒரு அரசனுக்கு உரிமை உண்டு என்று கௌடில்யர் கூறினார். அக்கால கட்டங்களில் நில வருமானம் 1/6 பாகத்திலிருந்து 1/4 ஆக உயர்த்தலாம். வர்த்தகத்தில் ஈடுபட்டுள்ள பெருந்தனவந்தர்கள் அதிகமான நன்கொடையை அளிக்க வேண்டும் என்றெல்லாம் கௌடில்யர் எடுத்துக் கூறுகிறார். மொத்தத்தில் கௌடில்யரின் அர்த்த சாத்திரம் என்பது மிகவும் நம்பத்தகுந்த வகையில் பொது நிதி, நிர்வாகம் மற்றும் பொது வரிப்பணம் பற்றிய இந்நாட்டின் முதல் புத்தகம் ஆகும். அவர் எழுதியுள்ள வரிவருவாய் மற்றும் வரி அற்ற வருவாய் ஆகியவை வரி நிர்வாகத்திற்கு முக்கிய பங்களிப்பு அளிப்பதாகும். கௌடில்யர்தான் வரி வருவாய்க்கு உகந்த முக்கியத்துவத்தை அளித்து ஒரு நாட்டை பேணுவதற்கு அதன் முக்கியத்துவத்தை எடுத்து கூறி ஒரு சாம்ராஜ்ஜியத்தின் செழிப்பு மற்றும் உறுதியான சமநிலையைப்பற்றியும் அதனுடைய நீண்டகால பங்கு பற்றியும் எடுத்துரைக்கின்றார்.

இது ஒரு முக்கியமான ஆராய்ச்சி நூலாக உள்ளது. அரசாங்கம் நடக்க வேண்டிய முறையும், சிக்கன நிர்வாகமும், நிதி நிர்வாகத்தைப் பற்றியும் இந்நூல் சிறந்த முறையில் எடுத்துக் கூறுகின்றது.

ஆட்சி - ஒரு பரிசோதனை

சக்தஹ கர்மாணி அவித்வம் ஸோ, யதா குர்வந்திபாரதா,
குர்யாத் வித்வம்ஸ் தத் சக்தாஸ் சிகிர்சுர் லோகா - ஸ்ங்க்ரஹம்,
நபுத்தி - பேதம் ஜானயேத், அஜ்னனம் கர்மா - சாகினம்,
ஜோசய த்சர்வ - கர்மானி வித்வான் யுத்தா ஹசமாகரன்

(பகவத் கீதை - அத்தியாயம் - 2)

அறிவற்றவன் தன்னுடைய கடமைகளை எவ்வித எதிர்பார்ப்புமின்றி செய்வது போலவே, கற்றுணர்ந்தவரும் எவ்வித எதிர்பார்ப்புமின்றி செய்ய வேண்டும். மக்களை சரியான பாதையில் அழைத்துச் செல்வதற்காகவே. கற்றுணர்ந்தவன் கல்லாதவனை பணி செய்வதிலிருந்து தடுக்கக்கூடாது. ஏனெனில் தன் கடமையில் மட்டுமே ஆழ்ந்து இருக்கும் அத்தகைய வெள்ளை உள்ளங்களின் மனதை பாழ்படுத்தக்கூடாது. அப்படிப்பட்டவர்களை பக்தியின் அடிப்படையில் பணி செய்யத் தூண்டி, கல்லாதவர்களை அனைத்து விஷயங்களிலும் ஈடுபடுத்தவேண்டும்.

ஒரு மிக உயர்ந்த அறிவாளியான தலைவர் ''இன்றைய காலகட்டத்தில் அரசியல் சார்பற்ற சமூக நிதி நிலவரங்களின் முடிவுகளை எடுக்க இயலாது'' என்று மிகச் சரியாகக் கூறினார். மக்கள் கூட்டத்தின் கைதட்டலுக்காக தன்னை வெளிப்படுத்திக் கொள்ளும் தலைவர்கள் பலர் உண்டு. வோட்டு வங்கிகளை நிலைநிறுத்திக் கொண்டால் போதும். நீண்ட கால சிறப்புகள் அனைவருக்கும் கிட்ட வேண்டும் எனும் எண்ணம் சிறிதும் அற்றவர்கள். இப்படிப்பட்ட சமயத்தில் பகவத்கீதை நமக்கு வழி வகுப்பதைக் காணலாம். பலர் சுயலாபத்தை எண்ணி தங்கள் கடமைகளைச் செய்வதை ஸ்ரீ கிருஷ்ணர் ஏற்றுக் கொள்கிறார். அறிவாளிகள் படிப்பற்றவர்கள் புரியும் கடமையிலிருந்து வழுவாமல் அவர்கள் செல்லும் பாதையில் அழைத்துச் செல்லும் கடமையை ஆற்ற வேண்டும் என்கிறார்.

ஆட்சியின் திறமையை மூன்று வகையாகக் பிரித்து அளவு

கொள்ளலாம்.

1. பொறுப்புடமை
2. சீரிய நிலை
3. தெள்ளத் தெளிவாக பலரும் காணக்கூடிய பார்வை

ஒரு ஆட்சி என்பது இந்த மூன்றையும் மிகச்சிறப்பாகச் செய்தால் தான் அது நீண்டகாலம் நீடித்து, நிலைத்து நிற்கக்கூடிய ஆட்சியாகும். சரித்திர ஏடுகளைப் புரட்டினால் ஆட்சியின் தன்மைகளை இந்த மூன்று விஷயங்களையும் தனக்குள் உள்வாங்கிக் கொண்டு காலம் காலமாக ஆட்சி புரிந்து வருகிறது என்று புரிந்து கொள்ளலாம். முன்னேற்றம் அடைந்த நாடுகளில் இவற்றின் சிறப்பை நன்கு காணலாம். ஆட்சி என்பது சற்றே சாத்தியக்கூறு கொண்ட நடைமுறைக்கு ஏற்றபடி இருக்க வேண்டும் என்று கௌடில்யர் கூறியுள்ளார்.

தனியார் வர்த்தகம் மற்றும் பொதுமக்களின் நிதி நலமும் நாட்டின் முன்னேற்றத்திற்கு எதிரானதல்ல என்று கௌடில்யர் புரிந்து கொண்டார். இந்த எண்ணத்தை மேலும் விரிவாக்கும் வகையில், சுதந்திரமான வர்த்தக நிலையையும், சங்கங்களை கட்ட வேண்டும் என்றும் அவர் தீர்மானமான அறிவுரைகளாக அளிக்கிறார். ஒரு செழிப்பான நாட்டை உருவாக்க வேண்டும் என்றால் நிதிநிலையை அதிகப்படுத்துவதுதான் சரியான விஷயம் என்று அவர் கூறுகிறார். புதுத்தொழிலை துவங்குவதும், நுட்பமான வழிமுறைகளும், நிதி நிலமையின் செழிப்பிற்கு தேவையான சாதனங்கள் என்று கௌடில்யர் குறிப்பிடுகின்றார். சாம, தான, தண்டம், பேதம் ஆகிய நான்கையும் நாம் பணியாளர்களாக எடுத்துக் கொண்டு அவற்றின் மூலம் பல்வேறு விதமாகவும் தொடர்ச்சியாகவும் ஒரு முடிவிற்கு வரலாம் என்று கௌடில்யர் நுட்பமான சாதனங்களை குறிப்பிடுகின்றார்.

  சாம - என்றால் தூண்டு சக்தி

  தான - ஆசை

  தண்டம் - தண்டனை

  பேதம் - பிரிவு

இந்த நான்கையும் நுட்பமான சாதனங்கள் என்று குறிப்பிடுகின்றார். அர்த்த சாத்திரத்தில் பல்வேறு விதமான ஆட்சி செய்யும் முறைகளைப் பற்றி விரிவாக எடுத்துக்கூறுகிறார். சமூக அரசியல் மற்றும் சிக்கன ஆட்சி முறைகளைப் பற்றி விரிவாக எடுத்துக் கூறுகிறார். அவருடைய எண்ணங்கள் என்பது ''ஒரு மனிதனின் வாழ்விற்குத் தேவையான அடிப்படை ஆதாரம் என்று நாம் புரிந்து கொள்ள வேண்டும். ஒரு நாட்டின் நிதி என்பது அந்த நாட்டின் சொத்து மட்டுமல்ல அதில் வாழும் மக்கள் வெவ்வேறு விதமான பணிகளைச் செய்தாலும் அவர்களுடைய சொத்தும் ஆகும் என்று நியாயமான முடிவை கௌடில்யர் கூறுகிறார். இப்படியாக அர்த்த சாஸ்திரம் பொருளாதார நிர்வாகத்தின் ஒரு அறிவியல் பூர்வமான அணுகுமுறை கொண்ட புத்தகம் என்று நாம் காணலாம்.

ஒரு நாட்டின் வருவாயைப் பெருக்க அதில் கிடைக்கும் அதிகமான நிதியை நாட்டின் கஜானாவிற்கு அனுப்புவது ஒரு வெற்றிகரமான நிதி செயற்திட்டம் மற்றும் உற்பத்தி வியாபாரங்களின் குறிக்கோளாக இருக்கவேண்டும். மக்களின் பொது நலனையும் ஒரு நாட்டின் நிதி நிலமையையும் சிறப்பாக சீர் தூக்கிப் பார்த்து நடத்த வேண்டும். இதனால் சட்டம் மற்றும் ஒழுங்கு மேலும் தேவையான நிர்வாக நிலை இரண்டையும் பாதுகாக்கும்.

ஆட்சி - உதாரணங்கள்

உலகம் முழுவதும் பல்வேறு விதமான ஆட்சி செய்யும் முறைகளில் உதாரணங்கள் மற்றும் கொள்கைகள் அமுல்படுத்தப்பட்டு பரிசீலனை செய்யப்படுகின்றன.

1. ஏகாதிபத்திய ஆட்சி
2. எதேச்சாதிகார ஆட்சி
3. பொதுவுடமை ஆட்சி
4. குடியரசு

இவை அனைத்தையும் கௌடில்யரின் அடிப்படை கொள்கை மூலம் நாம் சீர்தூக்கிப் பார்த்து அவற்றின் பொறுப்புடமை, சீரிய

நிலை மற்றும் தெளிவான பலரும் காணக்கூடிய பார்வை இவற்றின் அடிப்படையில் தீர்மானம் செய்ய வேண்டும்.

ஏகாதிபத்திய ஆட்சி

இவ்வகை ஆட்சியில் ஒரு பேரரசர் நாட்டின் தலைவராக இருக்கின்றார். ஏகாதிபத்திய ஆட்சியில் ஒரு வித்தியாசமான விஷயம் என்னவென்றால் அதனுடைய தலைவர் வாழ்நாள் முழுவதும் தலைவராகவே இருக்கின்றார். குடியரசு ஆட்சியில் குடியரசுத்தலைவர் என்பவர் ஒரு காலகட்டத்திற்கு பிறகு மீண்டும் தேர்ந்தெடுக்கப்படுகிறார். தற்சமயம் இவ்வுலகில் 29 ஏகாதிபத்திய ஆட்சிகள் மீதம் உள்ளன. 1800-ஆம் ஆண்டு முதல் உலகில் பல ஏகாதிபத்திய அரசாட்சிகள் நீக்கப்பட்டு அவை குடியரசுத்தன்மை உள்ள ஆட்சிகளாக அல்லது சட்டசபை குடியரசுகளாகவோ மாறிவருகின்றன. குடியரசு நாடுகளில் மீதம் உள்ள ஏகாதிபத்திய ஆட்சிகளில், அரசரின் அதிகாரம் குறுக்கப்பட்டுள்ளது. இதனால் அவர்களில் பலர் அரசியல் சாசனத்திற்கு உட்பட்ட அரசர்களாக மட்டுமே உள்ளனர். ஒரு முழுமையான ஏகாதிபத்திய ஆட்சியில் அந்நாட்டின் ஒவ்வொரு விஷயத்திலும் மன்னருக்கு முழு அதிகாரம் உள்ளது. அரசியல் சட்டதிட்டத்தை அளிக்கவும் அல்லது நிராகரித்து விடுவதற்கான உரிமை மன்னருக்கு உள்ளது. அதே சமயம் அரசியல் சாசனத்திற்கு உட்பட்ட ஏகாதிபத்திய பேரரசர் மற்ற பொதுமக்களைப் போலவே நடத்தப் படுவார். (பல சமயம் அவருக்கு அதை மீறும்படியான தனிச்சலுகைகள் அளிக்கப்படுகின்றன).

இன்றைய காலகட்டத்தில், எந்த சமூகம் தேவையான தொழில்நுட்பக்கலை கொண்டு நிர்வாகத்தின் அதிகாரத்தையும், முனைப்பையும் ஏற்றுக் கொண்டுள்ளதோ அந்த நிர்வாகம் நீண்டநாள் தொடர்ந்து ஆட்சி செய்ய இயலுகிறது. அதே சமயம் இத்தகைய ஆட்சிகள் கல்வியையும் வேகமான தொடர்பு முறைகளையும் நிராகரிக்கின்றன. இத்தகைய ஏகாதிபத்திய ஆட்சிகளின் நிதி அமைப்புகள் சொத்து குவிப்பதில் முனைப்பாக உள்ளன. இந்நாடுகளில் வாழும் மக்கள் விவசாய கூலிகளாகவும் அல்லது கல்ஃப் நாடுகளில் உள்ளது போல மக்களுக்கு தேவைக்கும் அதிகமான சுகங்களை அளிக்கின்றனர். (அரசியல் ரீதியாக மக்கள்

அறிமுகம்

அடிமைப்பட்டிருப்பார்கள்) இதற்காக வெளிநாட்டு பணியாளர்களை மலிவான கூலியில் இறக்குமதி செய்கின்றார்கள். அர்த்த சாத்திரத்தை கௌடில்யர் எழுதிய காலகட்டத்தில் ஏகாதிபத்திய ஆட்சி மட்டுமே இருந்தது. கௌடில்யர் மட்டுமே அர்த்த சாத்திரத்தை புதிதாக துவக்கியவர் அல்ல. அதற்கும் முற்காலகட்டத்தில் இருந்த சட்டதிட்டங்கள் மீது அவர் ஆதாரம் கொண்டு எழுதியுள்ளார். இதைச் சற்றே உன்னிப்பாக கவனிக்கையில் கௌடில்யரின் அர்த்த சாத்திரம் தண்டம், பேதத்தை மட்டுமே அதிகமாக கொண்டுள்ளது. ஒரு அரசரின் இயல்பான சுபாவம்தான் அந்த அரசாட்சியின் இயல்பான சுபாவமாக மாறுகிறது. ஒட்டுமொத்த சமுதாயமும் ஒரு தனிமனிதனின் எண்ணங்களை பிரதிபலிக்கின்றது. மக்கள் எப்பொழுது தங்களுடைய உரிமைகளைப் பற்றி தெரிந்து கொள்கிறார்களோ அப்பொழுது அந்த அரசாட்சி தன்னை மாற்றிக் கொள்ளவோ அல்லது முற்றிலும் அரசாட்சியை துறந்து விடுவதோ நடக்கின்றது.

மாற்றிக் கொள்ள வேண்டும் என்று ஒரு அரசாட்சி எண்ணினால் அது பொறுப்புடமை, சீரிய நிலை மற்றும் தெளிவான பார்வையைக் கொண்டிருக்க வேண்டும். இச்சமயத்தில்தான் அரசியல் சட்ட திட்டங்களுக்குட்பட்ட ஏகாதிபத்திய ஆட்சிகள் தோன்றின. மேற்கூறிய ஆட்சி முறையில் தேர்ந்தெடுக்கப்பட்ட மக்களுக்கு அதிக முன்னுரிமை அளிக்கப்படுகிறது. மேலும் இந்த ஆட்சிகளில் ஒரு அரசர் என்பவர் நாட்டிற்கும், தொடர்ந்து ஆட்சிபுரிவதற்கும் ஒரு அடையாளமாக இருப்பார். இத்தகைய பல அரசுகளில் அரசர்கள் ஒரு பாரம்பரிய சின்னமாகவோ அல்லது சட்டத்தின் விதிப்படி மட்டுமே அரசராகவோ உள்ளதால் இவர்களுக்கு மிகக் குறைவான அதிகாரங்கள் அளிக்கப்படுகின்றன. இந்த அதிகாரம் நாடாளு மன்றத்திடமோ அல்லது தேர்ந்தெடுக்கப்பட்ட சட்ட சபைக்கோ அளிக்கப்படுகிறது.

எதேச்சாதிகார ஆட்சி

மெரியம் வெப்ஸ்டர் என்பவர் ''எதேச்சாதிகாரம் என்பது ஒரு அரசியல் தத்துவம், இயக்கம் அல்லது ஆட்சி ஆகும். அது அந்த நாட்டையோ பல சமயம் அந்த இனத்தையோ ஒரு தனி மனிதனை

விட மிக அதிகமாக உயர்த்திப்பார்க்கிறது. அதனால் அதிகாரம் என்பது ஒரு அதிகாரபூர்வமான, சர்வ வல்லமை கொண்ட ஒரு தலைவரிடம் குவிந்து விடுகிறது. இதனால் மிகக் கடுமையான பொருளாதாரத் திட்டங்களும், பொதுக்கட்டுப்பாடுகளும் மற்றும் எதிர்ப்பவர்களை கட்டாயப்படுத்தி அடக்கி வைப்பதும் நடக்கின்றது'' என்று எதேச்சாதிகாரத்தைப் பற்றிக் கூறுகிறார். ''தீவிரமான வலது சாரியைச் சார்ந்த சர்வாதிகாரியைக் கொண்ட ஒரு அரசாங்கம், வர்த்தகத்தலைமையையும், அரசாங்கத்தையும் இணைக்கும் சர்வாதிகாரம் சதா யுத்தத்தில் ஈடுபடக்கூடிய விபரீத நாட்டுப்பற்றும் கொண்ட அரசாங்கம்'' என்று அமெரிக்க பாரம்பரிய அகராதி எதேச்சாதிகாரத்தைப்பற்றி எடுத்துக் கூறுகின்றது.

முசோலினி எதேச்சாதிகாரத்தின் மிக முக்கியமான சித்தாந்தத்தை ஏற்றுக் கொண்டவர். இவர் ''எதேச்சாதிகாரம் என்பது ஒரு வலது சாரி இயக்கம். இதற்கு எதிரி பொதுவுடமைத் தத்துவம், தாராளமயமாக்குதல், குடியரசு மற்றும் தனித்து நிற்கும் தன்மை ஆகியவை ஆகும்'' என்று கூறியுள்ளார். எதேச்சாதிகார ஆட்சியில் மிகவும் அதிகமான நாட்டுப்பற்றும் சிக்கன நிர்வாகமும், அதிகார சக்தி வாய்ந்த சர்வாதிகார தலைவரும் இருப்பார்கள். இத்தகைய தலைவர்கள் தன் நாடு அல்லது அரசு அல்லது இரண்டையுமே மற்ற மனிதர்களை விட அல்லது இயக்கத்தை விட மிக உயர்ந்தது எனும் போக்கை கடை பிடிப்பார்கள். இத்தகைய ஆட்சிகள் அரசியல், சமூகம், கலாச்சாரம் மற்றும் பொருளாதாரம் ஆகியவற்றின் முழு ஆளுமையை தன் கையில் வைத்திருக்கும். இத்தகைய அரசு உற்பத்தியைக் கூட தானே சரிசெய்து அதை கட்டுப்படுத்துகின்றது. (இது தேசிய மயமாக்குதலுக்கு எதிரானது) எதேச்சாதிகார ஆட்சிகள் மக்களிடையே பிரபலமாகும் வகையில் ஆழமான, கருத்தில்லாத வார்த்தை ஜாலங்களை உபயோகிக்கும். பழைய பாரம்பரியத்தை நிலைநிறுத்த வேண்டும் என்று ஒரு பெருங்கூட்டத்தை கூட்டும். ஒரு தனிமனிதனுக்கு அவன் தலைவன் என்பதால் நம்பிக்கை பற்றுதலை கட்டாயப்படுத்துகிறது. இது பல சமயம் ஒரு தனி மனித பக்தியை உருவாக்குகின்றது.

ஒரு ஆட்சி என்கிற பார்வையில் இதை ஆய்வு செய்தால் ஒரு

கூட்டத்தின் தேவை தனி மனிதர்களின் தேவையை விட அதிகமாக உள்ளது என்பதை நாம் காணலாம். சீரிய நிலை என்பது இத்தகைய கொள்கைகளில் ஒரு முக்கியப் பங்கு வகிக்கிறது என்பதை நாம் புரிந்து கொள்ளலாம். மற்ற இரண்டு முக்கியமான விஷயங்களான பொறுப்புடைமை மற்றும் தெளிவு முற்றிலும் சீர்குலைக்கப்படுகிறது. இதனுடைய எல்லையற்ற தன்மையினால் இத்தகைய ஆட்சிகள் அதீதமான தகாத செயல்களைச் செய்யத் தூண்டுகிறது. தேசப் பற்று எனும் ஒரு துறைக்குப் பின்னால் பல சுயமுன்னேற்றங்கள் நடைபெறுகின்றன. இத்தகைய ஆட்சியில் தண்டம் எனப்படும் தண்டனைகள் மீது அதிகமான கவனம் செலுத்தப்படுகிறது. ஒரு நாட்டில் மக்களை ஆட்சி செய்ய வேண்டும் என்றால் ஒரு சிறந்த ஆட்சி என்பது நாம் முன்பே கூறிய நான்கு விஷயங்களை உள்ளடக்கி இருக்க வேண்டும். சாம, தான, பேத, தண்டத்தில் ஒன்றை மட்டுமே காண்பதாக இருந்தால் அந்த ஆட்சி முற்றிலும் புறக்கணிக்கப்படுகிறது.

இரண்டாம் உலகப் போரில் எதேச்சாதிகார நாடான இத்தாலி மற்றும் நாஜி ஜெர்மன் நாடுகள் நடத்திய போர்குற்றங்கள் மனிதர்களுக்கு எதிரான குற்றங்கள். ஆகியவற்றால் எதேச்சாதிகார குற்றம் என்பது மக்களால் முற்றிலும் வெறுக்கப்பட்டது. இன்று மிகச் சில இயக்கங்கள் மட்டுமே தாங்கள் எதேச்சாதிகாரத்தை வரவேற்கிறோம் என்று கூறுகின்றன. எதேச்சாதிகாரம் எனும் வார்த்தை தனி மனிதனையோ அல்லது அரசியல் இயக்கங்களையோ குறிப்பிடுகையில் அவை முழு அதிகாரத்தை திணிக்கும் விதத்தையும், எதிரிகளை மௌனமாக்குதலும் தனி மனித நடவடிக்கையை கவனிப்பதும் வெவ்வேறு இனங்களிடையே விரும்பத்தகாத, வெறுப்புணர்ச்சியையும் அதிகாரக்குவிப்பில் கவனம் செலுத்துவதும், நாட்டின் எதிரிகள் என்று தான் நினைப்பவர்களை மக்கள் வெறுக்கும்படி செய்வது என்றும், இத்தகைய ஆட்சிகள் செய்கின்றன. எதேச்சாதிகாரம் எனும் வார்த்தையில் புதைந்துள்ள பல்வேறு அர்த்தங்களினால் எத்தகைய அரசியல் இயக்கங்களும் ஆட்சிகளும் எதேச்சாதிகாரத்தில் ஈடுபட்டுள்ளன என்று தெரிந்து கொள்வது கடினமாக உள்ளது.

பொதுவுடமை குடியரசு ஆட்சி

பொதுவுடமையாட்சி சமூக மற்றும் நிதி இயக்கத்தில் ஒரு கொள்கையாகும். இவ்வகை ஆட்சியில் உற்பத்தியின் வழிமுறைகளில் ஒரு சமுதாயத்தைச் சார்ந்த அனைவருக்கும் உரிமையும், சம பங்கும் உண்டு. மற்ற கொள்கைகளை விட இதில் ஒரு நாட்டின் செல்வம் சமமாக பங்கிடப்படுகின்றது. பொதுவுடமை கொள்கைகள் நிதி பெருக்கும் நடவடிக்கைகளை விட நிதி சிக்கன நடவடிக்கைகளில் அதிக கவனம் செலுத்துகின்றன. பொதுவுடமை கொள்கைகள் அநேகமாக நிதி சம்பந்தப்பட்ட திட்டங்களைப் பற்றி உண்மையாக சிந்திக்கின்றன. (பல பொதுவுடமை ஆட்சிகள் மையக் கருத்தில் திட்டமிடுகின்றன என்றாலும் அனைவரும் அதைச் செய்வதில்லை)

அனைத்து பொதுவுடமையாட்சிகளும் சில தயாரிப்புகளையும் ஒரு சில பொருட்கள் மற்றும் சேவைகள் கூட்டு அல்லது கூட்டுறவு சங்கங்களின் உடமையாக இருக்க வேண்டும் என்று எண்ணுகின்றன. 19ம் நூற்றாண்டில் தனியார் சொத்து என்பதை முற்றிலும் ரத்து செய்தன. சரித்திர ஏடுகளைப் புரட்டிப் பார்த்தால் பொதுவுடமை கொள்கைகளும், ஒருங்கிணைக்கப்பட்ட தொழிலாளர்கள் இயக்கமும் ஒன்றாகவே வளர்ந்தன. உலகின் பல பகுதிகளில் இன்று இவை இரண்டும் ஒருங்கிணைந்து செயல்படுகின்றன. மற்ற பகுதிகளில் இவை தனித்தனியாக முற்றிலும் வெவ்வேறான இயக்கங்களாக மாறியுள்ளன.

இதில் கௌடில்யர் எதிர்பார்த்த அனைத்து விஷயங்களும் கொண்ட ஆட்சி, கொள்கைகளை உடைய ஆட்சியாக உள்ளது. ஒரு நாடு அல்லது குழுவிற்கு உரிய முக்கியத்துவம் அளிக்கப்பட்டது. இக்குழுப் பணிகள் நிபந்தனைகளுக்கு உட்பட்டு நடப்பதால் சமச்சீர் நிலைமை மற்றும் பொறுப்புடமைக்கு உரிய இடம் அளிக்கப்பட்டது. மக்களின் பிரதிநிதிகள், ஆட்சியில் இருக்கும் கொள்கை ஆகியவை இதிலிருந்துதான் உருவாகின. அனைத்து நடவடிக்கைகளிலும் ஒன்றி செயல் புரியும் தன்மை வளர்ந்தது. அதே சமயம் இக்கொள்கை 'பேதம்' எனும் விஷயத்தின் முக்கியத்துவத்தை உணரவில்லை. ஒரு குழுவின் நன்மையை

அறிமுகம்

மட்டுமே பாதுகாக்க இயலாது, ஆனால் ஒரு தனிமனிதனின் தேவையும் நோக்கப்பட வேண்டும். இத்தகைய குழுவில் நன்மை கொள்கை மட்டுமே இருந்தால் அதிருப்தி பெருகி செயல்பாடுகள் பாதிக்கப்படுகின்றன.

சுதந்திர இந்தியாவின் ஸ்தாபகர்கள் அதிகமாக பொதுவுடமையாட்சியின்பால் ஈர்க்கப்பட்டனர். அன்றைய காலகட்டத்தில் இத்தகைய உதாரணம் பொருத்தமானதாக இருந்தது. ஆங்கிலேயர்களின் 200ஆண்டு ஆட்சி கால கட்டங்களினால் இந்திய குடிமகனுக்கு புதுத்தொழில் துவங்கும் தன்மை குறைவாக இருந்திருக்கலாம். அதே சமயம் புது வர்த்தகத்திற்கு தேவையான மூலப் பொருட்கள் சுலபமாக கிடைக்கவில்லை. அதனால் மத்தியமைய திட்டங்கள் மூலம் அரிதான மூலப் பொருட்களை முக்கியமான தேவைகளுக்கு அளிப்பது என்பது சரியான கொள்கையாக இருந்தது. அதனால் பல முக்கியமான உற்பத்தி வாய்ப்புகளை அரசாங்கமே எடுத்து நிர்வகித்தது. வேலை வாய்ப்புகள் மையப்பகுதி மூலம் பகிர்ந்தளிக்கப்பட்டன.

தொழிற்சாலை துவங்க அனுமதி தேவை என்பதை தனியார் நிறுவனங்களை ஓர் கட்டுப்பாட்டில் வைக்கவும் அவர்களின் செயல்பாட்டினை அறிந்து கொள்ளவும் திட்டங்கள் மூலம் அமுல் படுத்தப்பட்டன. இத்தகைய சட்டங்களை இயற்றுவதன் மூலம் பல்வேறு தரப்பு மக்களுக்கு செல்வமும், உயர்வும் அளிக்கக்கூடிய சூழ்நிலைகளை ஏற்படுத்தினர். ஆனால் அதே சமயம் மிக அதிகமான அதிகாரம் இந்த கொள்கைகளை நிறைவேற்றக் கூடியவர்களிடம் குவிக்கப்பட்டது. இத்தகைய அதிகார குவிப்பு லஞ்சம் மற்றும் நேர்மையற்ற தன்மையை அதிகரித்தது.

ஆட்சியின் சீரிய நிலை சீர் குலையத் துவங்கியது. பணிபுரிபவர்கள் பணி புரியாதவர்கள் எனும் இரண்டு வர்க்கத்தினரிடையே எவ்வித வித்தியாசங்களும் இன்றி நடத்தப்படும் ஆட்சியில் பொறுப்புடமை என்பதை எண்ணிக் கூட பார்க்க இயலாது. சிக்கன நிர்வாகம் என்பது முற்றிலும் தொலைந்த ஆட்சி எனும், ஒரு சாதனத்தின் பாகங்களை பிரித்தெடுத்து பழுது பார்க்கும் பணியாகும். இதை

முதன் முறையாக 1990 களின் ஆரம்பத்தில் செய்தனர். முதலாளித்துவத்தை நன்கு உணர்ந்து சிறப்பான கோணத்தில் அதை நோக்கத் துவங்கினர். ஆட்சி புரியும் உபாயத்தை கௌடில்யரின் எண்ண ஓட்டத்தை புரிந்து அதன்படி அமைத்தனர். ‘பேத’ எனும் விஷயம் நாட்டின் நலத்திற்கு உரித்தானது மற்றும் முக்கியமானது என்று புரிந்து செயல்பட்டனர். இன்று நமது ஆட்சிமுறை என்பது ஓர் கலவையான குடியரசு நிதியை அடிப்படையாக கொண்டுள்ளது.

முதலாளித்துவ குடியரசு

முதலாளித்துவம் என்பதைப்பற்றி பல்வேறு விதமாக கூறப்படுகின்றன. பொதுவான நடைமுறையில் இது முற்றிலும் சுயமாக கையாளப்பட்டு இலாபத்திற்காக செயல்படும் ஒரு சமூக நிதி நிலை அல்லது நிதி நிலைமையை அடிப்படையாகக் கொண்டது என்று கூறப்படுகின்றது. இதில் தயாரிப்பின் மூலதனம் என்பது முற்றிலும் தனியார் வசத்தில் உள்ளது. இலாபத்திற்காக செயல்படுகின்றது என்றும் கூறப்படுகின்றது. மூலதனத்தைப் பற்றிய தீர்மானங்களை தனியார்தான் எடுக்கின்றார்கள். இங்கு பொருட்களின் தயாரிப்பு விநியோகம், விலை, விற்பனைக்குப் பிறகு அப்பொருட்களின் மீது செலுத்தப்படும் கவனம் பணியாட்கள் என்று அனைத்துமே தேவை மற்றும் விற்பனைக்கு வரும் சரக்குகளினால் பாதிக்கப்படுகின்றன.

மேற்கத்திய நாடுகளின் முன்னேற்றத்தைப் பற்றி பேசுகையில் ‘அது முதலாளித்துவம்’ என்று எண்ணுகின்றனர். ஆனால் இவற்றில் பல நாடுகளில் அரசுரிமை பெற்ற தயாரிப்புகளும், பலவற்றில் அரசு நிதியுதவிகளின் தலையீடுகளும் உள்ளன. அதனால் இவற்றை இரண்டும் கலந்த நிதி நிலைமை என்று குறிப்பிடலாம். இன்றைய சூழ்நிலையை உற்றுப் பார்த்தால் இப்படிப்பட்ட ஆட்சி முறைகள்தான் நீடித்து நிற்கின்றன என்று உணர்ந்து கொள்ளலாம். இது ஒரு வெற்றிகரமான ஆட்சி முறை என்றும் கூறலாம். ஏனெனில் இதை கொண்டு ஆட்சி நடத்தும் நாடுகள் மிக சிறந்த நிதிநிலைமை பெற்று வெற்றி பெறுகின்றன என்பதைக் காணலாம். இதற்கு முன்பு

நாம் பார்த்த பல்வேறு அரசாட்சி முறைகளில் உள்ள குறைகளை இது முற்றிலும் நீக்குகின்றது.

இந்தியாவை பொறுத்தவரையில் அதனுடைய நிதி நிலையின் உயர்வு மேற்கூறிய அரசாட்சி முறையில் ஒரு சில முதலாளித்துவ கொள்கைகளினால் ஏற்பட்டுள்ளது. முதலாளித்துவத்தின் ஆதரவாகவும், எதிராகவும் பேசுபவர்கள் இருவரும் ஓர் பரந்த சிறப்பியல்பு முதலாளித்துவ கொள்கையில் உள்ளதை ஒப்புக் கொள்கின்றார்கள்.

அவை கீழ்வருமாறு : (இக்கொள்கைகளை கௌடில்யரின் கொள்கைகளுடன் ஒப்பிட்டு பேசுகின்றார்கள்)

1) தனியார் பிரிவு மற்றும் தனியார் சொத்து இவற்றில் உள்ள அடிப்படைக் கொள்கைகளின் வித்தியாசத்தை உணர வேண்டும்.

2) சுதந்திர வியாபார முயற்சிகள் - வியாபாரத்தை ஒழுங்கு படுத்துதல் மற்றும் நிர்வாக பொறுப்புகளில் உள்ள சாதனத்தை முடுக்கிவிடுதல்.

3) **இலாபம் –** பணிகளை அக்கறையுடனும், ஜாக்கிரதையுடனும் பணி புரியத் தூண்டும்.

4) **நிதியை பிரித்து அளிப்பதில் சமமற்ற நிலை –** மேற் கூறிய அனைத்திலும் ஒரு சீரற்ற நிதி நிலைமை ஏற்படுகின்றது இதனால் ஓர் பேராசை தோன்றுகிறது என்றாலும் பணி செய்யும் திறன் அதிகமாகின்றது.

5) போட்டிகள் சுயமாக சங்கங்களை அமைத்தல் சந்தைகள் உருவாகுதல் (இதில் பணியாளர்களின் சந்தையும் உண்டு) சுய இலாபத்தை பெருக்குதல் போன்றவையும் இணைகின்றன. இவையனைத்தும் பொறுப்புடமை, சீரிய நிலை, தெளிவான செயல்பாடுகள் ஆகிய மூன்று செயல்பாடுகளுக்கும் அதிக தரத்தை அளிக்கின்றன.

ஆட்சி - தனியார் நிறுவன அளவில்

இன்றைய தனியார் நிறுவனங்களில் மேலாண்மை என்று காண்கையில் நீதி நெறி என்பது வியாபாரத்தில் மிகவும் குறைவாக உள்ளன. இன்றைய புதிய தனியார் நிறுவனங்கள் 'தனியார் நிறுவனங்களின் ஆட்சி' எனும் தலைப்பின் கீழ் அடிப்படை திட்டங்களை அமைத்திருந்தாலும், அது கையெழுத்திடப்பட்ட வெறும் காகிதங்களாக உள்ளன. மிகப்பெரிய நிறுவனங்கள் மிகச்சிறந்த தனியார் ஆட்சி முறைகளை கொண்டு நடத்தப்படுகின்றன என்றாலும் அவை நடைமுறைபடுத்தப்படுகின்றனவா என்பது ஒரு கேள்விக்குறியாக உள்ளது. இத்தகைய பெரிய நிறுவனங்கள் சமூகத்தின் பல அங்கங்களை ஊக்குவிக்கின்றன என்பதால் மேற்கூறிய குற்றச்சாட்டு ஒரு பெரும் பிரச்சனையாக ஆகி விடுகின்றது. தனியார் நிறுவனங்களின் ஆட்சிமுறை என்பது ஆசிய நாட்டை பொறுத்தவரை புதிய விஷயமல்ல. மனிதகுல நாகரீகத்தின் முதன்மை காலத்திலிருந்து இவை புழக்கத்தில் உள்ளன. ஆனால் தனியார் நிறுவன வியாபார சூழலில் ஏற்பட்டுள்ள பெரிய மாற்றங்களில் உலக சந்தை முறைகளை தவிர்த்தல், வேறுபாடுகளை நீக்குவதை தவிர்த்தல், சங்கங்களை நிலை நாட்டுதல் மற்றும் வரிமுறைகளை சீர்படுத்துதல் என்று பல்வேறு விஷயங்களைக் கொண்டு தனியார் நிறுவனங்களின் ஆட்சி முறைகளை மாற்றி மீண்டும் நல்ல முறையில் அமுல் படுத்தப்படவேண்டும்.

தனியார் நிறுவனங்களின் ஆட்சிமுறை என்பது பணிமுறை அல்லது பல கட்டுமான அமைப்புகளை கொண்ட பணிமுறையாகும். இதன்மூலம் ஓர் நிறுவனம் என்பது அனைத்து தரப்பு மக்களின் அக்கறையை மனதில் கொண்டு நிர்வாகிக்கப்படுகின்றது. இதற்கான கட்டுமான அமைப்புகள் உருவாக்கம் மற்றும் சங்கங்கள் என்ற பல்வேறு விஷயங்களின் அடிப்படையை கொண்டு செயல்படுகின்றன. இதில் அக்கறை கொண்ட பங்குதாரர்கள் (ஊக்கமளிப்பவர்கள், அங்கத்தினர்கள், பணியாளர்கள், அதிகாரிகள்) நிறுவனத்தின் உள்முகமாக இருக்கலாம். பங்குதாரர்கள், வாடிக்கையாளர்கள், கடன் அளிப்பவர்கள் விற்பனையாளர்கள் நிதி நிறுவனங்கள், சமூகம்

ஆட்சிபுரியும் அரசு மற்றும் ஒழுங்குபடுத்துபவர் என்று நிறுவனத்தின் வெளிமுகமாகவும் இருக்கலாம்.

தனியார் நிறுவன ஆட்சிமுறை என்பது ஓர் அடிப்படையை நிலைநாட்டுகின்றது. இந்த அடிப்படையில் நிர்வாகிகளுக்கு தனியார் நிறுவனத்தை நடத்தும் பொறுப்புகள், கடமைகள் ஆகியவை அளிக்கப்படுகின்றன. நிறுவனங்களை நடத்தும் நிர்வாகிகள் தங்களுக்கு ஊக்கமளிக்கும் பங்குதாரர்களுக்கு உத்தரவாதம் அளிக்கும் பொறுப்புடமை கொண்டவர்களாக இருக்க வேண்டும். நிறுவன நிர்வாகம் என்பது அனைவரும் தெள்ளத்தெளிவாக காணும் வகையில் சீரிய நிலை மற்றும் முழுமையான பொறுப்புடமை எனும் மூன்று விஷயங்களில் தொடர்பு கொண்டதாகும். இம்மூன்றையும் கௌடில்யர் ஒரு சிறந்த ஆட்சிக்கு தேவையான தூண்கள் என்று கருதினார். இத்தகைய நிர்வாகத்தில் நிர்வாகிகள் பங்குதாரர்களின் கேள்விகளுக்கு பொறுப்பாளர்களாவர். அதனால் நிறுவன நிர்வாகம் சிறப்பான முறையில் நடைபெறும். நிறுவனத்தின் லாபத்தை கருத்தில் கொண்டு நீதி நெறி மற்றும் மதிப்பீடுகள் ஆகியவற்றிற்கும் நிர்வாகிகளே பொறுப்பாளிகளாகின்றனர்.

தனியார் நிறுவன ஆட்சி முறைகள், அடுத்த தலைமுறையின் வாரிசுமுறை, வாய்ப்புகளை இனங்கண்டு கொள்வது, போட்டிகளை எதிர்கொள்வது, வியாபாரத்தில் ஏற்படும் மாறுதல்களை நிர்வகிப்பது, சரியான திட்டங்களுக்கு முறையான நிதி ஒதுக்குவது போன்றவற்றை இனங்கண்டு கொள்ள வேண்டும். நம் நாட்டில் தனியார் நிறுவன ஆட்சி முறை என்பது சட்டம், செயல்முறை தொழில்நிலை பயிற்சி, நியதி ஆகியவற்றை இணைத்து செயல்புரிகின்றன. இன்று உலகம் முழுவதும் மூலதனம் செய்யப்படும் சூழ்நிலையில் தனியார் நிறுவனங்கள் மிகக்கடுமையான செயல் முறைகளை கடைப் பிடிக்கின்றன அதே சமயம் நல்ல முறையில் நிர்வாகம் செய்வது என்பது நிர்வாக உயர்மட்டத்தில் எடுக்கப்படும் முடிவுகள் என்பதால் இது அடிப்படையில் நம்பிக்கை என்பதை ஆதாரமாகக் கொண்டு செயல்படுகின்றது.

தனியார் துறை ஆட்சி முறை என்பது இரண்டு மூலக்கருத்துக்களை ஆதாரமாகக் கொண்டது.

- நீண்டகால தொடர்புகள் தேவை. இதன் மூலம் தணிக்கை மற்றும் கணக்கை சரிக்கட்டுவது ஆகியவை நடை பெற வேண்டும். நிர்வாகிகளுக்கு உந்துதல் அளிப்பது மற்றும் நிர்வாகத்திற்கும் முதலீடு செய்பவர்களுக்கும் இடையே சிறந்த பேச்சு வார்த்தைகள் இருக்க வேண்டும்.

- வெளியில் தெரியப்படுத்த வேண்டிய விஷயங்கள் மற்றும் அதிகாரம் ஆகியவற்றிற்கு உட்பட்ட விஷயங்களை அடிப்படையாகக் கொண்டு விவகார நடவடிக்கைகளின் தொடர்பு இருக்க வேண்டும்.

இந்திய தனியார் துறையை பொறுத்தவரையில் சட்ட திட்டங்கள் உள்நோக்கு நிர்வாகம் கட்டுப்பாட்டு நிர்வாகம் ஆகியவற்றில் அதிக தெளிவின்றி உள்ளது. வியாபார ரீதியான சட்ட திட்டங்களை நடைமுறைபடுத்தாமல் இருப்பது, வியாபார நீதி நெறிகளை சரிவர பின்பற்றாமல் இருப்பது போன்ற பிரச்சனைகளை இந்திய தனியார் துறை நிறுவனங்கள் இன்று எதிர்கொள்கின்றன. தவறான போக்குகள், வரி ஏய்ப்புகள், நிர்வாகக் குளறுபடி, நிறுவனத்தினுள் பகை போன்றவை ஏற்பட்டால் உடனே நிறுவனம் மற்றும் அரசாங்கம் அவற்றை கையிலெடுத்து நாடு முழுவதும் உள்ள இப்பிரச்சனையை தீர்க்கும் வழியில் ஈடுபட்டு நல்ல நிறுவன ஆட்சியை அமுல் படுத்த வேண்டும்.

நம் நாட்டில் தனியார் நிறுவன முன்னேற்றத்தில் சிறந்தது என்பது தனியார் நிறுவன தொழில் நிலைகளையும் பங்குதாரர்களுக்கு உரிய வகையில் விஷயங்களை எடுத்துக் கூறுவதிலும்தான் உள்ளது. அது மட்டுமல்ல தனியார் நிறுவன வெற்றிக்கும் இதுதான் காரணமாகும். இன்று பல வெளிநாட்டு மூலதனம் அதிகமாக இந்தியாவிற்குள் வரும் பொழுது, பங்குகளை, நிறுவனத்தை ஆதரித்து உயர்த்துபவர்களுக்கு அளிக்கக்கூடிய இன்றைய காலகட்டத்தில், பரஸ்பர நிதியுதவிகளுக்கு புதிய அர்த்தங்களை அளிக்கக்கூடிய நிலையில் தனியார் நிறுவன முன்னேற்றத்திற்கு புதிய வெற்றி வழிகளை காண வேண்டும். அதாவது தனியார்

நிறுவன ஆட்சி மற்றும் அவற்றை நிர்வாகம் செய்யும் குழுக்களை மேலும் சீரிய முறையில் கையாள வேண்டும். சட்ட சிக்கல்கள், பண பிரச்சனைகள் ஆகியவற்றை வேகமாக தீர்க்க வேண்டும். சுற்றுப்புற சூழல் மற்றும் உயிரினங்களின் தேவை இவற்றை கண்டறிந்து கடுமையான சட்டதிட்டங்களை அமுல் படுத்த வேண்டும். இத்தகைய கையாளுதலின் சிறப்பு பணம் போடுபவர்கள், வாடிக்கையாளர்கள், பணம் அளிப்பவர்கள், சமூகம் ஆகியோருக்கு உதவ வேண்டும்.

பொறுப்புடமை, தெளிவான பார்வை போன்றவை இந்த நாட்டிற்கு முக்கியத் தேவை என்பதை நன்குணர்ந்தவர் கௌடில்யர். இதன் மூலம்தான் ஒரு நாட்டின் ஆட்சி சிறப்புற நடைபெறும் என்றும் கூறினார். இன்றும் தெளிவான பார்வை, பொறுப்புடமை, நம்பத்தகுந்த உத்தரவாதம் பாரபட்சமற்ற நியாயம் ஆகியவை ஒரு தனியார் நிறுவன முறைக்கு கட்டாயமாகத் தேவை. தனியார் நிறுவன ஆட்சி என்பது ஒழுக்கம், நீதி நெறி, உயர்ந்த மதிப்பீடு இவற்றின் சட்ட திட்டத்தின் ஒரு பிரதிநிதியாக செயல்பட்டு இதன் கீழ் முடிவுகள் எடுக்கப்படுகின்றன.

தனியார் நிறுவன ஆட்சி என்பது மூன்று விஷயங்களை அடிப்படையாகக் கொண்டது. அதன் செயல்பாடுகளில் உள்ள தெளிவு. வெளி உலகத்திற்கு அதிகமாக தெளிவுகள் தெரியவருவதால் நேர்மையற்ற செயல்கள் அல்லது தவறுகள் ஆகியவை ஏற்படாமல் தடுக்கும். ஏனெனில் இந்நிறுவனத்தில் பணம் முதலீடு செய்பவர்களுக்கு அதிலுள்ள லாபம் மற்றும் அபாயம் ஆகிய இரண்டையும் தெளிவான முறையில் புரிந்து கொள்ள இயலும். இத்தகைய ஒரு தெளிவு நிலை வியாபாரத்திற்கும் தனியார் நிறுவனத்திற்கு மட்டும் அல்ல நாட்டை ஆளும் அரசாங்கத்திற்கும் தேவையானதாகும்.

RIA (Right to Information Act) தகவல்கள் அறியும் உரிமை என்பதை அரசாங்கம் அறிமுகப்படுத்தியுள்ளது. பொது நலப் பணிகளில் தகவல்களை வெளியிடாமல் மூடிவைத்து ஆட்சி புரியும் காலகட்டத்தைத் தாண்டி தகவல்களை கேட்டுப் பெறலாம் எனும் திட்டம் ஒரு நல்ல மாற்றத்தை நமக்குத் தெளிவாக

எடுத்துரைக்கிறது. சேகரிக்கப்பட்ட தகவல்களை ஒரு சில கட்டுப்பாடுகளுடன் யார் வேண்டுமானாலும் அதற்குரிய அதிகாரிகளிடமிருந்து பெறலாம் என்பது இத்திட்டத்தின் அடிப்படையாகும்.

இரண்டாவது விஷயமாக பொறுப்புடமை என்பதை எடுத்துக் கூறுகிறார். தெளிவான பார்வைக்குப் பிறகு பொறுப்பு என்பது மிக முக்கியமாக தகுந்த முறையில் நாம் செய்யும் செயல் மூலம் சுலபமாக எடுத்துரைக்க வேண்டும். அதுபோன்றே மறுதலிக்கும் செயலுக்கும் அந்த பொறுப்பு அளிக்கப்படவேண்டும். அனைவருக்கும் புரியும்படியான தெளிவான செயல்பாடுகளில் எப்படி ஒரு தீர்மானம் எடுக்கப்பட்டுள்ளது என்றும் தவறு செய்பவர்களை உடனுக்குடன் இனம் கண்டு அவர்களுக்கு எதிராக நடவடிக்கைகளை எடுப்பதும் சுலபமாக உள்ளது.

மூன்றாவது விஷயமாக நல்ல ஆட்சிமுறை என்பது பண முதலீடு செய்பவர்களுக்கு உரிய மதிப்பீடு அளித்து அதிகப்படியான பண வரவை உரிய வகையில் அளிப்பதும், சந்தை முதலீடுகளை சிறப்பான முறையில் ஏற்படுத்துவதும் ஆகும். புதிதாகத் தோன்றும் சந்தைகளில், சிறந்த முறையில் பண முதலீடுகள் செய்யப்பட்டால் பணமுதலீடு செய்பவர்கள் அவர்கள் முதலீடு செய்யும் சந்தை அல்லது நிறுவனம் சிறப்பான முறையில் நிர்வகிக்கப்படுகிறது என்பது மட்டுமல்ல ஒரு தனியார் நிறுவனம் சிறப்பான முறையில் ஆட்சி செய்யப்படுகிறது என்பதையும் அறிந்து கொள்ள விரும்புகிறார்கள். அதாவது நாட்டின் எல்லையைத் தாண்டி முதலீடுகள் வரவேற்கப்படும் பொழுது முதலீடு செய்பவர்கள் தங்களுடைய பணம் சிறந்த முறையில் கையாளப்படுகிறது என்று கருதுகிறார்கள் இதன் மூலம் அதிக லாபததைப் பெறலாம் என்பது மட்டுமல்ல, வியாபார தீர்மானங்கள் சட்டத்திற்குப் புறம்பாகவோ அல்லது தர்மத்திற்கு எதிராகவோ இருக்கக்கூடாது என்றும் எண்ணுகிறார்கள்.

இதன் அடிப்படையில் கௌடில்யர் அர்த்த சாத்திரத்தில் ஒற்றர்களை அமர்த்தி பல்வேறு பிரிவுகளை உன்னிப்பாக கண்காணிக்க வேண்டும் என்று கூறியுள்ளார். இது ஒரு சரியான தணிக்கை முறை

அறிமுகம்

என்று கூற முடியாவிட்டாலும் தணிக்கைக்குரிய அடிப்படை பணிகளை செய்வதாகும். அதாவது ஒரு வியாபாரத்தில் நடைபெறும் பல்வேறு விஷயங்களை கையாளப்பட்டது. ஆதலால் இன்றைய நிலையில் தணிக்கை குழுக்களின் அவசியம் வியாபாரத்திற்கு நிச்சயமாகத் தேவை. தனியார் நிறுவன ஆட்சிமுறைகளை சரியான முறையில் நிர்வாகம் செய்வது என்பது இந்தியாவைப் பொறுத்தவரை சிக்கல்கள் நிறைந்தது. ஏனெனில் அவற்றில் பல நிறுவனங்கள் குடும்பத்திற்குள்ளேயே நிர்வகிக்கப்படுகின்றன.

ஒரு சில நிறுவனங்கள் தொழில் ரீதியானவர்களிடம் ஒப்படைக்கப்பட்டு நிர்வகிக்கப்படுகின்றது. ஒரு குடும்ப வியாபாரத்தை நிர்வகிப்பது என்பது அதிகச் சிக்கலை கொண்டது. ஏனெனில் அக்குடும்பத்தில் ஒரு சிலர் முக்கியமான பதவிகளை தங்களிடம் தக்க வைத்துக் கொண்டு வியாபாரத்தை நடத்துவார்கள். ஒரு குடும்ப வியாபாரத்தில் வியாபாரம், குடும்பம் மற்றும் அதனுடைய உரிமையாளர்கள் குடும்பம் என்று அனைவரும் சிறந்த முறையில் ஆட்சி புரிய வேண்டும். ஒரு குடும்ப வியாபாரத்தில் (ஒரு தனியார் குடும்பத்தினரால் நிறுவனங்களின் முழு உரிமையும் கையாளப்படுகிறது) மற்றும் பல்வேறு விதமான குடும்ப நிர்வாகங்களும் அதாவது குடும்ப தர்ம ஸ்தாபனங்கள் குடும்ப மூலதனங்கள் ஆகியவற்றில் சிறப்பான ஆட்சி முறை இன்றி இருப்பது நடைமுறை சிக்கல்களை உருவாக்குகிறது.

குடும்பம் ஏற்று நடத்தும் வியாபாரங்கள் அதில் நல்ல சிறந்த ஆட்சி ஆகியவை வெற்றிக்கு மூன்று அடிப்படையான விஷயங்களை அளிக்கின்றது.

- மூன்று வட்டத்தைச் சார்ந்த உறுப்பினர்களுக்கு உரிய பணி, உரிமை மற்றும் பொறுப்பு ஆகியவற்றைத் தெளிவு படுத்துதல்.

- குடும்ப உறுப்பினர்கள், வியாபாரத்தில் பணி புரிபவர்கள் மற்றும் உரிமையாளர்கள் ஆகியோரை பொறுப்புடன் பணிபுரிய ஊக்கமளித்தல்.

- குடும்பத்தைச் சார்ந்த சரியான நபர்கள் மற்றும்

உரிமையாளர்களை சரியான முறையில் பேச்சுவார்த்தைக்கு அழைப்பது.

இன்றைய காலகட்டத்தில் மூலதனத்தை அளிப்பவர்களை சிறந்த முறையில் பாதுகாப்பது மிக முக்கியமாகும்.

SEBI எனப்படும் Securities and Exchange Board of India அரசின் ஒழுங்குபடுத்தும் முறைக்கு மிக அதிகமான பொறுப்புகள் அளிக்கப்பட்டுள்ளது. இது தனியார் நிறுவனத்தை உன்னிப்பாக கவனித்து சட்டத்தடைகளை சமாளித்து வெற்றி அடைய உதவுகிறது. அதே சமயம் நிறுவன சட்டம் என்பது தனியார் நிறுவன ஆட்சி முறையின் அடிப்படை தேவைகளை ஏற்றுக்கொள்கிறது. செபி (SEBI) என்பது நிறுவன ஆளுமை பயிற்சியின் மிகக்கடுமையான விஷயங்களை கையாளுகிறது அர்த்த சாத்திரத்தில் கௌடில்யர் நல்லவர்களாக இருப்பது மிகச்சிறந்தது. ஆனால் அதே சமயம் மற்றவர்களிடம் நல்லவர்களாக இருப்பது எப்படி என்று கூறுவது அதையும் விட சிறந்தது என்று எடுத்துரைக்கிறார். செபி (SEBI) இப்படிப்பட்ட சிறந்த விஷயத்தை செய்கிறது.

இந்தியாவில் தனியார் நிறுவன ஆட்சியைப் பற்றிய விவாதங்கள் C I I எனப்படும் இந்திய தொழிற்சாலை கூட்டுறவு ஒன்றியம் ஒரு சட்ட நியதியை வெளிக் கொண்டுவந்த பிறகுதான் 1997 ஆம் ஆண்டு துவங்கியது. இதைத் தொடர்ந்து பல்வேறு செயற்குழுக்கள் மற்றும் ஆலோசனை சபைகள் வெளிவந்தன. இத்தகைய சட்ட நியதிகளை கட்டாயப்படுத்தி அமுல்படுத்துவது சிறந்த தனியார் நிறுவன வழிமுறைகளுக்கு உதவுகிறது. அது இன்று மிக முக்கியமான உகந்த விஷயமாக இந்திய தனியார் நிறுவனங்களின் எதிர்காலத்திற்கு உதவுகிறது. செபி (SEBI)எடுத்துரைத்த Listing Agreement எனப்படும் ஒப்பந்த பட்டியலில் ஒரு சில முக்கியமான ஒப்பந்த ஷரத்துகளை இணைத்து பிர்லா நிர்வாக செயற்குழு தனியார் நிறுவன ஆளுமை ஆட்சியில் ஒரு சில வேகத்தை உண்டாக்கியது.

பிர்லா நிர்வாக செயற்குழுவைத் தொடர்ந்து நாராயண மூர்த்தி

அறிமுகம்

செயற்குழு [செபியின் (SEBI) உடன்பாடு] மற்றும் நரேஷ் சந்திரா செயற்குழு (தனியார் கம்பெனி தொழில் விவகாரப் பிரிவின் உடன்பாடு - Department of Company Affairs) ஆகியவை ஏற்படுத்தப்பட்டன. இவை தெளிவு மற்றும் பொறுப்புடமை ஆகியவற்றின் அளவை நிர்வாகக்குழுவின் பணி மூலமாக வெளிப்படுத்தியது. நரேஷ் சந்திராவின் செயற்குழு அறிவிப்புகள் தணிக்கை செயற்பாடுகள் மற்றும் தணிக்கை நிர்வாகக்குழுவின் பணியைப் பற்றி எடுத்துக்கூறியது. செபி (SEBI) ஒப்பந்த பட்டியலில் உள்ள ஒப்பந்த ஷரத்து 49-எண் என்பதை சற்று மாற்றி அமைத்துள்ளது. இது இந்தியாவின் தனியார் நிறுவன ஆளுமையை மேலும் உயர்த்தக்கூடியது. இத்தகைய மாற்றங்கள் செயற்குழுவின் தொகுப்பு மற்றும் செயலாற்றத்தை அடிப்படையில் அதிக சக்தி கொண்டதாக மாற்றியது.

மேலும் தணிக்கை குழுக்கள் மற்றும் அதனுடைய பொறுப்புகள் அபாய நிர்வாகங்கள் ஆகியவற்றையும் உறுதிப்படுத்தின. எல்லாவற்றையும் மீறி ஒரு நிர்வாகத்தின் மிக உயர்ந்த பதவியில் உள்ள CEO or CFO போன்றவர்கள் தணிக்கை அறிக்கைகளில் எவ்வித பொய்மையும் இல்லை என்றும் எந்த முக்கியமான விஷயத்தையும் மறைக்கவில்லை என்றும் தவறான வாக்கு மூலங்களை அளிக்கவில்லை என்றும் உறுதிப்படுத்த வேண்டும் என்று எடுத்துக் கூறுகிறது. மேலும் அவர்கள் நிறுவனத்தின் உட்பகுதியில் உள்ள மேற்பார்வை இயக்கங்களை மிகச்சரியாக கண்டு மதிப்பிட்டுள்ளார்கள் என்று எடுத்துக்கூற வேண்டியுள்ளது. தணிக்கையாளர்களுக்கும் தணிக்கை குழுவிற்கும் உட்பகுதியின் மேற்பார்வை இயக்கங்களின் அமைப்புகளில் உள்ள குறைபாடுகளையும், அதை நடத்தும் முறையில் உள்ள குறைபாடுகளையும் எடுத்துரைக்க வேண்டும். இத்தகைய ஒரு ஒப்பந்த ஷரத்து என்பது உயர் பதவியில் உள்ள நிர்வாகிகளின் தீர்மானங்களை நிறுவனம் எடுத்து கையாளுவதற்கு அவர்கள் உரிய பொறுப்புகளை ஏற்றுக் கொள்ள வேண்டும்.

ஒழுங்குமுறை மற்றும் சட்டம் இயற்றுதலின் சட்டதிட்டங்கள் தனியார் நிறுவன ஆளுமை ஆட்சியின் செயல்பாடுகளை மேலும் சிறந்த முறையில் கையாள உதவுகிறது. அதே சமயம் இத்தகைய

தனியார் நிறுவனங்களும் சுயமாக செயல்பட்டு தன்னுடைய நிறுவனத்தில் சிறந்த கவனம் செலுத்தி பொறுப்புடமை மற்றும் தெளிவான அணுகுமுறை மீது கவனம் செலுத்த வேண்டும். இதன் மூலம் சிறந்த முறையில் எடுத்துரைக்கப்பட்ட விஷயங்களை நீண்டகாலத்திற்கு நீதி நெறி வழுவாத செயல்பாடுகளுக்கு மற்றும் திறமை மிகுந்த சமூக தனியார் நிறுவன செயல்பாடுகள் என்று அனைத்தும் ஒன்றோடொன்று இணைந்து நல்ல தனியார் நிறுவன ஆளுமை ஆட்சியை உயர்த்த வேண்டும். இதன் மூலம் நிறுவனங்களுக்கு தொடர்ந்து நல்ல லாபங்களைப் பெற்றுத் தரவேண்டும்.

முடிவுரை

ஏதானி அபி து கர்மாணி, சங்கம் த்யக்த்வ பலானிச,
கார்த்தவ்யானிதி மே பார்த்த நிஷ்சிதம் மாதம் உத்தமம்.

(பகவத்கீதா, அத்தியாயம் - 18)

அனைத்து பணிகளையும் எவ்வித ஒட்டுதலுமின்றி புரியவேண்டும். பார்த்தனின் மகனே, அது ஒரு கடமையாக செய்யப்பட வேண்டும். இதுதான் என்னுடைய முடிவான எண்ணமாகும். ஆட்சி செய்வது என்பது அனைத்து வித உயர்ந்த நல்லெண்ணங்களுடனும் செய்யப்பட வேண்டியதாகும். ஓர் அரசன் அல்லது தலைவன் என்பவன் எவ்வித சுயநலமுமின்றி தான் வாழும் சமூகத்தின் முன்னேற்றத்திற்காக தன்னுடைய நேரத்தை ஒதுக்கி பணிபுரிய வேண்டும்.

கௌடில்யர் கூறுகிறார்

ப்ரஜாசுகே சுகம் ராஜா, ப்ரஜாஹணம் ச ஹிதே ஹிதம்,
நாட்ம பிரியம் ஹிதம் ராஜா, ப்ரஜானாம் து ப்ரியம் ஹிதம்.

தன் ஆட்சிக்கு உட்பட்ட மக்களின் மகிழ்ச்சிதான் ஓர் அரசனின் மகிழ்ச்சியாகும். அவர்களின் நன்மையில்தான் அரசனின் நன்மை

உள்ளது. தனக்கு மகிழ்ச்சி அளிப்பது அவர்களுக்கு நன்மை பயக்கும் எனும் எண்ணம் தவறானதாகும். அதற்கு பதிலாக தன் குடிமக்களுக்கு எது மகிழ்ச்சியை அளிக்குமோ அது தனக்கு நன்மையை பயக்கும் என்று புரிந்து செயல்பட வேண்டும். கௌடில்யரின் அர்த்த சாத்திரம் என்பது ஒரு அபூர்வமான இந்திய சூத்திரமாகும் என்பது மட்டுமல்ல அது இன்றைய இந்தியாவிற்கும் ஏற்றதாகும். இன்றைய புதிய தலைமுறைக்கும் இந்த புத்தகம் 2400 ஆண்டுகளுக்கு பிறகும் ஏற்புடையதாக உள்ளது என்பதற்கு ஓர் காரணம் உண்டு. கௌடில்யர் ஒவ்வொரு கருத்தையும், ஆழமாக யோசித்து விவரமாக எழுதியுள்ளார் என்பது அவருடைய தொலைநோக்கு பார்வையை எடுத்துக் காட்டுகிறது.

ஓர் அரசன் தன்னுடைய நாட்டை ஆள்வது என்பது மட்டுமல்ல, தன் குடிமக்களை பேண வேண்டும் சமூகத்தின் அனைத்து விஷயங்களையும் முன்னேற்றப் பாதையில் அழைத்துச் செல்ல வேண்டும் எனும் எண்ணம் கொள்ள வேண்டும். அது போன்றே இன்றைய தனியார் நிறுவன அதிபர்கள் **(Board of Directors)** என்பவர்கள் தங்கள் நிறுவன பங்குதாரர்களின் சார்பில் பணிபுரிந்து அவர்களுடைய பண முதலீடுகளை நல்ல முறையில் பாதுகாக்க வேண்டும். ஒரு நிறுவனத்தின் செயற்பாடுகளை நிர்வாகிப்பது என்பது நிறுவன அதிகாரிகளிடம்தான் உள்ளது என்றாலும், போர்டு ஆஃப் டைரக்டர்ஸ் என அழைக்கப்படும் நிறுவன அதிபர்களிடம்தான் அப்பொறுப்புகள் உள்ளன. இவர்கள்தான் தொடர்ந்து நிறுவனப் பணிகள் சரிவர நடக்கின்றனவா என்று யோசித்து செயல்பட வேண்டும். இத்தகைய 'பிரதிநிதித்துவ தத்துவம்' என்பது கௌடில்யரிடமிருந்துதான் பெற்றதாகும்.

ஆதலால் 21ம் நூற்றாண்டில் நிலைத்து நிற்கும் தன்மை மற்றும் செழுமை என்பது சிறந்த தனியார் நிறுவன ஆட்சி முறைகளைக் கொண்டு நடத்தப்படுவதில் உள்ளது. வேகமும், தீவிரமும் கொண்டு தனியார் நிறுவன ஆளுமை ஆட்சியில் முன்னேற்றத்தை பராமரிக்க வேண்டும். இதற்கு கௌடில்யர் நமக்களித்துள்ள தனியார் ஆட்சி ஆளுமை கொள்கைகள் மிகவும் உபயோகமாக இருக்கும். இனி வருங்காலங்களில் வரக் கூடியவற்றை தடுக்க இயலாது என்றாலும் மேற்கூறிய விஷயங்கள் மூலம் ஆபத்தான நிலையை ஆரம்பத்திலேயே தடுக்க இயலும்.

பொருளடக்கம்

	முன்னுரை	v
	முகவுரை	x
	நன்றி நவில்தல்	xix
	அறிமுகம்	xxiii
1.	கௌடில்யரின் அர்த்தசாத்திரம் - ஒரு பார்வை	1
2.	கௌடில்யர் - சிக்கன பொருளாதார நிபுணர் எனும் பார்வை	14
3.	தாராளமய சந்தை நிதி நிர்வாகம்	25
4.	நல்லாட்சியின் எண்ணத்தை உருவாக்குதல்	37
5.	பொது நிர்வாகம்	44
6.	விவசாயம்	62
7.	வெளிநாட்டு வர்த்தகம்	80

8.	உள்நாட்டு வர்த்தகம்	89
9.	அரசாங்க நிதி பராமரிப்பு	97
10.	பொதுத்துறை	110
11.	வேட்டையாடுதல்	117
12.	நீர் நிலை நிர்வாகம்	126
13.	கல்வி	131
14.	சமகால இந்தியாவின் பிரச்சினைகள்	142
15.	முடிவான கருத்துகள்	154

இணைப்பு :
அர்த்தசாத்திரம் நீதிமொழிகளும், பாடங்களும்.   157

பிரசுரிக்கப்பட்ட புத்தகங்களின்
விவரமான அட்டவணை   191

I கௌடில்யரின் *அர்த்தசாத்திரம்* – ஒரு பார்வை

கி.மு 3ம் நூற்றாண்டில் கௌடில்யர் எனும் ஒருவர் இந்திய சரித்திரத்திலேயே மிக அதிகமான வசீகரத் தன்மை கொண்டு வாழ்ந்து வந்தார். அவர் எழுதிய அடிப்படைக் கொள்கைகள் அடங்கிய 'அர்த்த சாத்திரம்' எனும் புத்தகம் அனைவராலும் படிக்கப்பட வேண்டியதாகும். இப்புத்தகம் அரசியல் தலைவர்கள், வியாபார நிர்வாகிகள் மற்றும் கல்வியறிவு உள்ளவர்களும் படிக்க வேண்டிய புத்தகமாகும். அர்த்த சாத்திரம்' எழுதப்பட்டு 2400 ஆண்டுகள் முடிந்த பின்னரும் கௌடில்யரின் இப்பணி இந்தியாவில் மட்டுமல்ல உலகம் முழுவதும் பேசப்படுகின்றது. அப்புத்தகத்தில் உள்ள ஆழ்ந்த நோக்கு மற்றும் உகந்ததன்மை இன்றைக்கும் பொருந்தும். அர்த்த சாத்திரத்தை நன்கு புரிந்து கொள்ள வேண்டும் என்றால் பின்னோக்கி சென்று இந்திய பண்டைய கலாசாரத்தை புரிந்து கொள்ள வேண்டும்.

இன்றைய 'தெற்கு பிஹார்' என்பது அன்றைய மகத நாடாகும். கௌடில்யர் இந்நாட்டைச் சார்ந்தவர். இந்தியாவில் மகத நாடு என்பது மிகப்பெரிய நாடாக இருந்தது. சாணக்கியர், விஷ்ணு குப்தர் எனும் பெயர்களையும் கொண்ட கௌடில்யர் உலகின் மிகப் பழமையான பல்கலைக் கழகத்தில் படித்தார். அது 'தக்ஷ சீலா பல்கலைக் கழகம்' எனும் பெயர் பெற்றது. அங்கு அரசியல், இராணுவ பாதுகாப்பு கட்டட நிர்மாணக் கலை, மருத்துவம் மற்றும் பல்வேறு படிப்பு வகைகள் கற்றுக் கொடுக்கப் பட்டன. நந்தர்

பரம்பரை ராஜ்ஜியத்தில் சிலகாலம் இணைந்திருந்த கௌடில்யர் மௌரிய அரசபரம்பரையோடு இணைந்தார்.

'மஹாமத்யா' எனும் பதவியை மௌரிய அரசாங்கத்தில் ஏற்றார். இப்பதவி இன்றைய பிரதம மந்திரி பதவிக்கு ஈடானதாகும். அதனால் கௌடில்யர் மிக சிறந்த அனுபவங்களை அரசியல் நிர்வாகம் மற்றும் இராணுவ விஷயங்களில் பெற்றார். பிற்பாடு கௌடில்யர் மிகவும் அறிவு வாய்ந்த ஞானியாகவும், தயக்கமும் பயமுமற்ற ஆலோசனையாளராகவும், திறன் வாய்ந்த செயலாளராகவும், புத்தி நுட்பமும் தந்திரசாலியுமான அரசியல்வாதியாகவும் மாறினார். பிறகு அரசியலிலிருந்து ஓய்வு பெற்று 'அர்த்த சாத்திரம்' எனும் புத்தகம் எழுதும் மிகப்பெரிய பணியை துவக்கினார். மிகச் சிறந்த பண்டிதரான இவர் தத்துவம், ஆன்மீகம், அரசியல் மற்றும் அரசியல் தந்திரம் ஆகியவற்றை பல்வேறு புத்தகங்கள் மூலம் அறிந்து கொண்டார். படித்த புத்தகங்களின் மூலம் பெற்ற அறிவைக் கொண்டு சுயமாக சிந்தித்து மிக அருமையான புத்தகமாக அர்த்த சாத்திரத்தை எழுதினார். இதை பொருளாதார புத்தகம் என்று கூறுவதை விட இது ஒரு மிகப்பெரிய மிக அதிக பக்கங்களைக் கொண்ட புத்தகம் என்று தான் கூற வேண்டும். கௌடில்யர் அரசியல் நிர்வாகம் மற்றும் இராணுவ விஷயங்களையும் இணைத்து கணக்கு வழக்குகளின் ஒரு ஒருங்கிணைப்பு புத்தகமாக எழுதியுள்ளார்.

இதன் அடிப்படையில் இவர் பொருளாதாரம்தான் இவ்வுலகின் பொது வாழ்க்கைக்கு மிக முக்கியமான விஷயமாகும் என்று எழுதியுள்ளார். ஏனெனில் இதுதான் மனித குலம் உயிர் வாழ அடிப்படையான விஷயமாகும் என்றார். கௌடில்யர் தன்னுடைய காலகட்டத்திற்கு உரித்தான விவசாயம், காலநடை வளர்ப்பு மற்றும் வியாபாரம் ஆகியவற்றின் மீது அதிக கவனம் செலுத்தினார். பொருளாதாரத்தின் மீது அதிக கவனம் செலுத்த பல்வேறு விஷயங்களையும் எடுத்துக்காட்டாக எழுதியுள்ளார். இதன்படி கௌடில்யர் பொது பொருளாதாரம், வரிவிதிப்பு, சமூக செலவாதாரம் மற்றும் மூலதனம், மந்திரிகளின் நியமனம் மற்ற அதிகாரிகளின் நியமனம், மேலும் நாட்டை ஆளும் விஷயங்களைப் பற்றியும் பல்வேறு விஷயங்களைப் பற்றியும்

எழுதியுள்ளார்.

பொதுமக்களின் சொத்துக்கள், பணம் ஆகியவை எந்தெந்த வகையில் தவறாக கையாளப்படலாம், மேலும் இப்படிப்பட்ட விஷயங்களை எவ்விதம் பாதுகாத்து கட்டுப்படுத்துவது என்று கௌடில்யர் எழுதியிருக்கும் பல விஷயங்கள் இந்திய மக்களின் ஆர்வத்தைத் தூண்டும் வகையில் உள்ளன. விவசாயத்தை பொறுத்தவரை கௌடில்யர் பயிர் வளர்ப்பு, விவசாய முறைகள் மற்றும் விளை பொருட்களை வியாபாரம் செய்வது போன்றவற்றை பற்றி மிகவும் ஆழமாக எழுதியுள்ளார். அர்த்த சாத்திரத்தை முழுமையாகப் படித்தால் பொருளாதாரம் மற்றும் வியாபார நிர்வாகத்தில் மிக சிறந்த முறையில் வெற்றி பெற கௌடில்யர் பல்வேறு வழிகளை கூறியுள்ளார் என்று உணரலாம்.

பொருளாதார எண்ணங்களும் அதன் முறைகளும்

கௌடில்யரின் மிகப் பெரிய எண்ண ஓட்டங்களின் பகுதியை பொது கணக்கு வழக்கு பகுதியில் தீர்க்கமாகப் பார்க்கலாம். அதற்கு நாட்டின் நிதி நிர்வாகத்திற்கு மிக அதிகமான முக்கியத்துவத்தை அளித்தார். **ஒரு நாட்டின் நிதி பலம் என்பது சாதாரண காலகட்டத்திலும் போர், பஞ்சம் மற்றும் இயற்கை சீற்றங்கள் சமயத்திலும் மிகவும் முக்கியத்துவம் வாய்ந்தது என்பதை புரிந்து, எடுத்துக் கூறியுள்ளார்.** கௌடில்யர் ஏழு வித்தியாசமான வருமானங்களைப் பற்றி எழுதியுள்ளார். அவற்றில், பொதுவான வருமானங்கள் எனும் தலைப்பில் நிலவரி, வியாபார வரி போன்றவற்றை பற்றி குறிப்பிட்டுள்ளார். மேலும் மற்ற வருமான வரிகளை ‘கூட்டு வரிகள்’ எனும் தலைப்பில் எழுதியுள்ளார். அவற்றில் வட்டி விகிதாசாரம் மற்றும் இலாபம் போன்றவற்றை குறிப்பிட்டுள்ளார். அதே சமயம் அவர் 15 தலைப்பில் கணக்கிட்டு செலவுகளைப் பற்றி குறிப்பிட்டுள்ளார். வரிவசூலிப்புகளின் பொழுது நியாயம் மற்றும் நேர்மை வேண்டும் என்று எழுதியுள்ளார்.

வரிகட்டும் பொதுமக்கள் எக்காரணம் கொண்டும் மனக்கசப்பு கொள்ளக்கூடாது என்றும், அத்தகைய நிலையை, அறவே தவிர்க்க வேண்டும் என்றும் கூறியுள்ளார். ஏனெனில் பொது மக்களின் நல் வாழ்வு குறித்து அவர் ஆழமாக யோசித்தார். மானியம் மற்றும் விதி விலக்குகள் போன்றவை கௌடில்யரின் காலகட்டத்திலும் இருந்தன என்று புரிகின்றது. இத்தகைய விதிவிலக்குகள் சட்ட பூர்வமாக நன்கு திட்டமிடப்பட்டு பெண்கள், உரிய வயதாகாதார். மாணவர்கள், மாற்றுத் திறனாளிகள் மற்றும் பலருக்கு அளிக்கப்பட வேண்டும் என்று கூறியுள்ளார். பொது நிதிகளை பற்றி பேசுகையில் கௌடில்யர் தகுந்த முன்னெச்சரிக்கையுடன் பட்டா இல்லாத நிலபுலன்கள், அணைக்கட்டு, குளங்கள், நீர்ப் பாசனம் மற்றும் சுரங்கங்கள் ஆகியவற்றில் பணமுதலீடு செய்யும் வழிகளை கூறியுள்ளார். இன்றும் இது எத்தனை முக்கியமானது என்பதை கடந்த இரு ஆண்டுகளில் நீர் நிலை தேக்கங்களுக்காக செலவு செய்த வரவு செலவு திட்டத்தின் மூலம் காணலாம்.

இத்தகைய மதிப்புள்ள சொத்துக்கள் கௌடில்யரின் காலகட்டத்தில் பொருளாதார திட்டங்களுக்கு மிகுந்த முக்கியத்துவம் பெற்றிருந்தன என்று நமக்குப் புரிகின்றது. இதில் உள்ள நியாயத்தை புரிந்து கொண்டு நம் இந்தியாவில் இன்றைய கால கட்டத்திற்கு ஏற்ப பலன் தரக்கூடிய நீண்ட பட்டியலை தயார் செய்ய வேண்டும். கௌடில்யர் கூறும் பல்வேறு யோசனைகள், அதுவும் குறிப்பாக மூலதனம் பற்றிய யோசனைகள் இன்றைய இந்தியாவிற்கு மிகவும் உதவியாக இருக்கும். இதன் அடிப்படையில் அர்த்த சாத்திரத்தின் முக்கியமான பாடங்களை நாம் கற்றுக் கொள்ளலாம்.

விவசாயம்தான் பொருளாதார உயர்வுக்கு அடிப்படை என்று கருதிய கௌடில்யர் விவசாய நிர்வாகத்தைப் பற்றி பலமுக்கியமான தகவல்களை வழங்கியுள்ளார். பொதுமக்களுக்கு உணவு என்கின்ற வகையில் விவசாய வளர்ச்சியைப் பற்றி அவர் குறிப்பிட்டிருந்தாலும் - வருவாய் மற்றும் வேலை வாய்ப்பு வசதிகள், இராணுவத்திற்குத் தேவையான உணவு வகைகளையும் ஒரு நாட்டிற்கு அளிக்க வல்லது விவசாயம்தான் என்று அவர் குறிப்பிட்டுள்ளார். அதனால் நிலம் என்பது மிக முக்கியமான ஒரு

சொத்து என்று கௌடில்யர் வலியுறுத்துகிறார். தானிய வகைகளை தேர்ந்தெடுப்பது அதை உரிய வகையில் பயிர் செய்வது போன்றவற்றைப் பற்றி கௌடில்யர் மிகமிக விரிவாக எழுதியுள்ளார். அதுமட்டுமல்ல சீதோஷ்ண நிலை மற்றும் மழையின் அளவு போன்றவற்றையெல்லாம் கூட முன்னறிவிப்பு செய்துள்ளார். இதை 2400 ஆண்டுகளுக்கு முன்பு அவர் விஞ்ஞான ரீதியாக வெளிப்படையாக எடுத்துக் கூறியுள்ளார். ஒரு விவசாய பயிர் விளைச்சல்களின் முறை மற்றும் நிர்வாகத்தைப் பற்றியும் விரிவாக எடுத்துக் கூறியுள்ளார். விவசாய நிலத்தை சாகுபடிக்கு ஏற்றது அல்லது சாகுபடிக்கு முற்றிலும் உதவாத நிலங்கள் என்று கௌடில்யர் பிரித்தார். சாகுபடிக்கு ஏற்ற நிலத்தை விவசாயிகளுக்கு அளிக்க வேண்டும் என்ற திட்டத்தை அமல்படுத்திய கௌடில்யர், **விவசாயிகள் வரிகட்ட வேண்டும்** என்றும் எடுத்துரைத்தார்.

தற்சமயம் இந்தியா விவசாயத்திற்கு வரி வசூலிக்க வேண்டுமா ? அல்லது வரிவசூலிக்கத் தேவையில்லையா, என்று ஆராய்ந்து கொண்டிருக்கிறது. அதற்கான தீர்வு இன்று வரை அமுல் படுத்தப்படவில்லை. கௌடில்யர் தன்னுடைய முடிவிற்கு ஏற்றவாறு சில விஷயங்களை எடுத்துரைத்தார். பணம் படைத்த விவசாயிகள் அதிகமான வரி செலுத்த வேண்டும் என்று கூறினார். கௌடில்யர் மேலும் விவசாயம், விளைச்சல்கள், பயிர் சாகுபடி போன்றவற்றில் மெய்யான விவரங்களை சேகரித்து வைக்க வேண்டும் என்றும் வாதாடினார். ஏனெனில் இதன் மூலமாக முக்கிய தகவல்களைப் பெற்று வருவாய் மற்றும் வரி வசூலிப்பிற்கு உரிய மதிப்பீடுகளை செய்து பிறகு சரியான வரி வசூலிப்பை செய்யலாம் என்றுரைத்தார். நிலங்களைப் பற்றிய சரியான தஸ்தாவேஜு குறிப்புகள் தேவை என்று கூறினார். இது இன்று இந்தியாவிற்கு மிக முக்கியமான தேவையாகும். ஏனெனில் பல இந்திய மாநிலங்களில் நிலங்களைப் பற்றிய சரியான தஸ்தாவேஜு குறிப்புகள் இல்லை. இக் குறிப்புகள் இல்லாததினால் நில சீர்திருத்தங்களை கொண்டு வர இயலவில்லை.

நீர்ப்பாசன வசதிகள் சிறப்பாக திட்டமிடப்பட வேண்டும் மற்றும் அதை தேக்கி வைக்கும் பணி அந்த மாநிலத்திற்கு உரிய பொறுப்பாகும் என்றும் குறிப்பிட்டுள்ளார்.

தேவையானவர்களுக்கு அரசு உதவி கிடைக்க வேண்டும் என்பதை உணர்ந்த கௌடில்யர் வரிவிலக்கு உள்ள பயிர் நிலங்களை ஒரு சில குறிப்பிட்ட மக்களுக்கு அளிக்க வேண்டும் என்று கூறினார். கௌடில்யர் விவசாய பொருளாதாரத்தைப் பற்றி விஞ்ஞான ரீதியாகவும் தெளிவாகவும் தன் புத்தகத்தில் எழுதியுள்ளார். விவசாயம் என்பது மனிதன் உயிர்வாழ மிக முக்கியமான அடிப்படை என்று புரிந்து கொண்டு அதைப்பற்றி பேசுகையில் தொலைநோக்குப் பார்வையும் விஸ்தாரமான போக்கும் கொண்டிருந்தார் என்பது அதிசயிக்கத்தக்கது.

வர்த்தகம் மற்றும் வாணிபம்

கௌடில்யர் தன்னுடைய அர்த்த சாத்திரத்தில் வர்த்தகம் மற்றும் வாணிபத்தைப் பற்றியும் எழுதியுள்ளார். தயாரிக்கப்பட்ட பொருட்களோ அல்லது விவசாயப்பொருட்களோ எதுவாக இருந்தாலும் வர்த்தகம் என்பது அவருடைய காலகட்டத்தில் அரசாங்கத்திற்கு கீழ்ப்படிந்துதான் இருக்கும். வர்த்தக செயல்பாடுகள் வர்த்தக மேற்பார்வையாளரின் நேரடிப் பார்வையிலும் தலைமையிலும் நடைபெற்றன. வர்த்தக பொருட்களின் விலைகளை அதனுடைய தயாரிப்பு அடிப்படையில் அரசு நிர்ணயித்தது. அதில் 5 சதவிகிதம் லாபத்தை உள்நாட்டு பொருட்களுக்கும் 10 சதவிகிதம் லாபத்தை வெளிநாட்டுப் பொருட்களுக்கும் அளிக்கப்பட்டன. அவர் தன்னுடைய புத்தகத்தில் ஏற்றுமதி இறக்குமதி எனும் விஷயத்தைப் பற்றி எழுதும் பொழுது அதில் வெளிநாடுகளைப் பற்றிக் குறிப்பிடவில்லை. ஆனால் இந்திய நாடுகளின் அண்டை நாடுகள் என்று குறிப்பிட்டிருந்தார். கௌடில்யர் இத்தகைய வெளிநாட்டு வர்த்தக விஷயங்களுக்கு (அண்டை இந்திய நாடுகள்) என்று சில செயல்முறைகளையும் விலை நிர்ணயத்திற்கான சில செயல்முறைகளைப் பற்றியும் குறிப்பிட்டுள்ளார்.

அன்றைய காலகட்டத்திலேயே வர்த்தகத்திற்காக உபயோகிக்கப் பட்ட எடைக் கற்களுக்கும், அளவுகளுக்கும் மிக அதிக முக்கியத்துவத்தை அளித்தார் கௌடில்யர். அவை மிகச்சரியான ஒரே மாதிரியான முறையில் அமைக்கப்பட்டிருந்தன. கொடுக்கல்

வாங்கல் என்பது வெள்ளி மற்றும் செம்பு நாணயங்களை கொண்டு தேவையான பொழுது பண்ட மாற்றம் நடைபெற்றது. கௌடில்யர் வர்த்தகத்திற்கான சாலைகளை நன்றாக விஸ்தரித்து அது உரியவகையில் பராமரிக்கப்பட வேண்டும் என்று கூறியுள்ளார். இதையே நாம் GOLDEN QUADRILATERAL HIGHWAY எனப்படும் நாற்புற தங்க சாலைகளைப் பற்றி பேசுகிறோம். வர்த்தகத்தையும் வியாபாரத்தையும் வழி நடத்துகையில் வியாபாரி, பொருள் வாங்குவோர் மற்றும் அதற்குரிய நாடு ஆகிய மூன்றின் முக்கியத்துவத்தை மனதில் வைத்துக் கொள்ள வேண்டும் என்று கௌடில்யர் முக்கியமாகக் கூறியுள்ளார். அவர் எடுத்துக்கூறிய அனைத்து விஷயங்களிலும் நாட்டின் நலம் என்பதற்கு மிகுந்த முக்கியத்துவம் அளித்தார். இது மிகவும் சுவாரசியமான விஷயம்தான், ஏனெனில் இன்று பல்வேறு விஷயங்களை சமனப்படுத்தி VAT (வாட்) எனும் ஒரு வரியை அறிமுகப்படுத்தியது மிகப்பெரிய பிரச்சினையாக பார்க்கப்படுகின்றது.

தொழிற்சாலைகள், சுரங்கங்கள் மற்றும் தயாரிப்புகளைப் பற்றி கௌடில்யரின் அர்த்த சாத்திரத்தில் பலவிஷயங்களை நாம் காணலாம். இது புதுமையான தொழிற்சாலைகளுக்கு மட்டுமல்ல அன்று இருந்த தொழிற்சாலைகளையும் குறிப்பிடுகிறது. ஆடை தொழிற்சாலைகளைப் பற்றி கூறுகையில் கம்பளி, மரத்தின் நார், பஞ்சு மற்றும் சணல் நார் ஆகியவற்றைப் பற்றியும் குறிப்பிட்டுள்ளார். ரதங்களைப் பற்றி குறிப்பிட்டு அவை தொழிற்சாலை பணிகளுக்காக உபயோகப்படுத்தப் பட்டுள்ளதையும், ரதங்களின் தயாரிப்பும் கௌடில்யரின் காலகட்டத்தில் இருந்தன என்று நமக்குத் தெரிய வருகின்றது.

சுரங்க கனிமங்களில் அரசு நிதியை மூலதனமாக்கும் விஷயத்தில் கௌடில்யர் மூடப்பட்ட சுரங்கங்களை புதுப்பித்து சரிபார்க்க வேண்டும் என்று கூறியுள்ளார். கௌடில்யரின் காலகட்டத்தில் தங்கம் மற்றும் வெள்ளிக்கு மிகுந்த வரவேற்பு இருந்தது என்று நமக்குப் புரிகின்றது. செம்பு, ஈயம், வெள்ளீயம் என்று அழைக்கப்படும் வெண்மையான மேல்பூச்சு பூசப்பட்டு மெல்லிய இரும்புத்தகடு மற்றும் இரும்பு ஆகிய சுரங்கங்களை நன்கு

பராமரிக்க வேண்டும் என்று கூறியுள்ளார். அந்த காலகட்டத்திலேயே இராணுவ ஆயுதங்கள், நாணயங்கள் மற்றும் விவசாய பணிகளுக்காக உபயோகிக்கப்படும் சாதனங்கள் இவை அனைத்திற்கும் தொழிற்சாலைகள் இருந்தன. கௌடில்யரின் காலகட்டத்தில் சுரங்கம் மற்றும் தயாரிப்பு இவை இரண்டும் முற்றிலும் அரசாங்கத்தின் கைகளில் இருந்தன. இவற்றில் தனியாருக்கு எவ்வித பிடிமானமும் கொடுக்கப்படவில்லை. அரசு கஜானா மற்றும் இராணுவ செயற்பாடுகளை முற்றுமாக தானே ஏற்றுக் கொண்டதால் அக்காலகட்டத்தில் அதை ஒட்டிய தொழிற்சாலை வளர்ச்சியையும் அரசாங்கமே ஏற்று நடத்தியது.

தொழிலாளர்கள் செயல்திட்டம் மற்றும் மனிதவள பிரிவின் பயிற்சிகள் :-

கௌடில்யர், தொழிலாளி நல செயற்திட்டங்கள் மற்றும் மனிதவள மேம்பாடு ஆகிய இரண்டின் மீதும் முழு கவனம் செலுத்தினார். ஆனால் அவர் அரசாங்க சேவை மற்றும் மந்திரிகள், செயலாளர்கள் மற்ற அதிகாரிகள் ஆகியோரை நியமனம் செய்வதில் ஒரு நாடு மேற்கொள்ள வேண்டிய செயல் முறைகளை பற்றித்தான் குறிப்பிட்டுள்ளார். மேலும் பரிசோதனைகள் செய்யும் முறை, உரிய சம்பள பங்கீடு, சுழற்சி முறையில் பணிகள் மற்றும் பதவி உயர்வு ஆகியவற்றை பற்றிய விவரங்களை தெளிவாக குறிப்பிட்டிருந்தார் கௌடில்யர். இத்தகைய விதிமுறைகளை குறிப்பிடுகையில் தொழிலாளர்களை சிறந்த முறையில் நடத்த வேண்டும் என்றும் ஆனால் அதே சமயம் கண்டிப்பும் இருக்க வேண்டும் என்று கூறியுள்ளார்.

இன்று HRD (எச்.ஆர்.டி.) என்று அழைக்கப்படும் மனிதவள மேம்பாட்டுத் துறையை பற்றி அர்த்த சாத்திரத்தில் கௌடில்யர் குறிப்பிடவில்லை என்றாலும் அவர் குறிப்பிட்டுள்ள விதிமுறைகளைக் காண்கையில் கௌடில்யர் மனிதவள மேம்பாட்டுத் முறையைப் பற்றித்தான் விவரமாகக் கூறுகின்றார் என்று புரிந்து கொள்ளலாம். சீரிய, சிறப்பான நாடு என்பதில் ஆழ்ந்த நம்பிக்கை வைத்திருந்த அவர், அவர் உழைப்பாளிகளின்

கொள்கை, நிர்வாக செயல்முறை ஆகியவற்றை ஓர் பரந்த நோக்கில் அமைத்தார் என்று புரிகின்றது. கௌடில்யர் மிக விரிவான வகையில் மந்திரிகள், செயலாளர்கள், அரண்மனை பணியாளர்கள், கணக்கர்கள், நிர்வாக அதிகாரிகள், ரகசிய ஒற்றர்கள், நாட்டின் ராஜதூதர்கள் என்று பலரை நியமனம் செய்வதை குறித்து எழுதியுள்ளார். நியமனம் செய்பவர்களின் அறிவு, திறமை ஆகியவற்றைத் தாண்டி அவர்களுடைய ஆன்ம சக்தி, அறிவு கூர்மை, நேர்மை, விசுவாசம் ஆகியவற்றையும் நன்கு ஆராய வேண்டும்.

சம்பள நிர்ணயத்தைப் பற்றிய விதங்களையும் கௌடில்யர் குறிப்பிட்டுள்ளார். சிறந்த அறிவுத் திறன் கொண்ட அதிகாரிகளுக்கு ஈடு செய்யும் வகையில் சம்பள விகிதாசாரத்தில் தகுந்த வித்தியாசங்கள் இருக்க வேண்டும் என்று குறிப்பிட்டுள்ளார். அதே சமயம் அரசு அதிகாரிகளுக்கு அவர்களுக்கு உரிய கடமைகளும், பொறுப்புகளும் சிறந்த முறையில் நிர்ணயிக்கப்பட வேண்டும். கடமைகள் செய்யாதவர்களுக்கு எத்தகைய தண்டனைகளை அளிக்க வேண்டும் என்றும் கூறியுள்ளார். கல்வி மற்றும் உரிய பயிற்சி முறைகள் பல்வேறு விதமான பணிகளுக்கு அளித்தார். அவர் ஆழமான கட்டளைகளை பயிற்சிகள் மற்றும் அரசரை நன்கு அறிந்து கொள்ளும் விதம், இளவரசரை அறிந்து கொள்ளும் விதம் மேலும் நிர்வாகம் மற்றும் இராணுவம் சார்ந்த பல்வேறு விஷயங்களைப் பற்றி அறிந்து கொள்ளும் விதத்தைப் பற்றியும் கூறியுள்ளார்.

இந்தியாவில் மனித வள மேம்பாட்டு விஷயங்கள் மிக முக்கியமானதாக உள்ளது. இன்றைய புதிய சிக்கன ஆட்சிகள் உலகளாவிய அதனுடைய பார்வை ஆகியவற்றை கொண்டு திறம்பட மனிதவள மேம்பாட்டில் மிகச் சரியான முறைகளை ஏற்படுத்திக் கொள்ள வேண்டும். கௌடில்யரின் அர்த்த சாத்திரம் மூலம் மனிதவள மேம்பாட்டை சிறந்த முறையில் இன்றைய இந்தியச் சூழலில் எப்படி சுலபமாக கையாள வேண்டும் என்று நாம் அறிந்து கொள்ளலாம்.

ஆட்சிமுறை

கௌடில்யரின் எழுத்துக்கள் மூலம் ஆட்சி முறை என்பதை முடிவாக நாம் புரிந்து கொள்ள வேண்டும். ஆட்சிமுறை என்பதை அவர் ஒரு அரச பரம்பரை ஆட்சியாகக் காண்கிறார். ஆதலால் அவர் அளித்துள்ள கொள்கைகள் இத்தகைய ஆட்சியின் அடிப்படையில் உள்ளன. அரசாங்கத்தின் மிகப்பெரிய அதிகாரி அரசர்தான். அதை நாம் ஒரு நிர்வாகத்தின் தலைவர் (CEO) வாகவும் எடுத்துக் கொள்ளலாம். நாட்டின் சிஇஓ - அரசர் என்றால் நிர்வாகத்தின் தலைவர் சிஇஓ ஆகின்றார். அரசனின் கடமைகள், அவருடைய பின்னணி, அரசை பொறுத்தவரை ஓர் அரசனின் முழுமையான பெரும் பொறுப்பு ஆகியவற்றை கௌடில்யர் மிகத் தெளிவாகக் கூறியுள்ளார். முழுமையான அன்றாட வழக்கமான பணிகளின் ஏழு நிலைகளாக காலையிலிருந்து மாலை வரை பிரித்தார் கௌடில்யர். இதனால் ஒரு அரசன் அல்லது தலைவன் தன்னுடைய பொன்னான நேரத்தை காலையிலிருந்து மாலை வரை சிறந்த நிர்வாகத்தில் செலவு செய்ய இயலும்.

ஓர் அரசன் தத்துவம், பழைமை வாய்ந்த புனிதமான வேத புத்தகங்கள், அரசியல் நீதி நிலைகள், அரசியல் தந்திரங்கள், நிதி நிர்வாகம் சிறப்பாக நடத்தும் முறை ஆகியவற்றை கற்று சிறப்பாக ஆட்சி நடத்த இயலும். நல்ல ஆட்சி என்றால் ஓர் அரசன் சிறந்த சட்டம் மற்றும் நிர்வாகத்தை செய்ய வேண்டும் என்று கௌடில்யர் கூறியுள்ளார். அரசன் என்பது முடிவான நடுவராகவும், நீதியின் நியாயமான நீதிபதியாகவும் இருக்க வேண்டும் என்று கௌடில்யர் கூறியுள்ளார்.

சட்ட விஷயங்களை சொத்து சம்பந்தமான மற்றும் சட்டத்தை மீறும் குற்றம் ஆகிய இரு பிரிவுகளாக பிரித்திருப்பதை கௌடில்யரின் அர்த்த சாத்திரத்தில் காணலாம். மிக ஆழமான வழிகாட்டுதலை நீதியை நிலை நாட்டக் கூறியுள்ளார். அதில் சாட்சியம், வழிமுறைகள் மற்றும் சாட்சி கூறுபவர்கள் ஆகியோரைப் பற்றி கூறியுள்ளார். தண்ட நீதி எனப்படும் தண்டனை மீது அதிக கவனம் செலுத்தினார். தண்டனைகள் மிகச் சரியாகவும், நீதியாகவும் இருக்க வேண்டும் என்றார். அத்தண்டனைகள் குற்றங்களுக்கு ஏற்றதாக இருக்க வேண்டும் என்றும் கூறியுள்ளார்.

ஒரு நாட்டின் அரசியல் நிர்வாகத்தைப் பற்றி கௌடில்யர் மிக முழுமையான விவரங்களுடன் வர்ணனை அளித்துள்ளார். இதை எப்படி பலனளிக்கும் வகையில் செய்யவேண்டும் என்றும் விபரமாகக் கூறியுள்ளார். நாட்டின் எல்லைக் கோடுகளை பாதுகாப்பது, கோட்டைகளின் பாதுகாப்பு, எதிரிகளின் தாக்குதலை எப்படி எதிர்கொள்வது போன்றவற்றை பற்றி அவர் பல குறிப்புகளை அளித்துள்ளார். இளவரசன், மந்திரிகள், மற்ற அரசு அதிகாரிகள் புரிய வேண்டிய பணியை மிக விவரமாக குறிப்பிட்டுள்ளார். ஒரு நாட்டின் எல்லையை விரிவு படுத்தவும், ஒன்று சேர்த்து பலப் படுத்தவும் அவர் முக்கியத்துவம் அளித்துள்ளார்.

கௌடில்யர் மௌரிய சாம்ராஜ்யத்தை ஒன்று சேர்த்து பலப்படுத்தும் மத்திய அரசாட்சியாக மாற்றுவதையே தன்னுடைய குறிக்கோளாகக் கொண்டார். இக்குறிக்கோளை அடைந்தவுடன் இப்பணி எவ்விதத்தில் சிறப்பாக நடைபெறும் என்றும் அறிந்திருந்தார். ஓர் பணியின் முடிவைப் பற்றி கௌடில்யர் மிக ஆழமாக சிந்திப்பவர் என்பதால் எவ்வழியில் அதை அடையலாம் என்பதைப் பற்றி அவர் அதிக உணர்ச்சி வசப்படவில்லை. தன் சுய வாழ்வில் அவர் அறத்தையும், நீதி நேர்மையையும் பின்பற்றினார். அதே சமயம் அவர் நியாயமான அல்லது நியாயமற்ற விஷயங்களை சிபாரிசு செய்கையில் அவர் மிகத் தெளிவாக, ஒளிவு மறைவின்றி எடுத்துக் கூறினார். இச்சிபாரிசுகள் நாட்டுக்கு ஏற்ற இலக்குகளை அடையும் வழி முறையாக இருந்தன. இதனால் பல அறிவாளிகள் இந்த விஷயத்தில் இவருக்கு எதிர்ப்புத் தெரிவித்தனர். நல்ல ஆட்சிமுறை என்பதின் மற்றொரு பாங்கை விவரிக்கையில் கௌடில்யர் அரசு நிதிகளை தவறான முறையில் உபயோகிப்பதை பற்றி விவரமாகக் கூறியுள்ளார்.

மூலதனத்தை வஞ்சகமாக கையாளுவதைப் பற்றியும், மற்ற தகாத செயல்களை பற்றியும் ஒரு விவரமான பட்டியலை கௌடில்யர் தயாரித்துள்ளார். இந்தியாவின் நிதி நிர்வாத்தை நடத்துபவர்கள் இந்த பாடத்தை மிகவும் முக்கியமாக செயல் படுத்த வேண்டும். எப்படி தீவிர கண்காணிப்பும் மற்றும் சமநிலையையும் கொண்டு தவறான நிதிநிலைகளை சரி செய்ய வேண்டும் என்றும் புரிந்து

கொள்ளலாம். நேர்மையற்ற பழக்க வழக்கங்களை இனங்கண்டு கொள்வது, மிகக்கடுமையான மற்றும் கண்டிப்பான வழிமுறைகள் மற்றும் தண்டனைகளையும் இப்படிப்பட்ட விஷயங்களை தடுக்க உபயோகிக்க வேண்டும். இது இன்று இந்திய நாடு எதிர்கொள்ளும் பிரச்சனைகளுக்கு மிகவும் முக்கியமானதாகும். இதை செயல்படுத்தும் பிரிவுகள், கௌடில்யரின் 'அர்த்த சாத்திரம்' மற்றும் அதில் குறிப்பாக இப்பகுதியை நிச்சயம் படித்து நன்மை பெறலாம்.

கௌடில்யரின் அர்த்த சாத்திரத்தில் உகந்தவை

கௌடில்யரின் அர்த்த சாத்திரத்தை நன்கு புரிந்து கொண்டால் இன்றைய காலகட்டத்திற்கும் ஏற்ற புரிதலை அர்த்த சாத்திரம் அளிக்கின்றது என்று அறியலாம். கௌடில்யரின் காலகட்டங்கள் மிக வித்தியாசமாக இருந்தாலும் அவர் அளித்துள்ள பாடங்கள் உலகளாவியதாகும். நிதி நிர்வாகம் சிறப்பாக செழிக்க புதிய தொழில்களிலும், சிறந்த தந்திர யுக்திகளும் மேற் கொள்ள வேண்டும். அதுதான் அனைத்து விதமான செழிப்புகளை, எத்தகைய நிலையிலும் தர வல்லது. நிதி நிலையை பெருக்குவது என்பது ஒரு நாட்டின் நலத்தை சீராக வைப்பதாகும்.

அவர் சிறந்த முறையில் நாட்டின் மூலதனத்தை உற்பத்தி செய்ய, காப்பற்ற மற்றும் சேர்த்து வைக்க சரியான தந்திரங்களை சிறப்பாக எடுத்துக்கூறியுள்ளார். பொது சொத்து மற்றும் கஜானா, அதிக பண இலாபம் அளிக்கும் சொத்துக்கள், விவசாயத்தின் தொழில் நுணுக்கம், கால்நடை உற்பத்தி, வியாபாரம் மற்றும் வர்த்தகம் இவை மிக உதவிகரமாகவும் இன்றைய காலகட்டத்திற்கு தேவையானதாகவும் உள்ளது. இத்தகைய கொள்கைகள் சரியான விதத்தில் அரசியல் சமூக சூழ்நிலைக்கு ஏற்ப, புதிய தொழில் நுட்ப கலைக்கு ஏற்ப ஏற்றுக் கொள்ளப்பட வேண்டும்.

இதையெல்லாம் தாண்டி கௌடில்யரின் அர்த்த சாத்திரம் நல்ல ஆட்சிமுறைக்கு ஏற்றது என்பதை நாம் புரிந்து கொள்ள வேண்டும். ஆட்சி புரிவதற்கான அடிப்படைக் கொள்கைகளை விரிவாக தந்திருந்தாலும் 'கௌடில்யர்' சட்டம் மற்றும் நீதியை

நிலைநாட்டுவதற்கான முறைகளை விரிவாகக் கூறினார். முழுவதும் ஒப்புக் கொள்ளப்படும் அவரது பாடங்கள் அதன் அடிப்படை கொள்கைகளை நிலை நாட்டுவதற்கு அவருடைய கூரிய பார்வையிலிருந்து உதயமாகிறது. உண்மைக்குச் சிறிதும் புறம்பில்லாத இராஜாங்க விவகாரங்களை கௌடில்யர் கையாண்ட விதத்தை இன்றைய அரசியல்வாதிகள், நிர்வாகிகள் மற்றும் ஆய்வாளர்கள் கவனிக்க வேண்டிய விஷயமாகும்.

இந்தியநாடு ஞானத்தை பொக்கிஷமாகக் கொண்ட உயர்ந்த நாடாகும். அர்த்த சாத்திரம் மற்றும் அது போன்ற புத்தகங்களை பல்லாயிரக்கணக்கான ஆண்டுகளாக சேமித்து வைத்திருக்கும் நாடாகும். இன்றைய ஆட்சி/நிர்வாகம் ஆகியவற்றில் ஈடுபடுபவர்கள் கௌடில்யரின் பாடங்களை நன்கு படித்து நம்நாட்டு சிக்கன முறையிலான பொருளாதார நிர்வாகத்திற்கு ஏற்றவாறு எடுத்து கையாளவேண்டும். இன்றைய உலகசந்தை சூழலில் கௌடில்யர் வலியுறுத்திக் கூறிய பொருளாதார சிக்கனம் மற்றும் வர்த்தக நிர்வாகம் பற்றிய விபரங்கள் இன்றும் நமக்கு உபயோககரமான தகவலாக உள்ளன.

2. கௌடில்யர் – சிக்கன பொருளாதார நிபுணர் எனும் பார்வை

கௌடில்யரின் அர்த்த சாத்திரத்தில் பல விதமான பொருளாதாரக் கொள்கைகள் மற்றும் கருத்துகள் உள்ளன. இன்றைய புதிய பொருளாதார நெறி கொள்கைகளிலும் இதற்கான எதிரொலி இருக்கின்றது. கௌடில்யரின் பொருளாதார கொள்கைகளில் ஒரு பூரணத்துவம் உண்டு. அதில் அதிகமான வெளிப்படையான விஷயங்கள் இல்லை. ஏனெனில் அவர் இன்று நாம் பொருளாதாரம் என்று அறிந்து வைத்திருக்கும் விஷயத்திற்காக எழுதவில்லை. அதே சமயம் அன்று அர்த்த சாஸ்திரத்தில் அவர் வெளிப்படுத்திய பொருளாதார கருத்துக்கள், இன்றைய புதிய, புதுமையான பொருளாதார நிபுணருக்கும் பொருந்தும் என்றாலும் கௌடில்யர் இத்தகைய எண்ணங்களை 2400 ஆண்டுகளுக்கு முன்பே விரிவாக எழுதியிருக்கிறார் என்பது ஆச்சரியமாக உள்ளது. அவருடைய காலகட்டத்தில் எழுதப்பட்ட புத்தகத்திலிருந்து அதே கருத்துக்களை மீண்டும் கண்டுபிடித்து அமுலாக்கப்பட்டுள்ளது. இந்திய நாட்டின் சிக்கன பொருளாதாரத்தின் தந்தை என்று கௌடில்யரை அழைக்கலாம்! உள்நாட்டு வர்த்தக கொள்கைகளைப் பற்றி அவருடைய எண்ணங்களை நாம் படித்தால் தேவை மற்றும் விற்பனைக்கு வரும் சரக்கு இவற்றிற்கு இடையே உள்ள முக்கியத்துவத்தை உணர்ந்தால்தான் சரியான விலை நிர்ணயம் செய்ய இயலும் என்பதை கௌடில்யர் மிக நன்றாக புரிந்து வைத்திருக்கிறார் என்று நமக்குத் தெரிகின்றது.

தேவை மற்றும் விற்பனைக்கு வரும் சரக்குகளின் கட்டுப்பாடு பற்றி

கூட அவர் எழுதியுள்ளார். அவரைப் பொறுத்தவரை **ஒரு அரசன் என்பவன் தேவை மற்றும் விற்பனைக்கு வரும் சரக்குகளைப் பற்றி சரியாக உணராமல் சரக்குகளின் விலையை மத்தியஸ்தம் செய்து நிர்ணயிக்கக்கூடாது என்பதில் கவனம் செலுத்தினார்.** இன்றைய வாழ்க்கை முறையிலும் சமூக சூழ்நிலையிலும் ஒரு சில பொருட்களின் விலைகள் நியாயமானதாக கருதப்பட்டு விலை நிர்ணயம் செய்யப்படுகிறது. ஆனால் இதனுடைய பாதிப்பு மற்ற இடங்களில் உணரப் படுகிறது. அதுவும் பொதுவாக பொது வரிப்பணத்தில் அதனுடைய தாக்கம் ஏற்படுகின்றது. இதற்கு உதாரணமாக கெரசின் குறைந்த விலைக்கு அளிக்கப்படுகிறது. ஏனெனில் அது குறைந்த விலையுள்ள எரிபொருள் ஆகும். இந்த மானியம் அரசு மற்றும் அரசு சார்ந்த எண்ணை வள நிறுவனங்களால் ஏற்றுக் கொள்ளப்படுகிறது. ஆனால் டீசல் எண்ணைக்கு பதிலாக கெரசின் உபயோகப்படுத்தப்படுவதால் சுற்றுப்புற சூழலை அது பாழாக்குகிறது.

கௌடில்யர் **நியாயவிலை** எனும் ஒரு விஷயத்தைப் பற்றிக் கூறியுள்ளார். வியாபாரிகளுக்கு 5 அல்லது 10% லாபத்தை அவர்களுடைய வர்த்தகத்தில் காணவேண்டும் என்பதற்காக நியாய விலை எனும் ஒரு விஷயம் தயாரிக்கப்பட்டது. அரசு சார்ந்த வர்த்தக நிறுவனங்கள் பொதுமக்களின் வியாபாரத்தோடு போட்டியிட்டதால் உரிமை அபிப்பிராய பேதங்கள் ஏற்பட்டது தெளிவாகத் தெரிகிறது. கௌடில்யர் விலை நிர்ணயிப்பதில் ஒரு ஒற்றுமை இருக்கவேண்டும் என்று கூறியுள்ளார். ஏனெனில் இதனால் தனியார் துறைகள் பாதிக்கப்படக்கூடாது என்றும் கூறியுள்ளார். யாரோ ஒருவர் ஒரு பொதுவான விலையை நிர்ணயிக்கக்கூடாது. ஏனெனில் உற்பத்திக்கான செலவு, தேவை மற்றும் விற்பனைக்கு வரும் சரக்குகளின் சதவிகிதம், ஒரு தரமான லாபம் ஆகியவற்றை கருத்தில் கொள்ளவேண்டும். ஏதாவது ஒரு பொருள் விற்கப்படாமல் தேங்கிவிட்டால் பண்யாத்யாஸ்கா அரசு உட்புகுந்து அப்பொருளை மத்திய ஆட்சியின் மூலம் விற்கப்பட வேண்டும். ஏனெனில் அப்பொருளின் விலை வீழ்ச்சி பெறக் கூடாது. அதற்காக பொருட்கள் அனைத்தையும் வாங்கி நாட்டின் கடைகள் மூலம் குறிப்பிட்ட முறையில் விற்கப்பட வேண்டும்.

மொத்தத்தில் அரசு, வியாபாரி மற்றும் நுகர்வோர் ஆகிய மூன்று பேருடைய தேவையையும் உணர்ந்து ஒரு சமநிலை பாவத்தை இப்புத்தகம் ஏற்படுத்துகிறது. இன்று பல வழிகளில் நுகர்வோரின் தேவைதான் அதிமுக்கியமானது என்று கருதப்படுகிறது. 'பாண்யாத்யாஸ்கா' என்பர் பல்வேறு பொருட்களின் விலை நிர்ணயம் செய்பவராகவும், தேவையின் அவசியத்தை நன்கு உணர்ந்தவராகவும், அளிக்கப்படும் பொருட்களின் விற்பனை பற்றியும் நன்கு தெரிந்து வைத்திருக்க வேண்டும் என்று கருதப்பட்டது. வியாபார கூட்டமைப்புகள் அல்லது இயக்கங்கள் வஞ்சகத்தனமாக விலைகள் நிர்ணயிப்பதை மிகக்கடுமையான அபராத விதிகள் மூலம் தடுக்கப்பட்டன.

வெளிநாட்டு வர்த்தகம்

வெளிநாட்டு வர்த்தக இயக்கம் என்பது வருவதற்கு முன்பேயே கௌடில்யர் வெளிநாட்டு வர்த்தகத்தின் லாபத்தைப் பற்றி நன்கு உணர்ந்து அதை மிகவும் ஊக்குவித்தார். வெளிநாட்டு வர்த்தக சந்தையை சென்று பார்த்து நல்ல நிபுணத்துவம் பெற பலரை அனுப்ப வேண்டும் என்று பரிந்துரைத்தார். அத்தகைய நிபுணர்கள் மூலம் எந்த பொருளை ஏற்றுமதி செய்ய வேண்டும் எப்பொருளை இலாபகரமாக இறக்குமதி செய்ய வேண்டும் என்பதை அறிந்து கொள்ள வேண்டும் என்று கூறியுள்ளார். கௌடில்யர் ஏற்றுமதி செய்வதை ஊக்குவித்தாலும் அது ஒற்றை வழி வியாபாரமாக இருக்கக்கூடாது என்று புரிந்து கொண்டார் அதனால் ஏற்றுமதி இறக்குமதியில் ஒரு சமநிலையை ஏற்படுத்தினால்தான் அதை நீண்டகாலம் ஏற்று நடத்த இயலும் என்று கூறினார். வெளிநாட்டு வர்த்தகத்தைப்பற்றிய பயம் அடுத்து வந்த வியாபாரிகளிடம் இருந்ததைப் போன்று இவரிடம் இருக்க வில்லை. ஒரு வெற்றிகரமான வியாபார ஒப்பந்தம் ஏற்படுத்த வேண்டும் என்றால் அதைச்சார்ந்த அனைத்து நாடுகளுக்கும் ஒரு லாபத்தை அது ஈட்டித் தரவேண்டும் என்று கூறினார். அதன்படி பார்த்தால் இன்றைய வெளிநாட்டு வர்த்தக ஒப்பந்தங்களில் இந்த அடிப்படை கொள்கைதான் உள்ளது.

அந்த வர்த்தகத்தைச் சார்ந்த அனைத்து நாடுகளுக்கும் விலையில் லாபத்தில் ஒரு முன்னேற்றம் இருக்க வேண்டும். நுகர்வோரின் அதிகரிப்பும் அடிப்படை லாபமும்தான் வெளிநாட்டு வர்த்தகத்தை ஊக்குவிக்கும் விஷயமாக உள்ளது. அதே சமயத்தில் வெளிநாட்டு வர்த்தகத்தில் ஒரு கட்டுப்பாடு இருந்தது. அனைத்துப் பொருட்களும் ஏற்றுமதி இறக்குமதி வியாபாரத்திற்குப் பொருந்தாது. கௌடில்யர் அளித்திருக்கும் பொதுவான மற்றும் குறிப்பிட்ட கொள்கைகளை வியாபாரத்தின் அனைத்து நிலைக்கும் ஏற்றாற்போல் பொருந்தும். இக்கொள்கைகள் சிக்கலானதாக தோற்றம் அளித்தாலும் அது அதிசயத்தக்க வகையில் புதுமையாக உள்ளது.

வியாபாரக் கொள்கை

"வியாபார வழி" என்பதைத் தேடி ஆராய்ச்சிக்கு உட்படுவதில் அரசுக்கு ஒரு முக்கியமான பங்கு உள்ளது. இன்று பல நாடுகளில் புதுமையான வர்த்தக கொள்கைகளைக் காணும் பொழுது கௌடில்யர் அன்று வெளிநாட்டு வர்த்தகத்தை தேடும் அரசுக்கு கூறிய விஷயங்கள் வெகுவாகப் பொருந்தும் என்று புலப்படுகின்றது. அதாவது பொருட்களின் விலைகள் அவற்றின் தேவைகள், சுங்கவரி, கடல் கடந்து எடுத்துச் செல்லும் செலவுகள் மற்றும் வியாபார விபரங்கள் அனைத்தையும் பிரதிபலிப்பதாக உள்ளது.

"வெளிநாட்டு பொருட்களின் விலையையும் உள்நாட்டு பொருட்களின் விலையையும் ஒப்பிட்டுப் பார்த்து பேரம்பேசி கண்காணிக்கும் மேலதிகாரி கணக்கிட்டு கண்டுபிடிக்க வேண்டும். அதாவது **சுல்கா** எனப்படும் சுங்கவரி **(வர்த்தனி)** எனப்படும் பாதை வரி, **(அதி வாஹிகா)** எனப்படும் போக்குவரத்து செலவு வரி, **(குல்மதேயா)** எனப்படும் இராணுவ முகாம்களில் கட்டவேண்டிய வரி, **(தாராதேயா)** எனப்படும் கப்பல் வரி, **(பக்தா)** எனப்படும் வியாபாரி மற்றும் அவனைச் சார்ந்தோருக்கு உரிய மானியம், **(பாகா)** எனப்படும். வியாபார பொருளை வெளிநாட்டு அரசனுக்கு கொடுக்கும் வரி" என்று பல வரிகளைப்

பற்றி கௌடில்யர் கூறுகிறார். கொளடில்யர் விவரங்கள் சேகரிப்பதும், வர்த்தக செயற்பாடுகளுக்காக முன்பாகவே அங்கத்தினர்களிடம் வாக்கு கோருவதைப் பற்றியும் மிக விரிவாக கூறியுள்ளார். நதிக்கரை ஓரங்களிலுள்ள வியாபார ஸ்தலங்களான ஊர்களின் விபரங்களை சேகரித்து, அங்குள்ள வர்த்தக விவரங்களை அறிந்து கொண்டு ஒரு அதிகாரி தன்னுடைய பொருட்களை லாபகரமான சந்தைகளுக்கு அனுப்பி வைக்கவும் லாபமற்ற சந்தைகளை தவிர்க்கவும் வேண்டும் என்று கூறியுள்ளார்.

நிச்சயமற்ற தன்மையும் துணிகர அபாயமும்

கௌடில்யர், துணிகர அபாயகரமான மற்றும் நிச்சயமற்ற தன்மைகளின் அளவுகோலை லாபம் மற்றும் வட்டியின் அளவோடு இணைத்து பேசினார். துணிகர அபாயகரமான செயல்களின் தன்மை அதிகரித்தால் அதற்குரிய அதிக இலாபம் அல்லது வட்டியை நாம் பெற வேண்டும் என்றார். உதாரணமாக இறக்குமதி பொருட்களால் கிடைக்கக்கூடிய இலாபம் உள்நாட்டு சரக்குகளை விட இரண்டு மடங்கு அதிகமாக இருக்க வேண்டும் என்று கௌடில்யர் கூறியுள்ளார். இதோடு இணைந்து சற்றே துணிகரமாக யோசித்ததில் 10% இறக்குமதியில் லாபமும் 5% உள்நாட்டு சரக்கில் லாபமும் தேவை என்பது முக்கியமான காரணமாக அமைந்தது.

இதனுடைய அடிப்படைக் காரணம் ஏற்றுமதி செய்யப்படும் பொருட்களை பத்திரப்படுத்தி வைப்பதற்கு மிக அதிகமான மூலதனம் முதலீடு செய்யப்படுகிறது என்பது மட்டுமல்ல பொருட்களை கொண்டு செல்கையில் பொருட்கள் திருடப்படும் அபாயமும் உள்ளது. இதன் மூலம் துணிகர செயல் மற்றும் அதற்கான சன்மானம் பற்றிய புரிதல் கௌடில்யருக்கு ஆரம்ப காலத்திலேயே இருந்தது என்று தெரிகிறது. மேலும் கௌடில்யர் வட்டி சதவிகித அமைப்பை, வட்டி சதவிகிதம் எப்படி மிகச்சரியாக அமைக்கப்பட வேண்டும் என்பதில் முக்கியத்துவம் மற்றும் கடனை திரும்பப்பெறுவதில் நுட்பம் ஆகியவற்றின் முக்கியத்துவத்தை மிக விவரமாக ஆய்வு செய்து எழுதியுள்ளார். கௌடில்யர் பல்வேறு தரப்பினருக்கு ஏற்ற பொருளாதார சிக்கன முறைகளையும் அதற்கேற்ப பல்வேறு வட்டி சதவிகிதங்களையும்

தெளிவாக குறிப்பிட்டுள்ளார்.

''ஐந்து பணாஸ்'' (பணங்கள்) ஒவ்வொரு மாதமும் நூறு பணாஸுக்கு எனும் வட்டியை வாங்குவது வர்த்தக வட்டி. இதை ''வ்யவஹாரிக்கி'' என்று குறிப்பிட்டுள்ளார். பத்து பணாஸ் (பணங்கள்) ஒவ்வொரு மாதமும் ஒரு நூறு ரூபாய்க்கு என்பது வனத்துறைக்கு; இருபது பணாஸ் (பணங்கள்) ஒரு மாதத்திற்கு நூறு ரூபாய்க்கு கடல் வணிகத்திற்கு (சமுத்ரணம்) என்று கௌடில்யர் தெளிவாக கூறியுள்ளார். எத்தனை துணிகரமாக ஒரு வியாபாரம் நடத்தப்படுகிறதோ அந்த அளவு அதிக வட்டி இருக்க வேண்டும். மிக அதிக துணிகரமான வியாபாரத்தை மனதில் கொள்ள வேண்டும் என்றும் குறிப்பிட்டுள்ளார். **அரசு வர்த்தக செயல்பாடுகளை கண்காணித்து பொதுவான நன்மைகளை மக்களை அடையாமல் தடுக்கும் விஷயங்களில் கவனம் செலுத்த வேண்டும் என்று கௌடில்யர் கூறியுள்ளார்.** உ.தா. கடன் கொடுப்பவர்களுக்கும் கடன் வாங்குபவர்களுக்கும் இடையே நடக்கும் செயல்பாடுகளில் கவனம் செலுத்த வேண்டும் என்று அவர் குறிப்பிட்டுள்ளார். ஏனெனில் இதன் மீதுதான் ஒரு அரசாங்கத்தின் நன்மை சார்ந்துள்ளது என்றும் கூறுகிறார். இன்று இது போன்ற ஒரு ''கவனமான கண்காணிப்பு கொண்டவர்கள்'' வர்த்தக செயல்பாடுகளை தொடர்ந்து கவனித்து வருகிறார்கள். (சென்ட்ரல் பாங்க்ஸ், செபி (SEBI) போன்றவை) இவை சட்டபூர்வமான நியாயத்தையும் பாதுகாப்பையும் வர்த்தக தொழிலில் ஈடுபட்டவர்களுக்கு அளித்து அவர்களுடைய தொழில் ரீதியான சூழலை வலுவுள்ளதாக்குகிறது.

அரிஸ்டாட்டில் கடன் மீது வட்டி வாங்குவதை நியாயமற்றது என்று கூறியது போலன்றி, கௌடில்யர் எந்த விதமான கடன்களுக்கு எவ்விதமான வட்டியை வாங்க வேண்டும் என்பதையும் வட்டி சதவிகிதத்தை பாதிக்கக்கூடிய விஷயங்கள், வட்டியை சரியாக கணக்கிடும் முறைகள், எத்தகைய சந்தர்ப்பத்தில் கடன் கொடுத்தவர்கள் வட்டியை கணக்கிட முடியாமல் போகலாம் என்பதை பற்றியும் கௌடில்யர் தெளிவாகக் கூறியுள்ளார். அவருடைய காலகட்டங்களில் வட்டி விகிதச்சாரம் என்று 1.25% - 2% வரை மாதத்திற்கு என்று கணக்கிடப்பட்டது. முக்கியமாக இது

இரண்டு விஷயங்களை சார்ந்திருந்தது. இதில் ஏற்படும் அபாயங்கள் மற்றும் வாங்கப் பட்ட கடனுடைய சாத்தியமான பலன் ஆகியவற்றைப் பற்றிக் கூறியுள்ளார். சுய விஷயங்களுக்காக வாங்கப்படும் கடன்கள் அதாவது திருமண செலவுகள் போன்றவற்றிற்கு மிகக் குறைந்த வட்டியான 1.25% (ஒரு மாதத்திற்கு) என்று அவருடைய காலகட்டத்தில் இருந்தன. அதே சமயம் வியாபாரத்திற்கு இந்த கடன்கள் அதிகமாக இருந்தன. சாதாரண உள்நாட்டு வியாபாரத்திற்கு ஒரு மாதத்திற்கு 5% வட்டியும் அதே சமயம் வனத்துறை விளைச்சல் பொருட்களுக்கு இரட்டிப்பு வட்டியும் போடப்பட்டன.

அன்றைய காலகட்டத்தில் வனத்துறை சார்ந்த இடங்களுக்கு செல்லும் வியாபாரிகள் மற்றும் திருடர்களால் மிக அதிகமான ஆபத்தை சந்தித்தனர். ஆனால் வனத்துறை பொருட்களின் வியாபாரம் மிக அதிக லாபத்தை அளித்தது. ஒரு மாதத்திற்கு 20% எனப்படும் மிக அதிகான வட்டி சதவிகிதம் வெளிநாட்டு வியாபாரத்திற்கு அளிக்கப்பட்டது. இதில் ஆபத்துக்கள் நிறைந்திருந்தாலும் மிக அதிகமான லாபத்தையும் ஈட்டித்தரும் வியாபாரமாக அமைந்தது. லாபத்தையே எதிர்பார்க்கும் வர்த்தக வங்கிகள் இந்த வட்டி சதவிகிதத்தை எண்ணி பெருமூச்சு விடுவார்கள். ஒரு குழுவாக வாங்கும் கடன்களின் வட்டி மிக அதிகமாகவும் ஒரு தனி ஆளாக வாங்கும் கடனுக்குரிய வட்டி சற்று குறைவாகவும் இருந்தது. அதாவது ஒரு குழு என்றால் வட்டியின் சுமையை பங்கிட்டுக் கொள்வதால் ஒரு தனிநபர் மீது அச்சுமை குறைவாகத்தான் இருக்கும் என்று எண்ணிய காலம் இது. மேலும் ஒரு குழுவாக இருப்பதால் மிகப்பெரிய திட்டங்களில் ஈடுபட்டு மிக அதிக லாபத்தை வெளிநாட்டு வர்த்தகங்கள் மூலமாக பெறக்கூடும் என்பதால் ஒரு குழுவிற்கு அதிகவட்டி அளிக்கப்பட்டது. அரசு அங்கீகாரம் பெறாத வட்டி சதவிகிதத்தை கடனளிப்பவர்கள் வாங்க இயலாது.

மேலும் உடல் நலக்குறைவு, பணப்பற்றாக்குறை, தொழில் ரீதி அடிப்படை (மாணவர்கள் போன்றவர்கள்) வட்டி கட்ட இயலாததால் அவர்களுக்கு வட்டி கட்டுவதிலிருந்து விலக்கு அளிக்கப்பட்டது. ஆனால் இதை சட்டரீதியாகத்தான் அவர்கள்

பெற முடிந்தது. கௌடில்யர் ஐந்து விதமான முன்பணம் கொடுத்து தீர்க்கும் வட்டி, குறித்த காலங்களில் கட்ட வேண்டிய வட்டி, நிர்ணயிக்கப்பட்ட வட்டி தினசரி வட்டி, ஒரு பொருளை அடகு வைத்து வாங்கும் பணத்திற்கான வட்டி என்று ஐந்து விதமான வட்டிகளை தரம்பிரித்து குறிப்பிட்டுள்ளார். வட்டியை சதவிகிதமாக கணக்கிட்ட முறை இந்தியாவிலிருந்துதான் உருவானது. மொத்தமாகப் பார்த்தால் வட்டி விகிதத்தைப் பற்றி கௌடில்யர் கூறியுள்ளது மிக விரிவான பல பகுதிகள் கொண்டதாகவும் அதே சமயம் புதுமையாகவும் உள்ளது.

சம்பளம்

கௌடில்யர் அரசு பணியாளர்களுக்கு சம்பளம் அளிப்பதில் மூன்று விதமான திட்டங்களை அளித்தார். உயர் பதவியில் உள்ள அதிகாரிகள் நம்பிக்கைத் தன்மையுடன் இருப்பதற்காக அதிக சம்பளம் கொடுத்து அவர்களிடமிருந்து தேவையான திறமையையும், உழைப்பையும் ஊக்கப்படுத்தி அவர்கள் இருக்கும் உயர் பதவிக்கு ஏற்றபடி சம்பளம் அளிக்க வேண்டும். **ஒரு அரசின் சம்பளம் அளிக்கும் செலவு அதனுடைய வருவாயில் கால் சதவிகிதத்தைத் தாண்டக் கூடாது என்று கௌடில்யர் குறிப்பிட்டுள்ளார். இன்றைய நிதித்துறை ஆணையம் கௌடில்யர் சம்பளத்தைக் குறித்து எழுதியுள்ள அத்தியாயத்தை நன்கு படித்துப் பார்க்க வேண்டும் !**

தனியார் இயந்திரத்துறை நிறுவனங்களின் சம்பள பட்டுவாடாவை கௌடில்யர் மிக ஆழமாக விவரித்துள்ளார். அவர்கள் செய்யும் பணியின் தரமும், அளவும், பொருட்களின் சந்தை மதிப்பீடு, அதில் இணைக்கப்படும் பொருட்களின் சந்தை மதிப்பீடு போன்ற பலவற்றின் மதிப்பை யோசித்துள்ளார். தனியார் நிறுவனங்களின் சம்பள விகிதாச்சாரங்கள், அவர்களுடைய திறன் மற்றும் தொழில்நுட்பக்கலை ஆகியவற்றை அடிப்படையாகக் கொண்டுள்ளது என்று எழுதியுள்ளார் மேலும் நிறுவனத்திற்குள் செய்யப்படும் பணியின் தரம் மற்றும் அளவு ஆகியவற்றையும் கணக்கில் கொண்டு சம்பளங்கள் வித்தியாசப்பட்டன. விடுமுறை

நாட்களில் செய்யப்படும் அதிகப்படியான பணிக்கு அதிகமான சம்பளம் அளிக்கப்பட்டது. பணியாளர்கள் சந்தை, போட்டி நிறைந்ததாகும். யாரால் போட்டி போடமுடியவில்லையோ வேலையற்றவர்களாகவும், வேலையை கற்காத பணியாளர்களாகவும் அவர்களுடைய சம்பளம் வெகுவாக குறைக்கப்பட்டது. அன்றே சம்பள ஒப்பந்தங்கள் எனும் விஷயம் இருந்தது. செய்யவேண்டிய பணியின் அளவு மற்றும் தரத்தையும் அதற்குரிய சம்பளமும் பேசப்பட்டது.

கௌடில்யர் தொழில் கூடங்களை பற்றி எழுதியிருப்பதை நாம் பொதுவாக காண்பதில்லை. தனிப்பட்ட சிறப்பு முயற்சிகளையும் புதிய இயந்திர சாதனங்களையும் உபயோகித்து உற்பத்தி ஆகும் பொருட்களின் தரங்கள், ஆகியவற்றை சிறப்பாக செய்யும் ஒரு விசையை நோக்கி அன்று தொழில் நுட்பக்கலை சென்றது என்று அறிந்து கொள்ளலாம். நிதி நிர்வாகம், சமூகம், அரசியல் இம்மூன்றையும் நன்கு புரிந்து கொண்டு சிறப்பான ஒரு சம்பளக் கொள்கையை ஏற்படுத்துவதற்கான முயற்சி அன்று இருந்தது என்பதை நாம் அர்த்த சாத்திரத்தின் மூலம் அறிந்து கொள்ளலாம். புதிதாக வரும் கொள்கைகள் நியாயமானதாகவும், சீரானதாகவும் முதலாளித்துவம் கொண்ட நாட்டுக்கு உரியதாகவும் இருந்தன. கௌடில்யரை பொறுத்தவரை அரசாங்கம் விவசாயிகள், வியாபாரிகள் மற்றும் தொழில் அதிபர்களுடன் இணைந்துதான் பணியாளர்களின் சம்பள சட்டம் இயற்றப்பட வேண்டும் என்பதில் தீர்மானமாக இருந்தார். அர்த்த சாத்திரத்தில் கூறப்பட்டுள்ள கொள்கைகள் வெவ்வேறு தரப்பு மக்களுக்கிடையே ஒரு மென்மையான சமச்சீர் நிலையை ஏற்படுத்த முயற்சி செய்கிறது.

ஒரு அரசு பிரத்யேக உரிமை எனும் தனி சுதந்திரம் பெற்றிருந்தாலும் அது தனியார் நிறுவனங்களுடன் ஒத்துழைத்தால்தான் சாதனங்களை சரியான முறையில் உபயோகிக்க இயலும். மேலும் மிக வலுவான தனியார் பகுதிகள் ஒரு அரசுக்கு மிக அதிக பலத்தை அளிக்க வல்லது.

நிதி மற்றும் வங்கிகள்

கௌடில்யரின் நிதிநிர்வாகத்தில் பணபட்டுவாடாவிற்கு எவ்வித தடையும் இல்லை. அரசின் எவ்வித தலையீடும் இன்றி பணம் மற்றும் பணப்பட்டுவாடா ஆகிய இரண்டும் தன்னைத்தானே நிலை நிறுத்திக் கொள்கிறது. பணபட்டுவாடாவின் தட்டுப்பாடு என்பது தங்கம் மற்றும் வெள்ளி எனும் முக்கியமான இரண்டு உலோகங்களைச் சார்ந்தது. ஏனெனில் இவ்விரண்டு உலோகங்கள்தான் நாணயங்களை தயாரிக்க உபயோகப்படுத்தப்பட்டது என்று நமக்குத் தெரிய வருகிறது. நாணயங்களைத் தயாரிக்க தங்கம் (தங்க நாணயங்களுக்காக) வெள்ளி (வெள்ளி நாணயங்களுக்காக) இவை இரண்டையும் சரியான முறையில் உருக்கி இணைத்துத்தான் மற்ற உலோகங்கள் செய்யப்பட்டன. தனிமனிதன் யாராக இருந்தாலும் தன்னுடைய தங்கம் மற்றும் வெள்ளியை அளித்து நாணயங்களாக அரசு நாணயக்கிடங்குகளில் உரிய கட்டணத்தை அளித்து செய்து கொள்ளலாம் என்று நாம் அறிகிறோம். வெவ்வேறு நடவடிக்கைகளுக்கு ஏற்ப வெவ்வேறு விதமான நாணயங்களைச் செய்தனர். பணப் பட்டுவாடாவின் மூலம் நிதிநிர்வாக செயல்பாடுகள் எவ்விதத்திலும் கட்டுப்படுத்தப்பட வில்லை என்று நாம் அறிகிறோம்.

கைத்தொழில் நிபுணர்கள் மற்றும் குழுக்களின் செல்வத்தை நன்கு பாதுகாக்க அடிப்படை வங்கி அமைப்புகளைப் பற்றி ஆழ்ந்த சிந்தனையுடன் எடுத்துக் கூறியுள்ளார் கௌடில்யர். வங்கியாளர் என்பவர் கைத்தொழில் நிபுணர்களை நன்கு புரிந்து கொள்ளவேண்டும். நம்பத் தகுந்தவராக இருக்கவேண்டும், கைத்தொழில் நிபுணர்கள் புரியும் பணிகளை பற்றி அறிந்தவராக இருக்க வேண்டும், சமூகத்தில் அந்தஸ்துள்ளவராக இருக்க வேண்டும் என்று கௌடில்யர் கூறியுள்ளார். இன்றைய வங்கிகள் இவையனைத்தையும் சிறப்பாக செய்கின்றன. அதேசமயம் அவர்கள் நம்பிக்கை உயர்வு ஆகியவற்றை தங்கள் சமூகத்திற்குள் உருவாக்கி, தங்கள் தொழிலை உயர்த்திக் கொள்ள வேண்டும். அதுபோன்றே தங்கள் விற்பனையையும் வெற்றிகரமாக செயல்படுத்த வேண்டும்.

'கௌடில்யர்' ஏழ்மையை போக்க யாரால் இயலும், யார் கைத்தொழில் நிபுணர்களுக்கு கட்டளைகள் இட இயலுமோ, யாரிடம் நம்பிக்கையுடன் பணம் வைப்பு நிதியாக வைக்க இயலுமோ, தாங்களே வடிவமைத்த அமைப்புகளை அமைக்க இயலுமோ, யாரை கைத் தொழில் நிபுணர்கள் நம்புகின்றனரோ, அவர்கள் கைத்தொழில் நிபுணர்களின் சங்கம் அளிக்கும் வைப்பு நிதிகளை வாங்கி பத்திரப்படுத்தலாம் என்று கூறியுள்ளார். அதன்பிறகு 'ஸ்ரேணி' என்றழைக்கப்படும் சங்கங்கள் தேவையான நேரத்தில் இவர்களிடமிருந்து வைப்பு நிதிகளை மீண்டும் திரும்பிப் பெறலாம். என்று எழுதியுள்ளார்.

கௌடில்யரின் அர்த்த சாத்திரத்தில் உள்ள சாத்தியக்கூறான தத்துவங்களை படித்து அதன் சிறப்பை ரசிக்க வேண்டும். அவர் 'சிக்கன நிதி' என்பதை பற்றி எழுதாவிட்டாலும் அவர் பல சிக்கன நிதி கருத்துக்களைப் பற்றியும், அது அரசாங்க பணிகளுக்கு ஏற்றவாறு நிர்வாகம் செய்வதைப் பற்றியும் கி.மு. 3ம் நூற்றாண்டிலேயே எழுதியுள்ளார். அதிலிருந்து அவருடைய பல நிதி நிர்வாக எண்ணங்கள் மீண்டும் கண்டு பிடிக்கப்பட்டு பல நிதி நிர்வாக நிபுணர்களாலும், தத்துவ ஞானிகளாலும் எடுத்து மீண்டும், மீண்டும் கூறப்படுகின்றது. நிதிநிர்வாக கொள்கைகளை அமைக்கும் மிக சிறந்த மனிதர்களுக்கிடையே கௌடில்யருக்கு உரிய உயர்ந்த இடத்தை நிச்சயம் அளிக்க வேண்டும்.

3. தாராளமய சந்தை நிதி நிர்வாகம்

அரசு சந்தையை ஒழுங்குபடுத்துவதில் பங்கு வகிக்கின்றது என்று கௌடில்யர் தீர்க்கமாக நம்பினார். இது இன்று தாராளமய சந்தை நிதி நிர்வாக முறையில் கையாளப்படும் விஷயங்களிலிருந்து அதிகம் மாறுபடவில்லை. இங்கு அரசு உரிய ஸ்தாபனங்களை நிதிநிர்வாக பணிகள் சிறப்பாக நடைபெறுவதற்காக அமைக்க வேண்டும். இந்த அத்தியாயத்தில் சந்தை நிதி நிர்வாகம் பற்றி விஷயங்கள் அலசப்பட்டுள்ளன அரசாங்கங்கள் உதவுபவர்களாக ஒரு நிலையை எடுத்துக் கொள்ளுதல் சந்தை சிறப்புற நடைபெற ஸ்தாபனங்களை நிறுவுதல், தவறான வியாபார முறைகளை நீக்கி நுகர்வோர் தேவைகளை பாதுகாத்தல் என்று பல விஷயங்களை கூறியுள்ளார்.

இவையனைத்தும் இன்றைய நுகர்வோர் மனதில் ஒரு புரிதலை ஏற்படுத்தக்கூடியதாகும். நிதி நிர்வாகத்தின் ஒவ்வொரு நிலையையும் சிறப்பான முறையில் கட்டுப்படுத்தும் நுணுக்கத்தை மிக தீவிரமாக ஆராய்ந்து எழுதியுள்ளார். அதே சமயம் கட்டுப்பாட்டிற்காக ஒழுங்கு முறை பயிற்சியும், எதிர்ப்பை குறைக்கும் வகையில் மாற்றியமைக்கும் முறைகளையும் கொண்டு, பல்வேறு நிதிநிர்வாக செயல்களையும் செய்து, அரசின் மிகச்சிறந்த நிதிநிர்வாகத்தின் நன்மைக்காக கௌடில்யர் பல வழிமுறைகளை பகிர்ந்துரைத்தார்.

அரசின் நன்மையும் மக்களின் செல்வமும் ஒரே புள்ளியில்

இணைகின்றன என்று கௌடில்யரின் பார்வை இருந்தது. விவசாயம், உள்நாட்டு விவசாயத்தை சாராத தொழில் முறைகள் மற்றும் வெளிநாட்டு வர்த்தகம் ஆகியவற்றின் சரியான வழிநடத்தலின் உள் விவரங்களை தெளிவாக எடுத்துரைத்துள்ளார். பணியாளர் மற்றும் முதலாளி உறவுமுறை சிறந்த முறையில் கண்காணிக்கப்பட்டது. இதன் மூலம் பணியாளர்களை சுய நலத்திற்கு உபயோகிப்பது குறையவும் அதே சமயம் பொருட்களின் உற்பத்தியை பணியாளர்கள் தடுக்க இயலாமலும் இருக்கும். இருவருக்கிடையே உள்ள ஒப்பந்தம் முறையாக நடக்க அரசு முனைப்பாக இருந்தது. இதன் மூலம் எக்காரணம் கொண்டும் உற்பத்தி தடை பெறாமல் இருந்தது.

விலை நிர்ணயம் சிறப்பாகவும், முறையாகவும் இருக்க, உற்பத்தி பொருட்கள் எக்காரணம் கொண்டும் தயாரித்த இடத்தில் விற்க முயலாமல் இருப்பதும் அதற்குரிய சந்தை கடைகளில் மட்டுமே விற்கவேண்டும் எனும் கொள்கை வேண்டும். அரசு பொருட்களின் விலையை நிர்ணயம் செய்தது இது தேவை மற்றும் விற்பனைக்கு வரும் சரக்குகளின் மதிப்பீட்டை அடிப்படையாகக் கொண்டது. உள்நாட்டு வியாபாரத்திற்கு 5% என்றும், வெளி நாட்டு வர்த்தகத்திற்கு 10% என்றும் விலைப் பட்டியல் திட்டமிடப்பட்டது. நிர்ணயிக்கப்பட்ட விலைப் பட்டியல் சரியான முறையில் நிர்வகிக்க இயலவில்லை எனில் சந்தைக்கு வரும் பொருட்களின் அளவை உடனுக்குடன் அரசு கட்டுப்படுத்தியது. அதிகப்படியான மூலதனம் மற்றும் வரிவிலக்கு ஆகியவற்றை வியாபாரிகளுக்கு அளித்து லாபகரமாக வர்த்தகம் புரிய அரசு உதவியது.

அடிப்படையில் அரசு அனைத்திலும் தன் கட்டுப்பாட்டை செலுத்தியது. அதே சமயம் தனியார் வியாபாரத்தை அனுமதித்து அது மேலும் சிறப்பாக வளரவும் ஊக்கமளித்தது. ஒரு நாட்டின் வளம் என்பது அங்குள்ள மக்களின் வளத்தை சார்ந்தது. அதனால் அரசு தனியாரின் தயாரிப்பை மற்றும் இலாபம் ஆகியவற்றில் எந்த விதத்திலும் அடக்கி ஆளாமல் இருக்க வேண்டும். மக்களின் செல்வவளம் மற்றும் தனியார் வர்த்தகம் இவையிரண்டும் அரசின் வளத்துடன் போட்டியிடாமல் இருக்கவும், கௌடில்யர் நிதி நிர்வாகம், அன்றாட நிர்வாக

முறைகள், அரசியல், சட்டம் மற்றும் சமூக நடவடிக்கைகள் ஆகியவற்றையும் வழிமுறைப் படுத்தினார்.

மேற்கூறியவற்றின்படி கௌடில்யர் அரசிற்கு மிகவும் சக்தி வாய்ந்த இடத்தை வர்த்தக முறைகளில் அளித்திருந்தாலும், அவர் அரசிற்கு வர்த்தகத்தை மையப்படுத்தி அதிக அதிகாரத்தை அளிக்க விரும்பவில்லை. எக்காரணம் கொண்டும் மக்கள் உபயோகிக்கும் பொருட்களின் விலைப் பட்டியல், உற்பத்தி, அளவு ஆகியவற்றின் மீது கட்டுப்பாடு இருக்கத் தேவையில்லை என்று கௌடில்யர் எண்ணினார். "எப்பொருட்களின் தேவை அதிகமாக உள்ளதோ அவற்றின் விற்பனையில் எவ்வித கால நேர கட்டுப்பாடு கூடாது. அவற்றை எக்காரணம் கொண்டும் மையப்படுத்தப்பட்டு அதிக அதிகாரத்திற்கு உட்படுத்தப்படக்கூடாது (சங்குலதோஷா)'' என்று அவர் எழுதியுள்ளார்.

அரசின் உதவிகள்

கௌடில்யர் வாழ்ந்த நாடு, நடவடிக்கைகளுக்கு உதவுவது என்பதை தன்னுடைய கடமையாக கொண்டிருந்தது. நாட்டின் நன்மைக்காக நடவடிக்கைகளை ஒழுங்கு முறைப் படுத்த வேண்டியது மிக முக்கியமானது என்று கருதியது. வியாபார நடவடிக்கைகளை சிறப்புற செய்ய கௌடில்யர் சமூகத்தில் உள்ள 'முட்களை' களைய வேண்டும். அதற்கு கைவேலை நிபுணர்களை நன்கு பாதுகாத்து அவர்களுடைய வியாபார விஷயங்களைப் பேண வேண்டும் என்றார். கௌடில்யரின் நாட்டில் 'கைவேலை நிபுணர்களின் பணித்திறனை குறைப்பது; அவர்களுடைய வருவாயை குறைப்பது, அவர்களுடைய விற்பனை அல்லது வாங்கும் திறனை அழிப்பவர்கள் ஆகியோருக்கு தண்டனை விதிக்கப்பட்டது.'

இன்றைய இலக்கிய உலகில் கிடைத்துள்ள பெருமைமிக்க முதலிடத்தில் (உ.தா. நிதி நிர்வாகம், அரசியல், பொது உடமை கொள்கை) வர்த்தக மற்றும் வியாபார சூழ்நிலையில், கௌடில்யர் உண்மையாக சிக்கன நிதி நிர்வாகத்தை கையாண்டுள்ளார். இன்றும் இப்பிரச்சனை பல நாடுகளில் தீவிரமாக உள்ளது. கௌடில்யர்

‘அரசு கண்காணிப்பு’ என்பதை அழுத்தி கூறியுள்ளது கவனத்தில் கொள்வதாக உள்ளது. அவர் சுதந்திர வர்த்தகத்தை விரும்பினார். அரசு புது வழிமுறைகள் மூலம் வர்த்தக பணிகளை பாதுகாத்து, உயர்த்த வேண்டும் என்றார். அதே சமயம் அவர் வியாபாரத்தை உயர்த்த அரசு மிகப்பெரிய இடத்தை எடுத்துக் கொள்ள வேண்டும் என்றும் எண்ணினார்.

கௌடில்யரின் வழிமுறைகளில் வர்த்தக இலாகா பிரிவு வர்த்தகத்தை எளிதாக்குவதில் பெரும் பங்கு வகித்தது. அது போன்றே உள்நாட்டு வர்த்தக கொள்கை மற்றும் வெளிநாட்டு வர்த்தக கொள்கையில் முக்கியமான பங்கை அரசு வகித்ததை கௌடில்யர் குறிப்பிட்டுள்ளார். ‘‘வர்த்தகத்துறை உயர் அதிகாரி தேவை அல்லது முற்றிலும் தேவையற்ற பொருட்களை சரிபார்த்து, பல்வேறு பொருட்களின் விலைகளின் கூடுதல், குறையை எண்ணிப் பார்க்க வேண்டும். இப்பொருட்கள் நிலத்திலோ அல்லது நீரிலோ விளைந்ததாக இருக்கலாம். நிலம் அல்லது நீர் மூலமாக கொண்டு வரப்பட்டதாக இருக்கலாம். அந்த அதிகாரி அப்பொருட்களின் விநியோகம், மையக் குவிப்பு, வாங்குதல் மற்றும் விற்பனைக்கு உரிய காலகட்டத்தை எடுத்துரைக்க வேண்டும்.’’ என்று கௌடில்யர் கூறியுள்ளார்.

சங்கங்களை ஏற்படுத்துவது

இன்றைய சூழலைப் போன்றே கௌடில்யரும் சங்கங்களை ஏற்படுத்துதல் மற்றும் சங்கங்களின் முக்கியத்துவம் மீதும் தீவிர ஆர்வம் காட்டினார். ‘சட்டங்கள் இயற்றுவதன் மூலம் சங்கங்களுக்கு உரிய உள்நாட்டு நியமங்களை அளிப்பது மிகவும் முக்கியம்’ என்றார். இதை அமுல் படுத்த **‘எடைக்கற்கள் மற்றும் அளவுகோல்களை கடுமையாகக் கண்காணித்து சந்தையில் சிறந்த முறையில் நியமங்களை கட்டுப்படுத்தும் உயரதிகாரி தேவை’** என்று பரிந்துரைத்தார். மிகச் சரியான நியமங்களை ஏற்படுத்துவதின் முக்கியத்துவத்தை கௌடில்யர் மறக்கவில்லை. ‘‘எடைக்கற்கள் (ப்ரதிமனதானி) இரும்பு அல்லது கற்கள் கொண்டு தயாரிக்கப்பட வேண்டும். ‘இவை இரண்டும் மகதநாடு மற்றும் ‘மேகலா’ நாட்டில் உள்ளவை கொண்டு தயாரிக்கப்பட வேண்டும்.

அல்லது வேறு ஏதாவது பொருட்களை கொண்டு தயாரிக்கப்பட வேண்டும். ஆனால் அப்பொருள் நீரில் நனைந்தால் சுருங்கக் கூடாது, சூடுபட்டால் விரிவாகக்கூடாது' என்று கௌடில்யர் விவரமாகக் கூறியுள்ளார்.

இன்றைய புதுமை உலகில் தரமான நியமங்கள் கொண்டு சந்தை தன்னம்பிக்கையை உயர்த்துவது என்பது முழுமையாக சங்கங்கள் மூலம் கடைப்பிடிக்கப்படுகிறது. நியமங்கள் என்பதை உடல்நலம், பாதுகாப்பு, பணியாளர்கள், சூழ்நிலை போன்ற பல்வேறு விஷயங்களை இணைத்துத்தான் விரிவாக்கப்பட்டுள்ளன. அனைத்து விதமான பிரச்சினைகளையும் சிறந்த முறையில் தீர்க்க கௌடில்யர் மிகக்கடுமையான சட்டதிட்டங்களை இயற்றினார். சட்டபூர்வமான ஒப்பந்தம், நியாய விசாரணைகள், வெளிப்படையான தகவல்கள், சிறந்த முறையில் பல்வேறு தகவல்களை பெறுவது போன்றவற்றைப் பற்றி கௌடில்யர் மிகத் தெளிவாகக் கூறியுள்ளார். புராதனகாலத்து தத்துவார்த்திகளில் கௌடில்யர் ஒப்பந்தங்கள், மற்றும் அதனுடைய சட்ட அடிப்படைகள் பற்றி கண்டுபிடித்து மிகத் தெளிவான முறையில் எடுத்துக் கூறுவதில் முதலிடம் பெறுகிறார்.

கௌடில்யரை பொறுத்தவரை அனைவருக்கும் தெள்ளத் தெளிவாகத் தெரியும் வகையில்தான் ஒப்பந்தங்கள் செய்யப் பட வேண்டியது மிகவும் முக்கியம் என்று கூறியுள்ளார். அனைத்து ஒப்பந்தங்களுக்கும் சரியான சாட்சி இருக்க வேண்டும். சட்டத்தின் குற்றவாளிகள் அல்லது சட்டத்தால் தண்டனைக்குரியவர்கள் ஆகியோர் சாட்சிகளாக முடியாது என்றும் கூறியுள்ளார்.

எப்பேர்ப்பட்ட தங்கமான நாட்கள் அவை !

கௌடில்யரின் காலகட்டத்தில் வாய் வார்த்தை மூலமாக செய்யப்படும் ஒப்பந்தங்கள் சட்டபூர்வமாக கணிக்கப்படாவிட்டாலும் நியாயமானதாக இருந்தன. இத்தகைய ஒப்பந்தங்களை செவி வழி மூலமாக (ஸ்த்ரோதி) கேட்டவர்கள் சாட்சிகளாக ஏற்றுக்கொள்ளப்பட்டனர். ஒப்பந்தங்கள் பல சமயங்களில் ரத்து செய்யப்பட்டன. உ.தா. ஒப்பந்தத்தில் ஈடுபட்டவரோ அல்லது சாட்சியோ படபடப்பு கோபத்தினால்

தூண்டப்பட்டோ மயக்கத்தில் இருந்தாலோ அல்லது மனநிலை சரியில்லாதவராகவோ இருந்தால் அந்த ஒப்பந்தம் செல்லாது என்று கூறியுள்ளார். சரித்திரத்திலேயே மிகவும் பழமை வாய்ந்த ஒரு ஆராய்ச்சி நூல் அர்த்த சாத்திரம் ஆகும். இப்புத்தகம்தான் முதன்முதலாக ஒரு குழு அல்லது ஒரு சங்கத்தின் ஒட்டு மொத்த சட்ட நியாயத்தைப் பற்றி கூறியுள்ளது. கௌடில்யர் வாழ்ந்த இந்தியாவில் வியாபாரிகள் மற்றும் தொழில் புரிவோரின் கூட்டம் 'ஸ்ரேனிஸ்' என்று அழைக்கப்பட்டனர். இந்த ஸ்ரேனிகள் என்பவர்கள் ஏதாவது ஒரு நிதி சம்பந்தமான செயல்களை புரியும் கூட்டுறவு சங்கங்களைச் சார்ந்தவர்கள் ஆகும். மொத்தத்தில் இவர்கள்தான் இன்று நாம் நிறுவனங்கள் என்று அழைக்கப்படுபவர்களுக்கு முன்னோடிகள் ஆவார்கள். ஒரு குழுவிற்கும் மற்றொரு குழுவிற்கும் உள்ள ஒப்பந்தத்தை கௌடில்யர் ஏற்றுக் கொண்டார். தனிமையில் ஸ்ரேனிகளின் உறுப்பினர்கள் ஒப்பந்தங்களை தங்களுக்குள் செய்து கொண்டால் அதுவும் நியாயமானதுதான் என்று கௌடில்யர் கூறியுள்ளார்.

வியாபாரிகளுக்குள் அல்லது வர்த்தக சங்கங்களுக்குள் பிரச்சினைகள் ஏற்படலாம் என்று கௌடில்யர் கூறியுள்ளார். அதாவது ஒரு சங்கத்திற்கும் மற்றொரு சங்கத்திற்கும் நடுவில் பிரச்சினைகள் தோன்றலாம். அதனால் கௌடில்யர் கூட்டுறவு சங்கங்கள் அல்லது குழு முயற்சியில் ஏற்படும் சங்கங்களுக்கு இடையில் ஒப்பந்தங்களுக்கான சட்டதிட்டங்களை இயற்றியுள்ளார். மேலும் ஒப்பந்தம் என்பதையும் அதற்குத் தயாராகும் பிரதிநிதிகளைப் பற்றியும் விரிவாக கௌடில்யர் தெரிவித்துள்ளார். ''மேற்கூறிய சட்டங்கள் அதாவது பல நாடுகளுக்கும், (தேசம்) இனங்களுக்கும், குடும்பங்களுக்கும் மற்றும் குழுக்களுக்கும் பொருந்தும்.'' இந்த எண்ணம் மிகவும் புதுமையானதாக உள்ளது என்பது மட்டுமல்ல கௌடில்யர் முதன்முதலாக ஒப்பந்தக்காரர்களுக்குள் இருக்க வேண்டிய தன்மை, அதில் தனி மனிதர்கள், குழுக்கள் மற்றும் பல்வேறு சமூகங்கள், நாடுகள் மற்றும் பல்வேறு அரசாங்கங்களைப் பற்றி முழுமையான ஒரு எண்ண பரிமாற்றத்தை அளித்துள்ளார்.

அர்த்த சாத்திரம் மத்தியஸ்தம் மற்றும் விசாரணை போன்றவற்றைக்

கொண்டு ஒப்பந்தங்களை மிகச்சரியான முறையில் நடத்தப்படுவதற்கான முக்கியத்துவத்தை அளித்துள்ளது. நிறைய தகவல்களை அளித்துதான் வழக்குகள் சரியான முறையில் பதிக்கப்பட வேண்டும் என்று கௌடில்யர் கூறியுள்ளார். மிகக்கடுமையான தண்டனைகளை தவறான தகவல்கள் தருபவர்களுக்கு அளிக்க வேண்டும் என்று கூறியுள்ளார். மேலும் கௌடில்யர் ''வாதி பிரதிவாதி இருவரின் பணி, கடன்களின் மிகச்சரியான கணக்கு, வருடம், சீதோஷ்ண காலம், மாதம், பட்சம், தேதி, தன்மை மற்றும் ஒப்பந்தம் செய்யப்பட்ட இடம் வசிக்கும் இடம், இனம், கோத்திரம், பெயர் என்று அனைத்தும் பதிவு செய்யப்பட வேண்டும் என்று கூறியுள்ளார்.

வாதி, பிரதிவாதி இருவருக்கும் வழக்கு தொடரவும், எதிர்த்து வாதாடவும் (க்ருத சமர்த்த வஸ்த்த யோஹஹ) உடல் நலம் சீராக இருக்க வேண்டும். வழக்கு முதலில் பதிவு செய்யப்பட்டு இந்த வழக்குக்கு எப்படி தேவையோ அப்படி வாதி பிரதிவாதிகளின் வார்த்தைகள் பதிவு செய்யப்படவேண்டும். இந்த பதிவுகளை பிறகு மிகத்துல்லியமாக ஆழ்ந்த சோதனைக்கு உட்படுத்தப்பட வேண்டும். மத்தியஸ்தம் மற்றும் விசாரணை நடப்பதில் மக்களுக்கு தெளிவான முறையில் தெரியப்படுத்த கௌடில்யர் மாற்று வழக்குகளுக்கு முற்றிலும் தடைவிதித்தார். ''இரு வீரர்கள் ஒருவரோடு ஒருவர் சண்டையிடுவதும் கொள்ளை, வியாபாரிகளுக்கிடையே ஆன பிரச்சினைகள் அல்லது வர்த்தக சங்கங்களுக்குள் பிரச்சினைகள் போன்றவற்றைத் தவிர மற்ற வழக்குகளில் வாதி பிரதிவாதிக்கு எதிராக வழக்குகளை பதிவு செய்யக்கூடாது'' கௌடில்யரின் காலகட்டத்திலேயே வழக்கை தள்ளிப் போடுவதற்கான அமைப்பு இருந்தது. இதன் மூலம் பிரதிவாதிக்கு தன்னுடைய வழக்கை தயார் செய்ய போதிய அவகாசம் அளிக்கப்பட்டது. இது இன்றைய மத்தியஸ்த முறைகளுக்கு ஒரு எதிரொலியாக இருக்கிறது.

கௌடில்யர் ''பிரதிவாதிக்கு மூன்று அல்லது ஏழு இரவுகள் தன்னுடைய வாதத்திற்கு தயார் செய்து கொள்ள அவகாசம் அளிக்கப்பட வேண்டும். அக்காலகட்டத்திற்குள் அவனால் தன்னுடைய வாதத்தை தயார் செய்ய இயலவில்லை எனில்

அபராதம் அளிக்கப்பட வேண்டும்'' என்று கூறியுள்ளார். இன்று நம்முடைய நீதிமன்றங்களில் லட்சக்கணக்கான வழக்குகள் தீர்க்கப்படாமல் இருப்பதை காண்கையில் கௌடில்யரின் கால நிர்ணயங்களை நாமும் பின்பற்ற வேண்டும் எனும் எண்ணம் தோன்றுகிறது. கௌடில்யரின் மத்தியஸ்தம் செய்யும் கட்டுமான அமைப்பின் பல்வேறுவிதமான வழக்குகளைப் பற்றியும் அவற்றை பல்வேறு தலைப்பின் கீழும் குறிப்பிடப்பட்டுள்ளது. பல்வேறு வழக்குகளில் பலவிதமான இயல்புகளையும் அதை தீர்க்கும் முறைகளையும் தெளிவாக எடுத்துரைக்கப்பட்டுள்ளது.

கட்டிடங்கள் சம்பந்தமான பிரச்சினைகள், கட்டிடங்களின் விற்பனை, எல்லைக் கோடுகளின் தகராறு, எல்லைக் கோடுகள் வரையறுக்கப்பட்டதின் சம்பந்தமான பிரச்சினைகள், நிலம் மற்றும் நீர் சம்பந்தமான பிரச்சினைகள், ஒப்பந்தங்களின் செயற்பாடின்மை, கடன் மீட்பு பண முதலீட்டில் பிரச்சினைகள், கூட்டுறவு முறை இயக்கங்களில் பிரச்சினைகள், வியாபாரிகள் சம்பந்தமான தகராறுகள், வர்த்தக் குழுக்கள், விற்கப்பட்டது மற்றும் வாங்கப் பட்டதை திரும்பப்பெறுவது, உடைமையற்ற பொருட்களை விற்பது, உரிமை மற்றும் உடைமைக்கான தகராறுகள் மற்றும் அவதூறு வழக்குகள் போன்றவற்றை அர்த்த சாத்திரம் தெளிவாக எடுத்துரைக்கிறது.

அரசு குறுக்கீடுகள்

அரசு குறுக்கீடுகளைப் பற்றி அது எங்கெங்கு நடைபெறுகின்றது என்பதையும் கௌடில்யர் சுட்டிக் காட்டியுள்ளார். நாட்டின் நிதிநிலை சுமுகமாக நடக்க பல்வேறு அதிகாரிகளை நியமித்தார். அவர்களைப் பற்றிய விபரங்கள் கீழ் வருமாறு :

1. இறைச்சிக்காக ஆடுமாடுகளை வெட்டும் இடத்தின் அதிகாரி.

2. பாலியல் தொழில் புரிபவர்களின் அதிகாரி.

3. கப்பல்களுக்கான அதிகாரி.

4. வெளிநாட்டு பயண அனுமதி சீட்டு

5. நகரத் தலைவரின் அலுவலகம்.

கௌடில்யர் கூறியுள்ள வெளிநாட்டு பயண அனுமதி சீட்டு என்பது இன்றைய பாஸ்போர்ட்டுக்கு இணையானது. மக்கள் சுலபமாக நடமாடத் தேவையானது. இதுதான் முதன்முறையாக பாஸ்போர்ட் எனப்படும் ஒரு விஷயத்திற்கு உரிய ஒரு சங்கம் என்று கூறலாம். இதன் மூலமாக அன்றே மக்கள் ஒரு நாட்டின் எல்லைக் கோடுகளை தாண்டிச் செல்வதற்கான சுலபமான வழிகள் ஏற்படுத்தப்பட்டன.

கௌடில்யர் ''யாருக்கெல்லாம் ஒரு அனுமதிச் சீட்டு உள்ளதோ அவர்கள் சுலபமாக மற்றொரு நாட்டிற்கு செல்லலாம். அதுபோன்றே தன் நாட்டை விட்டு வெளிநாடு செல்வதும் சுலபமாகிறது. இந்நாட்டின் பிரஜை யாராக இருந்தாலும் அவர் நாட்டுக்குள் வந்தாலும் அல்லது நாட்டை விட்டு வெளியேறினாலும் 12 பணாஸ் அபராதத்தை கட்ட வேண்டும். தவறான அனுமதி சீட்டு அளித்த தண்டனையும் அவருக்கு அளிக்கப்படும். அதே சமயம் ஒரு வெளிநாட்டுக்காரர் இதே தவறை செய்தால் மிகப்பெரிய தண்டனை அளிக்கப்படும்'' என்று எழுதியுள்ளார்.

முறையற்ற வர்த்தக வழிமுறைகளைத் தடுப்பது

அரசு தன் நாட்டில் நடக்கும் வர்த்தக வியாபாரங்கள் எவ்விதத்திலும் சட்டத்தை மீறாமலும் பொருள் உபயோகப்படுத்துபவர்களுக்கு எவ்வித தீங்கும் ஏற்படாதவாறும் கண்காணிக்க வேண்டும் என்று கௌடில்யர் கூறியுள்ளார். இத்தகைய பணிகளை நிலைநிறுத்தி மிகச்சரியான நடைமுறைகள் அமலாக்கப்படவில்லை எனில், அரசினால் வர்த்தக பரிமாற்றங்களுக்கு மிக அதிக செலவு செய்ய வேண்டிவரும். நம்பிக்கையும் பொருட்களின் தரமும் சரியில்லை எனில் வர்த்தகம் படிப்படியாக குறைந்து இத்தகைய வர்த்தக பரிமாற்றங்களைச் செய்யும் பிரதிநிதிகளுக்கு இவற்றைத் தேடி சரி செய்ய மிக அதிகமான செலவு ஏற்படும். கௌடில்யர் மிகத்தெளிவாக ''தானியங்களில் கலப்படம் செய்யப்பட்ட தானியங்கள், எண்ணெய் வகைகள், சுண்ணாம்புகள், உப்பு, வாசனை

திரவியங்கள் மற்றும் மருந்துப் பொருட்கள் போன்றவைகள் தரமற்றவையாக இருந்தால் அபராதம் விதிக்கப்படும்.'' என்றார்.

பொருள் உபயோகிப்பவர்கள் அல்லது வாங்குபவர்களுக்காக கௌடில்யர் பல்வேறு பாதுகாப்பு விஷயங்களை குறிப்பிட்டுள்ளார். உ.தா. ''மரப்பலகைகள், இரும்பு, பளபளக்கும் கற்கள், பெயர்கள், தோல் பொருட்கள், பாண்டங்கள், நூல்கள், சணல்களால் ஆன துணிமணிகள் கம்பளித் துணிகள் போன்றவை உயர்ந்த பொருட்கள்தான் என்றாலும் அவை தரத்தில் குறைவாக இருந்தால் அதற்குரிய அபராதம் விதிக்கப்படும்'' என்று எழுதியுள்ளார். தொழில் முறையில் சேவைகளை அளிப்பவர்களுக்கு கௌடில்யர் பலவிதமான வழிகாட்டுதலை அளித்துள்ளார் என்பது ஆச்சரியப்படத்தக்கது. தொழில் முறை சேவை புரிபவர்களில் நெசவாளிகள் சலவைத் தொழிலாளிகள், படகோட்டுபவர்கள், கப்பல் பிரதிநிதிகள் மற்றும் பாலியல் தொழிலாளர்கள் ஆவர். இன்றைய காலகட்டத்தில் பல அரசாங்கங்கள் இத்தகைய தொழில் முறை சேவை செய்பவர்களுக்கான வழிகாட்டுதல் அமைக்கும் குழப்பமான பணியை சரியாக செய்ய இயலாமல் தவிக்கின்றனர். இதை கௌடில்யரின் பார்வையில் காண்கையில் அவருடைய தொலை நோக்குப் பார்வையை அத்தகைய காலகட்டத்தை நாம் காண்பது அதிசயிக்கத்தக்கதாகும்.

மேலும் கௌடில்யர் மிகத்தெளிவான வழிகாட்டுதலை மருத்துவ பணிக்காக அளித்துள்ளதை காண்கையில் அது இன்றைய காலகட்டத்திற்கும் பொருத்தமாக உள்ளது. உ.தா. ''அரசாங்கத்திற்கு தெரிவிக்காமல் மருத்துவ சிகிச்சையைப் பயங்கரமான நோய்க்கு அளித்து அதே சமயம் அந்த நோயாளி இறந்து விட்டால் மிகக்கடுமையான முதலாம் தண்டனை அளிக்கப்படும். பொறுப்பற்றதினால் ஒரு நோயாளிக்கு அளிக்கப்பட்ட சிகிச்சையினால் அந்நோயாளி இறந்து விட்டால் அந்த மருத்துவருக்கு நடுத்தரமான தண்டனை அளிக்கப்படும். பொறுப்பற்ற தனத்தினாலோ அல்லது அலட்சியத்தினாலோ ஒரு மருத்துவர் நோயை வளர்க்கவிட்டால் (கர்மவாதா) அது முரட்டுத்தனமான தாக்குதல் அல்லது கொடுமையான இம்சை

என்று கருதப்படும்.'' என்று கௌடில்யர் கூறியுள்ளார்.

கௌடில்யரைப் பொருத்தவரை நாட்டின் நன்மையும், நாட்டுமக்களும் மிகவும் முக்கியத்துவம் வாய்ந்தவர்கள். அதனால் அவர் நுகர்வோருக்கு ஏற்றாற்போல் விலை ஏற்றத்தை குறைத்து பணவீக்கத்தையும் குறைக்க பல்வேறு விஷயங்களை எடுத்துரைத்தார். இதற்கான வழி முறைகளை சந்தையை கட்டுப்படுத்தி, விலை பட்டியலின் நிலை எதுவரை உயரலாம் என்றும் அவர் வரையறுத்தார். ஆதலால் கௌடில்யர் உள்ளூர் சந்தையின் விலை கட்டுப்பாடு பட்டியலுக்கு அதிக முக்கியத்துவம் அளித்தார். துரதிர்ஷ்டவசமாக ஒரு சிலரால் இது 'திட்டமிடப்பட்ட அல்லது கட்டுப்பாட்டிற்கு உட்பட்ட' நிதிநிலை என்று கருதுகின்றார்கள். **ஆனால் உண்மையில் கௌடில்யரின் கொள்கைகளை முழுமையாகப் பார்த்தால் வியாபாரிகளுக்கு உதவும் விதத்திலும், கைவேலை விற்பன்னர்களுக்கு உதவும் வகையிலும் உள்ளது. இதில் அரசு ஒரு இணைப்பாளராகவும், அவர்களின் வர்த்தக விஷயங்களை காப்பாற்றும் வகையிலும் செயல் படுகின்றது.**

ஆனால் கௌடில்யரின் அரசு இன்றைய அரசுகளைப் போன்றே குடிமக்களின் நலமே முக்கியம் என்று கருதியது. அதனால் பிரத்யேக உரிமை எடுத்துக் கொள்வதை தடுத்தும், விலைவாசி உயர்வை கட்டுப்படுத்தும் தன்மையும் கொண்டு செயல்பட்டது என்பதை நாம் நினைவில் கொள்ள வேண்டும். வஞ்சக நோக்கத்துடன் செயல்படும் ஒப்பந்தங்களைப் பற்றியும் ஏகபோக பிரதிநிதித்துவ செயல்பாடுகளைப் பற்றியும் கௌடில்யர் நன்கு புரிந்து வைத்திருந்தார். ஆதலால் சந்தை மற்றும் நுகர்வோரை அப்பிரச்சனைகளிலிருந்து காப்பாற்றும் வழிமுறைகளை தேர்ந்தெடுத்தார். கௌடில்யர் மிகத் தெளிவாக "சதி திட்டம் தீட்டி பொருட்களின் விற்பனையை தடுப்போரும் விலையை உயர்த்தி பொருட்களை விற்பது அல்லது வாங்குவது ஆகியவற்றை செய்யும் வியாபாரிகளுக்கும் அபராதம் விதிக்கப்படும்" என்று கூறியுள்ளார்.

நுகர்வோர் மற்றும் வியாபாரிகள் மிகச் சரியான விலைப்பட்டியலை

பெற ''வர்த்தக பிரிவு அதிகாரி உள்ளூர் பொருட்களுக்கு குறிக்கப்பட்டுள்ள விலையை விட 5% விலையைக் கூட்டலாம். அதுபோன்றே 10% விலையை வெளிநாட்டு பொருட்களுக்கு கூட்டலாம். விலையைக் கூட்டி அரை பணம் இலாபத்தைப் பார்த்தால் கூட போதும், அத்தகைய வியாபாரிகளுக்கு அபராதம் விதிக்கப்படும்'' என்று தெளிவுற எடுத்துக் கூறியுள்ளார். அதே சமயம் ஒரு அரசு அதிகாரி சந்தையை சரியாக கணிப்பது இயலாது என்று உணர்ந்தும், அதற்கேற்றாற்போல் யோசித்தும் ''குறிப்பிட்டவிலையில் பொருட்களை மொத்த வியாபாரத்தில் விற்க இயலவில்லை எனில் விலைகளை மாற்றலாம்'' என்று கூறியுள்ளார். அதிகமான விலை வாசி உயர்வு மூலம் வர்த்தக செயல்பாடுகளுக்கு இடையூறு ஏற்படாமல் தடுப்பதில் அரசு உரிய பங்கு கொள்ள வேண்டும் என்று கூறியுள்ளார்.

தேவை மற்றும் குறைகளை நிரப்பும் தன்மையையும், தேவைக்கு அதிகமான பொருட்கள் விற்கப்படாமல் தங்கிவிடும் பொழுது ஏற்படும் கேடுகளைப் பற்றியும் கௌடில்யர் மிக ஆழமான புரிதலுடன் எழுதியுள்ளார். (இங்கு மீண்டும் ஒருமுறை கௌடில்யரின் அர்த்த சாத்திரம் தான் முதல் முறையாக இத்தகைய எண்ணங்களை வெளிப்படுத்திய ஆவணமாகும் என்பதை நாம் நினைவில் கொள்ள வேண்டும்.) சந்தையில் பொருட்கள் விற்கப்படாமல் தங்கிவிட்டால், அரசு குறுக்கீடு கொள்கையை கௌடில்யர் பகிர்ந்துரைத்தார். அதாவது ''தேவைக்கு அதிகமான பொருட்கள் இருந்தால், அவற்றை மையமாக குவித்து விற்பனை செய்வதும், அப்பொருட்களை அவை முழுமையாக விற்றுத் தீர்க்கும் வரை வேறு வெளியிடங்களில் விற்பனை செய்வதை தடுப்பதும் அதிகாரியின் கடமையாகும்'' என்று கூறியுள்ளார்.

4

நல்லாட்சியின் எண்ணத்தை உருவாக்குதல்

கௌடில்யரின் அர்த்த சாத்திரம் அரசியல் நிதிநிலை நிர்வாகத்திற்கு மிக முக்கியமான அறிவு சார்ந்த விஷயங்களை நமக்கு அளிக்கிறது. ஆனால் இந்த முக்கியமான ஆவணம் பல நூற்றாண்டுகளாக முற்றிலும் புறக்கணிக்கப்பட்டுள்ளது. திரு சியாமா சாஸ்திரி அவர்கள் 1909 ஆம் ஆண்டு முதன் முதலாக கௌடில்யரின் நிதிநிலை மற்றும் அரசியல் எண்ணங்களை சமஸ்கிருதத்திலிருந்து ஆங்கிலத்தில் மொழி பெயர்த்து வெளியிட்டார். அப்பொழுதுதான் கௌடில்யரைப் போன்ற ஒரு மிகச்சிறந்த அறிவாளியின் எழுத்துக்களின் மூலம் பல்வேறு பார்வைகளை நாம் அறிந்தோம். அச்சமயத்திலிருந்து மேல்நாடு மற்றும் கீழைநாடுகளில் உள்ள பண்டிதர்களும் கொள்கைகளை உருவாக்கும் அறிவாளிகளும் இப்புத்தகத்தை படிக்கத்துவங்கினார்கள். பழமை வாய்ந்த இந்திய அரசியல் கொள்கைகள், நிதி செயல்பாடுகள் மற்றும் நிர்வாக முறை போன்றவை தனியார் அல்லது பொதுப்பணியாக இருந்தாலும் அனைத்திற்கும் உரிய கவர்ச்சிகரமான விஷயங்களை உள்ளடக்கியுள்ளது என்று அறிந்தோம். கௌடில்யரின் காலகட்டம் உண்மையானது என்றும் அவர் ஒரு முதலமைச்சராக நந்தர்களின் குரூரமான அரசாட்சியை ஒழித்து சந்திரகுப்த மௌரியரின் கீழ் ஒரு புதிய சாம்ராஜ்யத்தை உருவாக்கினார் என்றும் உலகம் முழுவதும் உள்ள கற்றுணர்ந்த பெரியோர்கள் ஊர்ஜிதப்படுத்தியுள்ளனர்.

கௌடில்யரின் அர்த்த சாத்திரம் அடிப்படையில் அரசாட்சி செய்யும் முறையின் புத்தகமாகும். அரசியல் நிர்வாகம் மற்றும் நிதி

நிர்வாகத்தின் மூலம் சிறந்த நிர்வாகத்தை அளிப்பது என்பது இப்புத்தகத்தின் முக்கியமான அம்சமாகும். அதே சமயம் இப்புத்தகத்தில் மற்ற விஷயங்களையுப் பற்றியும் மிக அதிகமாக உள்ளன. வாழ்க்கையின் ஒரு அங்கமான சமூக, அரசியல் மற்றும் பொருளாதார நிலைகளைப் பற்றியும் எழுதப்பட்டுள்ளது. ஆறாயிரம் சமஸ்கிருத சுலோகங்கள் மூலம் எண்ணற்ற அத்தியாயங்களில் ஒன்றோடு ஒன்று தொடர்பு கொண்டதாக இப்புத்தகம் உள்ளது. அர்த்த சாத்திரம் என்பது ஆகம அறிவு கொண்ட புத்தகம் என்பதை விட ஒரு அரசனுக்கு உரிய வழிமுறைகளை எடுத்துரைக்கும் புத்தகமாகும். ஒரு அரசன் எத்தகைய ஆட்சியை நிலைநிறுத்த வேண்டும், எத்தகைய குறிக்கோளுக்காக பாடுபட வேண்டும் என்று குறிப்பிடுகிறது.

ஒரு கொடூரமான அரசன் ஆளும் ஆட்சியின் தவறுகளை கௌடில்யர் நன்கு அறிந்தவர். மிக உறுதியான குடியரசுகள் இந்தியாவில் இருந்த போதிலும் பாரசீக மற்றும் கிரேக்க படையெடுப்பிற்கு அவை பலியாகின என்பதற்கு முக்கிய காரணம் தவறான நிர்வாகம்தான் என்று அவர் மிக நன்றாகப் புரிந்து வைத்திருந்தார். மக்களுக்கு உதவும் வகையில் ஒரு உறுதியான மத்திய அரசாட்சி தேவை என்று அவர் உணர்ந்திருந்தார். ஒரு கொடூரமான ஆட்சியை நீக்கிவிட்ட இடத்தில் ஒரு உறுதியான மற்றும் பொதுவான ஒரு அரசை அவர் கனவு கண்டார். அதன்படி மிகச்சிறந்த உன்னதமான ஆட்சியை சந்திரகுப்த மௌரியரின் கீழ் உருவாக்கி வெற்றி கண்டார். அந்த அரசாட்சியில் அவர் முதலமைச்சராக பதவி ஏற்று அரசருக்கு உதவும் வகையில் அர்த்த சாத்திரம் எனும் புத்தகத்தை எழுதினார். இன்றைய இந்தியா மட்டுமல்ல உலகம் முழுவதற்கும் பொருந்தும் வகையில்தான் கௌடில்யரின் அர்த்த சாத்திரம் உள்ளது என்பதில் எவ்வித சந்தேகமும் இல்லை. இப்புத்தகத்தின் பணி பல்வேறு வகையில் நமக்கு சாதகமாக உள்ளது. உ. தா. பொதுவாக உள்ள அரசாட்சி மற்றும் மிகச்சிறந்த அரசாட்சி இவை இரண்டும் மிக முக்கியமானதமாகும்.

மிகச்சிறந்த அரசாட்சி உருவாக்க வேண்டும் என்று எண்ணுபவர்கள் அர்த்த சாத்திரத்தில் மிகப்பெரிய பொக்கிஷம் உள்ளது என்று

அறிவார்கள். இதில் ஹாப்ஸ் ராலஸ் காந்தி மற்றும் மார்க்ஸ் என்று பலரும் இந்த எண்ணம் கொண்டவர்கள்.

அவர்கள் மனிதர்களால் ஒப்புக்கொள்ளப்பட்ட நிர்பந்தப்படுத்தப்பட்ட ஒரு அரசாங்கம் இருந்தால்தான் அது சிறந்த அரசாட்சியை அளிக்க வல்லது என்று எண்ணினார்கள். கௌடில்யர் ஆட்சிபுரியும் முறை, நிர்வாகத்தை நிர்வகிக்கும் முறை, கடமைகள், மந்திரிகள், அதிகாரிகள் மற்றும் அரசியல் நிபுணத்துவம் ஆகியவற்றிற்கு அளித்துள்ள வழிமுறைகள் ஒரு சிறந்த ஆட்சிக்கு உதவும் வகையில் உள்ளன.

ஒரு அரசன் நேர்மையான முறையில் நடந்து கொள்ள வேண்டும் என்று எதிர்பார்க்கப்பட்டது. **''ஒரு அரசனின் கீழ் உள்ள மக்களின் மகிழ்ச்சியில்தான் அரசனின் மகிழ்ச்சி உள்ளது. அவர்களுடைய நலத்தில்தான் அவருடைய நலம் உள்ளது. அவருக்கு பிடித்தவை மட்டுமே நல்ல விஷயங்கள் என்று எண்ணாமல் அவர் கீழ் உள்ளவர்களுக்கு மகிழ்ச்சி அளிக்கக்கூடியவை மட்டுமே அவருக்கு நல்லது என்று எண்ண வேண்டும்.''** என்று கூறியுள்ளார். மற்றொரு இடத்தில் கௌடில்யர் ''ஒரு அரசன் என்பவன் தன் கீழ் பணிபுரியும் பணியாளர்களுக்கு சிறந்த சௌகரியங்களை அளிக்க வேண்டும். சிறந்த முறையில் சம்பள பட்டுவாடா செய்து அவர்கள் உத்வேகத்துடன் பணிபுரிய உதவ வேண்டும். நேர்மையையும் செல்வ வளத்தையும் பெறும் வழிகளில் ஒரு அரசன் தவறு செய்யக் கூடாது. ஒரு அரசன் பணியாளர்களை மட்டும் பேணுவதில் அர்த்தமில்லை. அவர்களுடைய வாழ்க்கைக்கு அத்தியாவசியமான பொருட்கள் மற்றும் உரிய சம்பளத்தை அவர்களுடைய வேலைக்கும் கற்றுணர்த்தலுக்கும் ஏற்றவாறு அளிக்க வேண்டும்'' என்று கூறுகிறார். கௌடில்யரைப் பொறுத்தவரை அர்த்த (செல்வவளம்) என்பது முதலிலும் பிறகு தான் நேர்மை (தர்ம) என்றும் கூறியுள்ளார். அர்த்த என்பது வெறும் செல்வ வளத்தை மட்டும் குறிப்பது அல்ல. ஒரு மனிதனுக்கு உரிய செல்வவளம் என்பது அதில் ஒரு பகுதிதான்.

மக்களின் நலம்தான் சிறந்த நல்லாட்சி என்பது கௌடில்யரின் மனதின் குறிக்கோளாக இருந்தது. கௌடில்யரின் அர்த்த

சாத்திரத்தில் ஒரு நல்லாட்சியின் அடிப்படை கொள்கைகள் மிக விபரமாக அளிக்கப்பட்டுள்ளன. ஒரு அரசனுக்கு எவ்வித தனித்துவமும் கிடையாது. அவனுடைய கடமைகளே அவனுடைய குணாதிசயங்களோடு இணைந்துள்ளன. நாட்டின் பல்வேறு அங்கங்களில் அரசனும் ஒரு அங்கம். ஆனால் ஒரு முக்கியமான அங்கம். அர்த்த சாத்திரத்தில் அரசியலும் சமூகமும் இணைந்து இருந்தன. அதே சமயம் அவை அடக்கமாக இருந்தன. ஒரு சிறந்த நல்லாட்சியில் அரசின் முக்கிய குறிக்கோள்கள் சிறந்த முறையில் நடைபெற வேண்டும் இது சிறந்த முறையில் இணைக்கப்பட்ட வழிமுறைகளுடன் கூடிய நிர்வாகத்தினால்தான் முடியும். இக்கொள்கை இன்றைக்கும் பொருத்தமானதுதான். ஒரு அரசாங்கம் சிறந்த முறையில் நிர்வாகிக்கப்பட்டால் தான் அது ஒரு சிறந்த முறையில் நிர்வாகம் ஆகும். ஒரு நல்ல அரசாங்கம் என்பது மிதமிஞ்சிய தீர்மானங்களையும் அளவிற்கு அதிகமான செயல்பாடுகளையும் குறைக்க வேண்டும் என்று கௌடில்யர் கூறியுள்ளார்.

மென்மையான செயல்பாடுகள் (சாம, தான) மற்றும் கடுமையான செயல்பாடுகள் (தண்ட) ஆகியவை பொருத்தமாக செயல்பட வேண்டும். ஒரு புதுமையான வகையில் கௌடில்யர் ''அரசுரிமை என்பது அனைவரின் ஒருங்கிணைப்பு மற்றும் நன்கு ஆலோசித்து எடுக்கப்படும் தீர்வுகள் என்பதின் மூலமாகத்தான் நடைபெறும்'' என்று கூறுகிறார். ''அரசரும், மந்திரிகளும் மிக கண்டிப்பான ஒழுக்கத்தை கடைப்பிடிக்க வேண்டும். கௌடில்யர் தனக்குத்தானே கண்டிப்பான நடவடிக்கைகளை மேற்கொண்டு அதை தன்னுடைய நிர்வாகிகளுக்கும் பரிந்துரைத்தார். அவர் அளித்த நன்னடத்தைக்கான வழிமுறைகள் அரசு மற்றும் தனியார் நிர்வாகிகளுக்கும் மிகவும் பொருந்தும்.

2400 ஆண்டுகளுக்கு முன்பே, அரசன் மற்றும் அவருடைய அதிகாரிகளின் வருவாயில் ஒன்றில் கால்பங்கு எடுத்து தனிநபர் வரியாக செலுத்த வேண்டும் என்று ஆணித்தரமாக கூறியுள்ளார். நல்லதொரு ஆட்சிக்கு அனைத்து நிர்வாகிகளும் மக்களின் பணியாளர்கள் என்று கூறியுள்ளார். அதற்கு அரசனும் விதிவிலக்கல்ல. அவர்களுடைய சேவைக்குத்தான் பணம்

அளிக்கப்பட்டதே தவிர அவர்கள் இதற்கான சொந்தக்காரர்கள் என்பதற்காக அல்ல. இன்றைய அரசு பணியாளர்களின் சம்பளங்களை நாம் ஒப்பிட்டு பார்த்தால், வருவாயில் 50%த்திற்கு மேலாக அவர்களுக்கு சம்பளம் அளிக்கப்படுகிறது. ஒரு சில மாநிலங்களில் வருவாயில் 80%ற்கும் மேல் சம்பளம் மற்றும் ஓய்வுதியங்கள் அளிக்கப்படுகின்றன.

ஒரு சமூகத்தில் சட்டம் மற்றும் ஒழுங்கை காப்பாற்றும் கடமை அரசனுக்கே உரியதாகும். இதன் மூலம் மக்களின் வாழ்வு சுதந்திரம் மற்றும் சொத்துக்களை அரசன்தான் பாதுகாக்க வேண்டும். இக்கடமையை அரசன் செய்யத்தவறினால் அவனுடைய சொத்திலிருந்து உரிய பங்கை மக்களுக்கு அளிக்க வேண்டும். இன்றைய காலகட்டத்தில் சட்டம் மற்றும் ஒழுங்கு என்பது மிகக்கடினமான ஒன்றாகும். தனி மனிதனின் சுதந்திரத்தை காப்பாற்றுவது என்பது பலதடவை இயலாததாக ஆகிவிடுகிறது. அது எப்பொழுதும் ஒரு தலைவனுடைய சுய சொத்துகளிலிருந்து திருப்பி அளிக்கப்படுவதே இல்லை. மக்களின் சொத்து என்பது சட்டம் மற்றும் ஒழுங்கை காப்பாற்ற செலவிடப்படுகிறது. எவ்வித முன்னேற்றமும், வளர்ச்சியும் சட்டம் மற்றும் ஒழுங்கு நிர்வாகம் இல்லை எனில் ஏற்பட இயலாது.

அமைச்சர்கள் மற்றும் அவர்களுடைய செயலாளர்கள்தான் நிர்வாகத்திற்கு நேரடியான பொறுப்பு உள்ளவர்கள். அவர்களை மிக பொறுப்புடன் நாம் தேர்வு செய்ய வேண்டும். அவர்களை தேர்வு செய்யும் முன்னர் அவர்களை நன்கு பரிசோதிக்க வேண்டும். அவர்களுக்கு அளிக்க வேண்டிய பணியின் அடிப்படையில் அவர்களை பரிசோதிக்க வேண்டும். அவர்களுடைய திறன்களையும், நேர்மையையும் அடிக்கடி பரிசோதிக்க வேண்டும். இன்றைய அரசு நிர்வாகத்தில் அனைத்து அரசுப் பணியாளர்களுக்கும் இவை பொருந்தும்.

கௌடில்யர் ஊழல் எனும் பிரச்சினையையும் கையாள்கிறார். மேலும் அவர் அரசு நிதிகள் எப்படி கொள்ளையடி-க்கப்படுகின்றன. என்று நாற்பது வழிமுறைகளில் விளக்குகிறார். ஆனால் அதே சமயம் இத்தகைய ஈனச் செயல்களை மிகத் தெளிவாக கையாளும் எண்ணம்

கௌடில்யரிடம் இருந்தது. ஒரு அரசு அதிகாரியின் நேர்மை அல்லது நேர்மையற்ற தன்மையை கண்டுபிடிப்பது மிக மிக கடினம் என்று அவர் எண்ணினார். அதனால் ஒரு நல்ல அரசு ஆட்சி புரிய வேண்டும் என்றால், ஊழல் தடுப்பு முறையில் மிகக்கடுமையான வழிமுறைகளையும் தேர்ந்தெடுத்து ஊழல் புரியும் அதிகாரிகளுக்கு தண்டனை வழங்க வேண்டும் என்று அவர் எடுத்துரைத்துள்ளார்.

நல்லாட்சி மற்றும் உறுதியான ஆட்சி என்பது ஒன்றோடென்று இணைந்ததாகும். ஆட்சியாளர்கள் சிறந்த முறையில் பதிலளித்து பொறுப்பு ஏற்றுக்கொண்டு பொறுப்புடமை கொண்டவர்களாகவும், தவறு செய்தால் நீக்கப்படுபவர்களாகவும், மீண்டும் அழைத்தால் பணி புரிய தயாராகவும் இருந்தால்தான் ஒரு உறுதித்தன்மை இருக்கும். இல்லை எனில் உறுதியற்ற ஆட்சி ஏற்பட்டு விடும். இன்றைய குடியரசுச் சூழலில் இது மிக முக்கியமானது. கௌடில்யரின் அரசனுடைய ஆட்சியில் இருந்தது போன்றே, அதே தன்மை இன்று நம்மை ஆள்பவர்களிடமும் மற்றும் நிர்வாகிகளிடமும் இருக்க வேண்டும். அரசியல் நிர்வாகம் என்பதை பொருளாதாரத்துடன் இணைத்து அர்த்த சாத்திரம் பார்க்கின்றது. தேவையானது பொருளாதார நிர்வாகம் என்றாலும் அதற்கான வழி அரசியல் நிர்வாகம் ஆகும். பொருளாதார குறிக்கோள்கள் அரசியல் நிர்வாகம் இன்றி நடைமுறைப்படுத்த முடியாது என்பதால் அரசியல் நிர்வாகம் ஒரு வழியின் ஆரம்பமாகவும் பொருளாதார நிர்வாகம் அதற்கான முடிவாகவும் அமைகிறது.

கௌடில்யர் மற்றும் 'மேஷிவெல்லியன் தத்துவத்தின்' அடிப்படையில் முடிவு என்பது அதற்கான வழியை நியாயப்படுத்துகிறது என்று கூறப்படுகிறது. அரசியல் பலம் மற்றும் சொத்துக்கள் ஆகியவை ஒரு நிர்வாகத்தின் வழி மற்றும் முடிவாகும் என்று கௌடில்யர் கூறுகின்றார். அரசியல் நிர்வாகம் அல்லது பொருளாதார நிர்வாக் எதுவாக இருந்தாலும் சரி, வழி மற்றும் முடிவின் நியாயத்தை சார்ந்துள்ளது. 'இச்சார்புத் தன்மை' சமுதாய, பொருளாதார மற்றும் அரசியல் நிலையை பொறுத்து அமைகின்றது. நல்லாட்சி என்பது நிர்வாகத்திற்கு மிகவும் முக்கியம் என்பது கௌடில்யரின் எண்ணமாகும். இந்திய நாட்டில் நிர்வாக

ஏற்படும் குளறுபடிகள் ஒவ்வொரு நாளும் வெளி வருவதைப் பார்த்தால், அர்த்த சாத்திரத்தை படிப்பதும், அதனுடைய கொள்கைகளை உள் வாங்கிக் கொள்வதும்தான் நம் நாட்டுத் தலைவர்களின் மிக முக்கியமான பணியாக இருக்க வேண்டும். இது அரசியல் தலைவர்கள் அல்லது நிறுவன தலைவர்களுக்கும் பொருந்தும்.

5 பொது நிர்வாகம்

பகுதி - 1 : பொருளாதார நிர்வாகத்தின் கொள்கைகள்

பொருளாதார நிர்வாகத்தின் மிக முக்கியமான கொள்கையின் அடிப்படையை கௌடில்யர் அர்த்த சாத்திரத்தில் எழுதியுள்ளார். ''பொருளாதார செயல்பாடுகள்தான் செல்வ வளத்தின் அடிப்படை வேராகும். அத்தகைய செயல்பாடுகள் இல்லையெனில் அவற்றின் மூலம் பொருட்களின் வளத்தை அழித்து துன்பத்தை ஏற்படுத்துகின்றது. வளம் நிறைந்த பொருளாதார செயல்பாடுகள் இல்லையெனில் இன்றைய வளத்தையும், நாளைய வளர்ச்சியையும் அழித்து விடக்கூடிய பயங்கரம் உள்ளது. கிராமப்புறங்களில் புதிய கிராமங்களை உருவாக்குவதும் அல்லது புறக்கணிக்கப்பட்ட கிராமங்களை மீண்டும் புதுப்பிக்க வேண்டியது ஒரு அரசன் செய்ய வேண்டிய கடமையாகும்'' என்கிறார் கௌடில்யர்.

கிராமப்புற பொருளாதாரத்தின் முக்கியத்துவம்

ஓர் அரசன் கிராமப்புறத்தை வளப்படுத்தி அங்கு மக்களை குடியமர்த்த வேண்டும் என்று கௌடில்யர் கூறியுள்ளார். ஆனால் இன்று இந்தியாவில் இதற்கு எதிராகத்தான் நடைபெறுகின்றது.

கிராமப்புறத்திலிருந்து நகர்ப்புறத்துக்கு மக்கள் புலம் பெயர்ந்து செல்கின்றார்கள். இதனால் நகர்ப்புறங்களில் சேரிகள் பெருகி விடுகின்றது. அங்கு குற்றங்கள், பாலியல் தொழில், போதைப் பொருட்களின் கடத்தல், வியாதிகள் ஆகியவை பெருகி விடுகின்றன. இந்திய அரசாங்கம் (மற்றும் மாநில அரசுகள்) கௌடில்யரின் கூற்றுப்படி பெரு நகரங்களின் கூட்ட நெரிசலை தவிர்க்க முயல வேண்டும்.

மேதகு முன்னாள் குடியரசுத் தலைவர் டாக்டர் ஏ.பி.ஜே. அப்துல் கலாம் அவர்கள் நகர்ப்புறங்களின் சிறப்பியல்புகளை கிராம புறங்களுக்கு அளிக்கும் திட்டம் என்பதை கௌடில்யரின் எண்ணங்களை ஒட்டி கூறியுள்ளார். மறைந்த திரு ராஜீவ் காந்தி அவர்களின் ‘கிராமிய வித்யுகரண் யோஜனா’ எனும் திட்டம் பல விதமான நன்மைகளை கிராமப்புற மக்களுக்கு அளிக்க வல்லது. கௌடில்யர் பல்வேறு விதமான யோசனைகள் புத்தகத்தில் முன் வைக்கின்றார். சாகுபடிக்கேற்ற நிலத்தை வரிப்பணம் கட்டுவோருக்கு அவர்களின் வாழ்நாள் முழுவதற்கும் ஏற்றபடி அளிக்க வேண்டும். நிலத்தை உழுது பயிரிடாதோரின் நிலத்தை பறிமுதல் செய்து மற்றவர்களுக்கு அளிக்க வேண்டும். பயிரிடப்படாததால் அரசுக்கு ஏற்படும் நஷ்டத்தை, புதிதாக நிலத்தை பெற்றவர்கள் சரி செய்ய வேண்டும். விவசாயத்தைப் பெருக்க, அரசன்தான் விவசாயிகளை அபராத காணிக்கைகள், வரிகள் மற்றும் கூலியாட்களின் பிரச்சனைகளிலிருந்து காப்பாற்ற வேண்டும் என்று கௌடில்யர் கூறியுள்ளார். நிலம் மற்றும் நீர் வழி வர்த்தகம் மற்றம் வாணிபம் ஆகியவற்றை, சந்தை ஊர்கள் மற்றும் வணிக வழிச் சாலைகள் மூலம் ஓர் அரசன் என்பவன் பெருக்க வேண்டும்.

தண்ணீர் தொட்டிகள், நீர் நிலை தேக்கங்கள் ஆகியவற்றை நாடு முழுவதும் கட்டி மேலும் சாலைகளை அகலப்படுத்தும் வழிகளையும் அதிகரிக்க வேண்டும். வணிகச் சாலைகளில் தன் அரண்மனையைச் சார்ந்தவர்கள், அதிகாரிகள், திருடர்கள், வழிப்பறி கொள்ளையர்கள் ஆகியோர்கள் அளிக்கும் துன்பத்தை தீர்த்து பாதுகாப்பு அளிக்க வேண்டும். இந்தியாவில் இன்று மாநிலங்கள் அளவில் சில சமயம் வெளிமாநிலங்களோடு நடக்கும்

வர்த்தகத்தில் அதிகாரிகளினால் எண்ணற்ற துன்பங்களை மக்கள் அடைகின்றனர். இலஞ்சங்களை அளித்துத்தான் பணிகள் நடக்கின்றன என்பதை அனைவரும் அறிந்ததே.

பலதரப்பட்ட பொருளாதார கொள்கைகளும் பொதுத்துறையும்

அரசியல் பொருளாதார நிபுணர்களில் கௌடில்யர் முன்னணியில் இருந்தார். அவர்தான் 'கலவை பொருளாதாரம்' என்பதை விவரமாக எடுத்துக் கூறியவர். **'ஒரு அரசு என்பது கலவை பொருளாதாரத்தை பயன் அளிக்கக்கூடிய வகையில் சுறுசுறுப்புடன் முன்னெச்சரிக்கையுடன், லாபகரமாக நடத்த வேண்டும்.'** என்று கௌடில்யர் கூறியுள்ளார். உ.தா. அரசாங்கம் ஏற்றுக் கொள்ளும் விஷயங்களில் இந்த இலாபத்தை அதிகாரிகள் கணக்கெடுக்கவில்லை எனில் அவர்களுக்கு தொழிலாளர்களின் உழைப்பை உறிஞ்சியவர்கள் எனும் அடிப்படையில் தண்டனை அளிக்கப்பட்டது. 'அரசு வர்த்தக உயரதிகாரிக்கு ஒரு முக்கியமான கட்டளை அளிக்கப்பட்டது. அக்கட்டளையின்படி அவர் இலாபத்தை பெருக்கி நஷ்டத்தை தவிர்க்க வேண்டும்' என்று கூறினார். இதை நம் அரசியல்வாதிகள் படித்து, புரிந்து கொள்ள வேண்டும்.' என்று நம்புவோம்.

அரசின் பொருட்களை தனியார் வியாபாரிகள் விற்ற இலாபத்தில் அவர்கள் அரசிற்கு தேவையான அளவு பணத்தை அளிக்க வேண்டும். இல்லையெனில் இந்த இலாபத்தை அரசு நேரடி விற்பனையில் பெற்றுக் கொண்டிருக்கும். **கௌடில்யருக்கு 'இலாபம்' எனும் வார்த்தை வேண்டத்தகாத வார்த்தையல்ல. அதே சமயம் அது வியாபாரத்திற்கு மிகவும் முக்கியமானதாகும்.** சுதந்திரத்திற்கு பிறகு பொதுவுடமை கொள்கை இந்திய நாட்டின் இலாபத்தை பற்றி ஏளனம் செய்யாமல் இருந்திருந்தால் பொதுத்துறையின் நிதிநிலை சிறப்பாக இருந்திருக்கும். அதுமட்டுமல்ல மிக அதிக அளவில் கடன் வாங்கி பலவற்றை நடத்த தவித்த அரசும் அதிக சிறப்பாக நடைபெற்றிருக்கும்.

பொதுத்துறை மற்றும் தனியார் துறை இரண்டுமே தத்தம் பணியை

செய்தன. நிலம் பொதுத்துறையை சார்ந்திருந்தது. **அனைத்து நிலபுலங்கள், காடுகள், நீர்நிலைகள் வசம் இருந்தன. சாகுபடி நிலம் என்பது பொதுத்துறை மற்றும் தனியார் துறையைச் சார்ந்திருந்தன.** மீனவளத்துறை மற்றும் சுரங்கத்துறை பொதுத்துறை மற்றும் தனியார் துறையைச் சார்ந்திருந்தன. உப்பளங்களிலிருந்து உப்பு எடுப்பது என்பது குத்தகைக்காரர்களால் கையாளப்பட்டாலும், உப்பு ஒழுங்குமுறை அதிகாரி, வரி வசூல் செய்த பிறகு தான் அதை சந்தையில் விற்க அனுமதித்தார். (உப்பு இறக்குமதியும் செய்யப்பட்டது)

கள் தயாரிப்பு, விற்பனை இரண்டிலும், சூதாட்டம், பாலியல் தொழில், பந்தயம் மூலம் பணம் சம்பாதிப்பது போன்றவற்றை எல்லாம் அரசாங்கமே எடுத்து நடத்தியது. மேலும் தங்கம், வெள்ளி, ரத்தினக்கற்கள் ஆகியவை அரசின் மேற்பார்வையில்தான் வாங்குதல் மற்றும் விற்பனை செய்யப்பட்டது.

உள்ளூர் மற்றும் வெளியூர் வர்த்தகம்

உள்ளூர் மற்றும் வெளியூர் வர்த்தகத்தில் அரசு மற்றும் தனியார் துறை ஈடுபட்டிருந்தன. வர்த்தக ஒழுங்கு முறை உயரதிகாரிதான் மிகச்சரியான முறையில் பொருட்களின் விநியோக முறையை பொறுப்புடன் கவனித்தார். அப்பொருட்கள் உள்நாட்டு பொருட்கள் மற்றும் வெளிநாட்டு பொருட்களாகவும் இருந்தன. மேலும் அதிகாரி அவசர நிலைக்கு சேமித்து வைக்கும் தானியங்கள், அரசின் பொருட்களை விற்பது மற்றும் பொது விநியோகத்தின் பொறுப்பையும் ஏற்றிருந்தார்.

தனியார் வர்த்தகத்தின் பொறுப்பாளரான உயரதிகாரி வியாபாரிகளை கண்காணித்து அவர்களுடைய எடைக் கற்களையும் அளவுகளையும் அவ்வப்பொழுது சோதித்து வந்தார். வியாபாரிகள் எக்காரணம் கொண்டும் அபகரித்தல், கலப்படம் அல்லது அதிக அளவைக் கூட்டும் முயற்சிகள் செய்யாமல் தடுத்தனர்.

ஜனபாதம் மற்றும் பொருளாதார செயல்பாடுகள்

உற்பத்தியைப் பெருக்கும் பொருளாதார செயல்பாடுகள் சுய தேவையை பூர்த்தி செய்யும் கிராமங்களில்தான் நடைபெற்றன. ''சக்தி என்பது கிராமப் புறத்திலிருந்துதான் வருகின்றது. அதுதான் அனைத்து செயல்களும் உற்பத்தியாகும் இடமாகும்'' என்று கௌடில்யர் கூறியுள்ளார். மிகச் சரியான 'ஜன பாதா' பல்வேறு பொருட்களை உற்பத்தி செய்யும் திறன் பெற்றிருக்க வேண்டும். இதன் மூலம் உள்ளூர் மக்களையும் வெளியூரிலிருந்து வருபவர்களையும் ஆதரிக்கவும் இயலும்.

மக்கள் முக்கியமாக விவசாயிகள், கலைஞர்கள், கைவினைப் பொருட்களை செய்பவர்களாகவும், தத்தம் பணியில் முழு ஈடுபாட்டுடன் இருப்பவர்களாகவும் இருக்க வேண்டும். அவர்கள் அறவாளிகளாகவும், விசுவாசமுள்ளவர்களாவும் இருக்க வேண்டும். வர்த்தகம், கோட்டைகளை கட்டுவது மற்றும் நீர் நிலை தேக்கம், சுரங்கப் பணி மற்றும் உற்பத்தி போன்றவை மற்ற பொருளாதார செயல்பாடுகளாக இருந்தன. நெசவுத் தொழில் மிகவும் ஊக்குவிக்கப்பட்டது. பருத்தி நூல் நூற்பது எனும் தொழில் அரசிடமிருந்து விலக்கப்பட்டது. இத்தொழிலில் பெண்கள் ஈடுபட்டிருந்தனர். நெசவுத் தொழிலில் ஒரு துணிக்கு உரிய கூலி என்று 'பேசப்பட்டு தனியார் துறை' ஒப்பந்தம் பெயரில் பணியை முடித்தது. அதே சமயம் அரசும் தன்னுடைய நேர்பார்வைக்கு கீழ் சிறப்பாகக் கட்டப்பட்ட கூடங்களில், சிறந்த ரகத் துணிகளை நெய்ய ஏற்பாடுகளை செய்தது.

உப்பு உற்பத்தி என்பது அரசின் மேற்பார்வையில் மட்டும்தான் நடத்தப்பட்டது. சட்ட விரோதமாக உப்பு தயாரிப்பது என்பது கடுமையாக தண்டிக்கப்பட்டது. தொழிலாளிகள், பணியாளர்கள் ஆகியோரை கௌடில்யர் எக்காரணம் கொண்டும் அலட்சியப்படுத்தவில்லை. பெண்கள் மற்றும் குழந்தைகளுக்கு உரிய இடம் தொழிற் சார்ந்த இடத்தில் தனியார் துறை அல்லது பொதுத்துறை இரண்டிலும் அளிக்கப்பட்டது. தொழிலாளிகளை பணிக்கு அமர்த்துவதில் ஒரு கவனத்திற்குரிய பார்வை என்னவென்றால் **பொருளாதாரத்தின் ஒரு சில பகுதிகளில்**

உற்பத்திக்கேற்ற சம்பளம் அளிக்கப்பட்டது.

நிர்ணயிக்கப்பட்ட சம்பளத்திற்கு பணி புரிய ஒரு மிகப்பெரிய கூட்டம் அரசுத்துறையை சார்ந்திருந்தது. ஆனால் அரசின் வருவாயில் ஒரு கால் பங்கு மட்டுமே முழுமையான கூலிக்கு உட்பட்டிருந்தது. இன்று நிதிநிலை குழு இத்தகைய விஷயங்களை கவனிக்க வேண்டும் எனும் எண்ணம் நமக்கு ஏற்படுகின்றது.

சுய தொழிலில் ஈடுபட்டுள்ள கைவினை பொருட்களை தயாரிக்கும் கலைஞர்கள் 'ஷ்ரேணிகள்' என்றழைக்கப்படும் சங்கங்களைத் தோற்றுவித்தனர். இச்சங்கங்களில், கலைஞர்களுக்குரிய சட்டங்கள் மற்றும் வழி வகைகளையும், சம்பளம் மற்றும் அதை அளிப்பதற்கான விஷயங்களையும் பற்றி முடிவெடுத்தனர். சம்பளம் மற்றும் கூலிகளை உற்பத்தியுடன் இணைப்பது என்பது மிகச்சரியான சூத்திரமாகும். இதன் மூலம் விலைவாசி குறையும், உழைப்பாளிகள் - வெளிவரும் பொருட்கள் இவற்றினிடையே மிக சிறந்த சதவிகிதம் ஏற்படும் இது குறிப்பாக தொழிற்சாலைகளுக்கு மிகவும் பொருந்தும்.

வரவு செலவு திட்டம் கணக்குகள் மற்றும் தணிக்கை வருவாய்க்கு ஏற்ப செலவு திட்டம்

செலவு திட்டம் போடும் குழுவின் பொறுப்பில் இருக்கும் அங்கத்தினர் அவ்வருடத்தின் வருவாயை கணக்கிடவேண்டும். இதை அவ்வருடத்தில் நடைபெற்றுள்ள பல்வேறு பணிகளின் கணக்கு வழக்கிலிருந்து எடுத்து குறித்து, பிறகு ஒவ்வொரு செயல்பாட்டிலிருந்தும் அதை செய்ய வேண்டும். எல்லாவற்றையும், செயல்பாடுகளின் தன்மையின் அடிப்படையில் கூட்டி, ஓர் முழுமையான கூட்டுத் தொகையை அளிக்க வேண்டும். அரசனின் செலவுகள், மக்களுக்கு பகிர்ந்தளிக்கும் அத்தியாவசிய பொருட்களின் செலவுகள், அரசனால் வாய் மொழி மூலமாகவோ அல்லது எழுத்தினாலோ அளிக்கப்பட்ட தள்ளுபடிகள் ஆகிய செலவுகளை கழிக்க வேண்டும்.

வருவாய் பெற இயலாத கணக்குகளை குறித்து அப்பணிகள்

இன்னும் நடந்து கொண்டிருப்பதால் அவை முடிவடைந்த பிறகுதான் வருவாய் பெற இயலும் என்பதை கணக்கிட வேண்டும். கட்டப்படாத அபராத காணிக்கைகள், பெற வேண்டிய கடன் பாக்கிகள் முன் பணம் பெற்று பிறகு அதை அளிக்கும் அதிகாரிகளின் கணக்கு என்று பல்வேறு கணக்கு வழக்குகளை மீண்டும் பெற வேண்டும். கௌடில்யரின் முறைப்படி மொத்த வருவாய் என்பதை கணக்கிட வருவாயிலிருந்து செலவை கழித்து, அதில் தற்சமயம் செலுத்திய தொகை மற்றும் தாமதமாக கிடைக்கப்பெறும் தொகை ஆகியவற்றை கணக்கிட வேண்டும். மேலே குறிப்பிட்டுள்ள கௌடில்யரின் வழி முறைகளில் வருவாயின் தோராயமான மதிப்பீடு, சரிபார்த்து பிழை திருத்தப்பட்ட வருவாயின் மதிப்பீடு, மிகச்சரியான மதிப்பீடு ஆகிய எதையும் செய்ய இயலாது.

ஆனால் இன்றும் இந்தியாவில் இவ்வழிமுறைகள்தான் நிதி மந்திரிகளால் பின்பற்றப் படுகின்றன ! இன்றைய புதிய இந்தியாவில் இது மாற்றியமைக்கப்பட்டுள்ளது பரிதாபகரமானது! அரசியல் தலையீடுகளினால் பல்வேறு சலுகைகள் பல்வேறு துறைகளுக்கு அளிக்கப்படுகின்றது. அதுவும் வோட்டு வங்கிகளாக மாறிவிடுகின்றன. முதலில் செலவு கணக்கிடப்படுகின்றது, பிறகுதான் அதற்குரிய வருவாயைப் பெற பழைய அல்லது புதிய பாதைகள் தேர்ந்தெடுக்கப்படுகின்றன. 'மீண்டும் அடிப்படைக்கு வாருங்கள்' என்று அர்த்த சாஸ்திரத்தில் கூறப்பட்டுள்ளது ஓர் நல்ல விஷயமாக பின்பற்றப்படலாம்.

கணக்கு வழக்கு புத்தகங்களை பராமரித்தல்

கணக்கு வழக்கு புத்தகங்களில் ஒவ்வொரு குறிப்பிற்கும், குறிப்பிட்ட நடவடிக்கை நடந்த தேதியை வரவுச்சீட்டில் (ரசீதில்) குறிப்பிடப்படவேண்டும். அதே சமயம் வருவாயை கணக்கிடும் பொழுது அவற்றை முக்கிய தலைப்புகளின் கீழ் வகைப்படுத்த வேண்டும். அவை கொள்முதல் விலை, பங்கு (பாகா) நடவடிக்கை வரி (வைஜி) பிரத்யேக உரிமை வரி, தீர்மானிக்கப்பட்ட வரிகள், தயாரிப்பு செலவுகள் மற்றும் அபராதங்கள் ஆகும். பற்றுப் பதிவு

வகையில் செலவீனங்களை பதினோரு வகைகளில் பிரிக்கப்பட்டன. அவை தருமம் செய்யும் செலவுகள் அரண்மனை செலவுகள் நிர்வாக செலவுகள் வெளிநாட்டு விவகார செலவுகள் தானிய கிடங்கு பராமரிக்கும் செலவுகள் யுத்த தளவாடங்கள் வைக்கும் கிடங்குகளின் செலவுகள். பண்டகச்சாலை பராமரிக்கும் செலவுகள் உற்பத்தி செலவுகள் தொழிலாளர்களின் செலவுகள் இராணுவச் செலவுகள் கால் நடை மற்றும் தீவனச் செலவுகள் காடுகள் மற்றும் வேட்டைக்கான சரணாலயங்களின் பராமரிப்பு செலவுகள். விறகுக்கட்டை, மாட்டுத் தீவனம் மற்றும் இதர செலவுகள் ஆகும்.

மிகக் கவனமான தணிக்கைகள் பரிந்துரைக்கப்பட்டன. இன்று பல்வேறு தணிக்கை CAG அறிக்கைகளை படித்துப் பார்த்தால்தான் இந்தியாவில் அரசுத்துறை ஸ்தாபனங்கள் எந்த வகையில் கணக்கு வழக்குகள மோசமான நிலையில் பராமரிக்கின்றன என்று புரிகின்றது. தணிக்கை மேலாளர்களின் பணிகளின் முக்கியத்துவத்தை மிகத்தெளிவாக அடிக்கோடிட்டுக் காண்பிக்கப்பட்டுள்ளது. கணக்கு வழக்குகளை கையாளும் அதிகாரி வரும்பொழுது தணிக்கையாளர் தயாராக இருக்க வேண்டும், இல்லையெனில் அவர் தண்டனைக்கு உட்படுத்தப்படுவார். தங்கள் பார்வையில் உள்ள செயல்பாடுகளின் கணக்கு வழக்குகளுக்கு எவ்வித முறைகேடுமின்றி நடைபெற அந்த அதிகாரிகளே பொறுப்பு. பொய் கூறினால் அல்லது கணக்கு வழக்குகளில் முரண்பாடுகள் இருந்தால் அவர்கள் மிக அதிகமான அபராதங்களை கட்ட வேண்டும்.

அபராத தொகை என்பது 12 பணத்திலிருந்து 200 பணம் வரை தண்டனையாக அளிக்கப்பட்டது. அதுபோன்றே அதிகாரிகளின் செயல்பாட்டினால் அரசாங்கத்திற்கு நஷ்டம் ஏற்பட்டால், கணக்குகளில் பொய்மை இருந்தால், கணக்குகளில் இடை செருகல்கள் செய்தால், தணிக்கைக்கு கணக்கு வழக்குகள் தயாராக இல்லையெனில், கணக்கு வழக்குகளில் ஒன்றுக்கொன்று முரண்பாடான செய்திகளை கொண்டிருந்தால் மிகக்கடுமையான தண்டனைகள் விதிக்கப்பட்டன. தண்டனைகளின் கடுமைக்கு பயப்பட்டு, பொறுப்பற்ற, யோக்கிதையற்ற தணிக்கையாளர்கள்

கூட மிகுந்த கவனத்துடன் கணக்கு தஸ்தாவேஜுகளை தயார் செய்தனர்.

பாகம் II

ஆட்சி நிர்வாகம் - அரசனின் கண்டிப்பான நியதிகள்

கௌடில்யரின் அர்த்த சாத்திரத்தில் நிர்வாகத்திற்கான குறிப்புகள் உள்ளன. அதில் ஒவ்வொரு அதிகாரியின் கடமை மற்றும் பொறுப்புணர்வு பற்றி எழுதியுள்ளார். அது வருவாய் பெறுவதற்கும், சட்டத்தை அமுல் படுத்தவும் உதவும். சட்டம் மற்றும் நீதியின் அடிப்படை இரண்டும் சொத்துக் குற்றங்கள் சட்டம் மற்றும் இழைக்கப்படும் குற்றங்கள் என்று இரண்டு வகைகளாக கையாளப்பட்டன. இவை அடிப்படையில் ஒரு தண்டனைக்குரிய நியதியாக கருதப்பட்டது. மிக தீவிரமான அதே சமயம் தரவாரியாக பிரித்து தண்டனை நியதிகள் அளிக்கப்பட்டன. இதனால் அத்துமீறல்கள் தடுக்கப்பட்டு நாட்டுக்கு உரிய வருவாயும் கிடைத்தது.

அரசன் தன் சபை அங்கத்தினர்கள் மற்றும் மந்திரிகளின் துணை கொண்டு அரசாட்சி புரிந்தார். இதற்கு மூன்று வழிகளை தேர்ந்தெடுத்தனர். அரசன் தன் கண்ணால் காண்பது, மற்றவர்கள் அவருக்கு எடுத்துக்கூறும் விஷயங்கள் மூலமாக தெரிந்து கொண்டது, அதனால் செய்து முடிக்கப்பட்ட பணிகளும் முடிக்கப்படாமல் பாதியில் நிற்கும் பணிகளைப் பற்றியும் அவர் புரிந்து கொண்டது எனும் மூன்று வகைகளாகும். **சூரிய உதயத்திற்குப் பின்னர் ஒவ்வொரு நாளும் ஒன்றரை மணிநேரத்திற்கு மக்கள் அரசரை நேரில் சந்திக்கலாம்.** அரசவையில் இருக்கும் பொழுது மனுதாரர்களை எக்காரணம் கொண்டும் காக்க வைத்தது கிடையாது. (தானே வேகமாக அவற்றை பரிசீலித்தார்) எப்பொழுது ஒரு அரசனை மக்களால் சந்திக்க இயலாமல் போகின்றதோ அப்பொழுது அவர்கள் எதிரியின் பக்கம் சென்று விடுவார்கள் என்று கௌடில்யர் மிகத் தெளிவாக கூறியுள்ளார்.

முன்பே கூறியபடி அரசாட்சியின் அடிப்படைக் கொள்கை என்பது ''தன் மக்களின் மகிழ்ச்சியில் தான் அரசனுடைய மகிழ்ச்சி உள்ளது. அவர்களுடைய நலன்தான் அவருடைய நலன்'' என்று கருதப்பட்டது. இன்று இந்தியாவில் ஒரு அரசன் எப்படி இருக்க வேண்டும் என்று கௌடில்யர் கூறியதற்கு முற்றிலும் எதிரான நிலைமை உள்ளது. சாதாரண மக்களுக்கு நம்மை ஆள்பவர்களான மந்திரிகள், சட்டசபை உறுப்பினர்கள், பாராளுமன்ற உறுப்பினர்கள் ஏன் ஒரு மாவட்ட ஆட்சியாளர்களைக் கூட எளிதில் சந்திக்க இயலாது. இதனால் நடுவில் இருப்பவர்கள் மக்களுடைய குறைகளை தகுந்தவர்களுக்கு எடுத்துக்கூறும் வகையில் லாபகரமான வியாபாரத்தை உண்டாக்குகின்றனர். இன்றைய இந்தியாவில் மக்களால் தேர்தெடுக்கப்பட்ட பாராளுமன்ற உறுப்பினர்களில் மூன்றில் ஒருவர் குற்றவாளிகளாக அதுவும் மிகவும் கொடூரமான குற்றங்களை புரிந்தவர்களாக கருதப்படுவது பரிதாபகரமாக உள்ளது. மேலும் அவர்கள் குற்றவாளிகளாக நிரூபிக்கப்படாமல் குற்றம் சாட்டப்பட்டவர்களாக இருப்பதினால் (நம்முடைய நீதி விசாரணைகள் நத்தை ஊர்வதை விட மிக மெதுவாக நடை பெறுகிறது) அவர்கள் தொடர்ந்து தம் பதவியில் இருந்து கொள்ளலாம்.

ஆதலால் கௌடில்யர் கூறியுள்ள பிரபுத்துவ ஆட்சி முறையில் அதாவது ஒரு அரசன் மக்கள் நலத்தை முன்னேற்றுவது என்பதை குடியரசு ஆட்சியாளர்களும் ஏற்றுக் கொள்ளலாம்.

அரசாங்க நிர்வாகம்

அரசாங்க நிர்வாகத்தை கட்டுப்படுத்த அரசன் மிக விரிவான குழுக்களை அமைத்திருந்தார். பொருளாளர், தலைமை அதிகாரி, பொது கணக்குகளை தணிக்கை இடும் அதிகாரி மற்றும் கணக்குளை பரிசோதனை செய்யும் தணிக்கையாளர் ஆகிய நான்கு தலைவர்களை அரசாங்கத்தின் நிர்வாகத்தை நடத்தும்படி பணித்திருந்தார்.

தலைமை அதிகாரியின் கீழ் எல்லைப்பகுதி ஆட்சியாளர்கள், பிராந்திய ஆட்சியாளர்கள் மற்றும் நீதிபதிகள் இருந்தனர்.

பிராந்திய அதிகாரிகளின் கீழ் நியாயதிபதிகள் (மாஜிஸ்ட்டிரேட்) பணிபுரிந்தனர். பொதுக்கணக்குகளை தணிக்கையிடும் உயரதிகாரி மற்றும் தணிக்கையாளரின் கீழ் நகர்புற நிர்வாகிகள், மந்திரிகள் பொருட்களின் உற்பத்தியாளர்களின் தலைவர் மற்றும் இராஜப்பிரதிநிதி ஆளுநர்) ஆகியோர் பணிபுரிந்தனர்.

மந்திரிகளின் கீழ் காடுகளை காப்பாற்றும் சேனைத்தலைவர், ''தண்டாபாலவ்'' என்று அழைக்கப்பட்ட காடுகளின் உயர் அதிகாரிகள் மற்றும் இலாக்காக்களின் தலைவர்கள் இருந்தனர். இவர்கள் பொதுக் கணக்குகளை தணிக்கையிடும் உயரதிகாரி மற்றும் தணிக்கையாளரின் கீழ் நேரடியாக பணிபுரிந்தனர்.

நகர்ப்புரத்து தொண்டுகள்

நேர்மையான, திறமையான சிறந்த அனுபவம் கொண்ட அரசாங்க நிர்வாகம் என்பது திறனான பாரபட்சமற்ற மற்றும் நியாயமான ஆட்சிக்கு இன்றியமையாததாகும்.

ஒரு சில அரசு பணியாளர்கள் அரசாங்கத்தின் சொத்துக்களை கையாள விருப்பப்படுவார்கள் என்று கௌடில்யர் அறிந்திருந்தார். அதனால்தான் எந்த அதிகாரிகள் அரசனின் சொத்துக்களை கையாடாமல் அதை நியாயமான முறையில் மேலும் பெருக்குகின்றார்களோ அவர்கள்தான் அரசாங்க பணிகளில் என்றென்றும் இருக்கும்படி தேர்ந்தெடுக்க வேண்டும் என்று கௌடில்யர் பரிந்துரைத்தார்.

ஒரு அதிகாரி தன் பணியில் அலட்சியமாக இருந்தாலோ அல்லது தவறு புரிந்தாலோ அவரது, இழப்பிற்குரிய, அவருடைய ஊதியத்தின்இரட்டிப்பு மடங்கு பணத்தை அபராத காணிக்கையாக கட்ட வேண்டும். அதே சமயம் ஒரு அதிகாரி தனக்கு அளிக்கப்பட்ட பணியை திறம்பட செய்திருந்தால் அவருக்கு பரிசுகளும், பதவி உயர்வுகளும் அளிக்கப்பட்டன.

ஊதியம் மற்றும் கூலி பணத்தின் அமைப்புகள்

அரசாங்க பணியாளர்களுக்கு ஏற்ப பல்வேறு விதமான ஊதியங்களைப் பற்றி கௌடில்யர் அர்த்த சாத்திரத்தில் தெளிவாக குறிப்பிட்டுள்ளார். **ஒரு நாட்டின் வருவாயில் கால்பங்கிற்கு மேல் ஊதியத்திற்காக செலவழிக்கக்கூடாது. மொத்த ஊதிய பணத்தை நகரம் மற்றும் கிராமத்தில் வசிப்பவர்களின் பணமளிக்கும் தகுதிக்கேற்ப நிர்ணயிக்கப்பட வேண்டும் என்று கௌடில்யர் அழுத்தமாக கூறகிறார்.** கஜானாவில் இருக்கும் பணம் குறைவாக இருந்தால் ஒரு பாதி பணமாகவும் ஒரு பாதி பொருளாகவும் ஊதியங்கள் அளிக்கப்பட வேண்டும். பணப்பற்றாக்குறை இருந்தால் தானியங்களை பணத்திற்கு மாறாக அளிக்கலாம். அதாவது ஒரு ஆண்டுக்கான ஊதியம் அல்லது கூலி அறுபது பணமாக இருந்தால் அதற்கு ஈடாக ஒரு நாளைக்கு ஒரு 'அதகா' தானியத்தை அளிக்கலாம் என்று கூறியுள்ளார்.

இது சமீபத்தில் இந்திய நாட்டில் **பணிக்கான உணவு திட்டம்** என்பதை ஒட்டி உள்ளது. இன்று மத்திய அரசாங்கமும் மாநில அரசுகளும் தங்களுடைய வருவாயில் 50%த்தை தாண்டி ஓய்வு ஊதியங்களாகவும், ஊதியங்களாகவும், கூலிகளாகவும் அளித்து வருகின்றார்கள். இதற்கு பதிலாக ஊதிய திட்டங்கள் அரசாங்கத்தின் வருவாயில் 4-ல் 1 பங்கை தாண்டக்கூடாது என்று கௌடில்யர் கூறியுள்ளதை ஒரு உதாரணமாகக் கொள்ள வேண்டும்.

தவறுகளும் தண்டனைகளும்

கௌடில்யரின் அர்த்த சாத்திரம் அரசனின் அதிகாரிகளுக்கான ஊதிய திட்டங்களைப் பற்றி மிக விரிவாக நமக்கு எடுத்துக் கூறுகிறது. ஒரு வருடத்திற்கு 48000 பணங்கள் என்பது மிக உயர்ந்த ஊதியமாக கருதப்பட்டது. (இதை பெற்றவர்கள் அரச நிர்வாகிகள் அரசாங்க எழுத்தாளர்கள் மற்றும் அரசாங்க புரோகிதர்கள்) பொருளாளர் மற்றும் நிர்வாகிக்கும் 24,000 பணங்கள் ஒரு ஆண்டிற்கு ஊதியமாக அளிக்கப்பட்டது. நகரத்தின் ஆளுநரான 'ராஷ்டிர பாலா' விற்கு 12000 பணங்கள் ஒரு ஆண்டிற்கு ஊதியமாக அளிக்கப்பட்டது. ஒரு ஆண்டிற்கு 60

பணங்கள் என்பது மிகக்குறைந்த ஊதியமாக கருதப்பட்டது. அரசாங்க அதிகாரிகளால் செய்யப்படும் பணம் சார்ந்த குற்றங்களைப் பற்றி கௌடில்யர் மிக நன்றாக அறிந்திருந்தார்.

அரசாங்கத்தை ஏமாற்றியோ அல்லது பொதுமக்களை ஏமாற்றியோ அவர்கள் தங்களை தீய வழியில் பணக்காரர்களாக மாற்றிக் கொள்ளலாம் என்று அவர் உணர்ந்திருந்தார். ஒவ்வொரு விதமான குற்றத்திற்கும் ஒவ்வொரு விதமான தண்டனையை அவர் குறிப்பிட்டுள்ளார். அரசாங்க பணத்தை கையாடல் செய்வது என்பதை நாற்பது விதங்களாக பிரித்து எடுத்து கூறியுள்ளார். அதில் சுயலாபத்திற்காக அரசாங்க நிலத்தில் கட்டிடங்களைக் கட்டுவது வருவாய் பெறுவதை தவறான தேதிகளில் குறிப்பிடுவது அரசாங்க சொத்துக்களை கையாடல் செய்வது போன்றவை கௌடில்யர் கூறியதின் ஒரு சில உதாரணங்கள் ஆகும்.

நுகர்வோர் பாதுகாப்பு

நுகர்வோர் பாதுகாப்பு மற்றும் மக்களின் நலம் ஆகியவற்றைப் பற்றி அர்த்த சாத்திரத்தில் கூறப்பட்டுள்ளது கலைஞர்கள், கைவினைப் பொருட்களை தயாரிப்பவர்கள், தங்கத்தை கையாளும் ஆசாரிகள் மற்றும் வியாபாரிகளுக்கு எந்த அளவு கூலி அளிக்க வேண்டும் என்று அவர் எடுத்துரைத்துள்ளார். அதே சமயம் நுகர்வோரை பாதுகாப்பதற்காக தராசு மற்றும் எடைக்கற்களை அளவு மற்றும் எடை பிரிவின் உயரதிகாரியிடம் தான் வாங்க வேண்டும் என்று கூறியுள்ளார். வியாபாரிகள் நுகர்வோரை ஏமாற்றும் பல்வேறு விதங்களைப் பற்றி எடுத்துக் கூறியுள்ளார். எடை போடுவதில் தவறான வழிகளை பின்பற்றுவது, உண்மையான பொருட்களுக்கு பதிலாக போலியானவற்றை அளிப்பதைப்பற்றியும் அர்த்த சாத்திரம் குறிப்பிடுகிறது.

உலோகங்களை கையாளும் அடிப்படை பணியாளர்கள் கலைஞர்கள் மற்றும் கைவினைப் பொருட்களை தயாரிப்பவர்கள் துணி நெய்பவர்கள், துணிகளை சுத்தம் செய்யும் சலவைத் தொழிலாளர்கள் மற்றும் துணி தைப்பவர்கள், மருத்துவர்கள் மற்றும் மக்களை மகிழ்விக்கும் கலைஞர்கள் ஆகியோரின்

ஊதியங்களைப் பற்றி பட்டியலிட்டு கௌடில்யர் விளக்கியுள்ளார்.

பணி, ஊதியம் மற்றும் கூலி ஆகியவற்றை மிக துல்லியமாக, நுணுக்கத்துடன் கௌடில்யர் அர்த்த சாத்திரத்தில் குறிப்பிட்டுள்ளதைப் பார்க்கலாம் வேலையில்லா திண்டாட்டத்தையும் பிச்சை எடுப்பதையும் ஒரு அரசாங்கத்தினால் அறவே ஒழித்து விட முடியாது என்பதும் புரிகின்றது. உண்மையைக் கூற வேண்டும் என்றால் கௌடில்யர் பிச்சைக்காரர்கள், மக்களை மகிழ்விக்கும் கலைஞர்கள், ஆண்டிகள் மழைக்காலங்களில் வெளியே நடமாடுவதை முற்றிலும் தவிர்க்க வேண்டும் என்று அழுத்தமாக கூறுகிறார். இதை மீறுபவர்களை இரும்புத்தடியால் அடிக்க வேண்டும் என்றும் குறிப்பிட்டுள்ளார்.

அரசனின் கீழ் பணிபுரியும் அதிகாரிகளால் நடத்தப்படும் குற்றங்கள் மற்றும் நேர்மையற்ற தன்மையையும் நாம் இன்று ஆராய்ந்து பார்த்தால் பல நூற்றாண்டு காலமாக எதுவுமே மாறவில்லை என்பதை புரிந்து கொள்ளலாம். அன்றைய காலகட்டத்தில் நேர்மையற்ற அதிகாரிகளுக்கு மிகப்பெரிய தண்டனை அளிக்கப்பட்டுள்ளது என்றும் இன்றைய இந்தியாவில் அதே அரசு அதிகாரிகள் தான் செய்யும் குற்றங்களிலிருந்து தப்பித்து விடுவதையும் நாம் காண்கிறோம். அன்று சொத்து பறிமுதல் எனும் தண்டனை முதல் மிகவும் மோசமான தண்டனைகளும் அளிக்கப்பட்டன. ஒரு சில குற்றங்களில் பொது இடத்தில் அவமானப்படுத்த வேண்டும் என்றும் கூறப்பட்டுள்ளது. அதாவது மாட்டு சாணியை கரைத்து உடலிலும் முகத்திலும் பூசி அல்லது தலையை மொட்டை அடித்து அரசு அதிகாரிகளுக்கு பொது இடத்தில் தண்டனையாக அளிக்க வேண்டும் என்றும் கூறியுள்ளார்.

இத்தகைய தண்டனைகளை இந்தியாவில் இன்று அளிக்க முடியுமா ? பாராளுமன்றத்தில் ஒரு சட்டத்தை நிறைவேற்றினால் கூட அதை நீதிமன்ற வளாகத்தில் குற்றம் சாட்டப்பட்டவரால் எதிர்க்க முடியும். சட்டங்களை நிறுவுபவர்களே குற்றம் சாட்டப்பட்டவர்களாக சில சமயம் மாறவேண்டிய கட்டாயம் ஏற்படுவதால் பொது தண்டனைகளை சட்டம் இயற்றுபவர்கள்

ஏற்றுக் கொண்டு சட்டங்களை இயற்றுவார்களா ? என்பது சந்தேகமாக உள்ளது.

III. முடிவாக

கௌடில்யரின் அர்த்த சாத்திரம் இன்றைய இந்தியாவிற்கு பொருந்துமா ? கௌடில்யர் தன்னுடைய ஆராய்ச்சி நூலில் ஓர் உயர்ந்த இலட்சியம் கொண்ட பிரபுத்துவ முறை கொண்ட அரசனின் ஆட்சியைத்தான் தன் மனக் கண்ணால் கண்டார். இதில் அரசன்தான் தன் அரசாட்சியின் ஒரே தலைவன் என்று அவர் கூறியுள்ளார். இன்றைய குடியரசு இந்தியாவில் கூட்டு அரசியலும், அரசாங்கங்களும் மத்திய அரசாங்கத்திலும் மாநில அரசாங்கத்திலும் உள்ளன. இது முற்றிலும் மக்களின் வாக்கு சீட்டுகளை நம்பி உள்ளது. ஆனால் அர்த்த சாத்திரத்தில் கொடுக்கப்பட்டுள்ள வழிமுறைகளையும் அளவுகோலையும் பின்பற்ற நினைத்தாலும் இன்றைய அரசு பல விஷயங்களில் அதைச் செய்ய இயலாது. சட்டசபை நீதி மன்றம், கொள்கைகளை நிறைவேற்றும் அரசு அதிகாரிகள் மற்றும் மக்களின் கருத்துகள் (பத்திரிகை சுதந்திரம்) இவை நான்கும் குடியரசின் நான்கு முக்கியமான கொள்கைகளாகும். பலவிதமான கட்டுப்பாடுகள் இருந்தாலும் இந்திய நாடு அர்த்த சாத்திரத்தில் கௌடில்யர் வெளிப்படுத்தியுள்ள அறிவுடைமையின் மூலம் பல நன்மைகளை பெறலாம்.

கௌடில்யர் பொருளாதாரம் நிர்வாகம் அல்லது நாடுகளுக்கிடையே உள்ள உறவுமுறை இவற்றைப் பற்றிப் பேசுகையில் அவருடைய புத்திசாலித்தனத்திலிருந்து நாம் ஏராளமான விஷயங்களை கற்றுக் கொள்ளலாம். கௌடில்யரின் நாடு தர்ம சாஸ்திர முறை கொள்கையில்தான் நடத்தப்பட்டது. கிராமப்புற முன்னேற்றம் விவசாயத்திற்கு அவர் அளித்த மிக உயர்ந்த இடம், ஜவுளி வியாபாரம் ஆகியவற்றிற்கு அவர் அளித்துள்ள முக்கியத்துவத்தை இன்றைய காலகட்டத்திற்கு ஆலோசித்து பார்த்தால் இன்று இவை அனைத்துமே அலட்சியம் செய்யப்படுவதைக் காணலாம்.

அன்று கௌடில்யரின் நாட்டில் ஒவ்வொரு நாளும் அரசனை மக்கள் சுமார் ஒன்றரை மணி நேரம் சந்தித்து பேசலாம். ஆனால் இன்று இந்தியாவில் அரசாங்கத்திடம் நேரடியாக சென்று குறைகளை கூற வேண்டும் என்றால் மிக நீண்டகாலம் தேவைப்படுகிறது. பொருளாதார நிர்வாகத்தில் கூட இந்திய நாடு அர்த்த சாத்திரத்தின் மூலம் பலவற்றை கற்றுக்கொள்ள வேண்டியுள்ளது. பொதுப்பணி வியாபாரங்களில் நஷ்டங்களை ஏற்படுத்தும் அதிகாரிகளுக்கு மிகக்கடுமையான தண்டனை அளிக்கப்பட வேண்டும் என்றும் அத்தகைய வியாபாரங்களில் லாபத்தை ஈட்டித்தரும் அதிகாரிகளுக்கு பரிசுகளை வழங்க வேண்டும் என்றும் கௌடில்யர் கூறுகிறார். பொதுப்பணி என்று வரும்பொழுது கௌடில்யர் லாபத்தின் அடிப்படையில்தான் திட்டங்களை தீட்டினார். இன்று இப்படி நடைபெறுவதில்லை. கி.மு. மூன்றாவது நூற்றாண்டில் கௌடில்யரின் அர்த்தசாத்திரம் எழுதப்பட்டிருந்தாலும் இந்த இருபத்தியோராவது நூற்றாண்டில் இப்புத்தகம் இந்தியாவிற்கு பொருத்தமாக உள்ளது. வரவு செலவு திட்டங்கள், கணக்கு வழக்குகள் மற்றும் தணிக்கைக்கு அன்று கௌடில்யர் குறிப்பிட்டுள்ள சட்டதிட்டங்களும் அளவு கோல்களும் இன்றைய இந்தியாவிற்கும் பொருத்தமாக உள்ளது.

இன்று அளிக்கப்படும் தணிக்கை அறிக்கைகளில் (CAG) குறிப்பிடப்படும் பல்வேறு தவறுகளை நாம் நேரடியாகக் காணலாம். அன்று கௌடில்யரின் நாட்டில் அரசன் உடனுக்குடனே தவறு செய்த அதிகாரிகளை பிடித்து அவர்கள் யாராக இருந்தாலும் சரி மிகக்கடுமையான தண்டனைகளை அளிக்கலாம். இந்தியாவில் மிக உயர்ந்த ஐ.ஏ.எஸ். அதிகாரிகள் தவறு செய்திருந்தால் அவர்களை சுலபமாக கைது செய்ய இயலாது. அவர்கள் குற்றங்களை புரிந்து கொண்டிருக்கும் பொழுதே ஊழல் எதிர்ப்புக்குழு அல்லது சி.பி.ஐ அதிகாரிகள் அவர்களை கையும் களவுமாக பிடித்தால்கூட அவர்களை கைது செய்ய இயலாது.

அர்த்த சாஸ்த்திர புத்தகத்தின்படி தணிக்கை அதிகாரிகள் தவறுகளுக்கு பொறுப்பேற்று அபராத காணிக்கைகளுக்கு பொறுப்பேற்க வேண்டும். அவர்கள் எக்காரணம் கொண்டும் அரசனுக்கு பொறுப்புடன் பதில் சொல்வதிலிருந்து தப்பிக்கவே

இயலாது. இன்றைய இந்தியா இத்தகைய அளவுகோல்களைக் கொண்டு தனியார் நிறுவனம் மற்றும் பொது நிறுவனங்களின் தணிக்கைகளை சிறப்பாக செய்யலாம்.

முடிவாக கௌடில்யரின் அர்த்த சாத்திரம் இன்றைய இந்திய ஆட்சியாளர்களுக்கு என்ன கூறுகிறது என்று காணலாம்.

- பொதுத்துறை, தனியார்துறை மற்றும் இவை இரண்டின் கூட்டு முயற்சிகளும் கௌடில்யரின் நாட்டில் இணைந்து செயல்படும் கொள்கைகளை கொண்டிருந்தன. இன்று இந்தியாவிலும் இதே மாதிரியான பொருளாதாரக் கொள்கைகள் உள்ளன. இன்று இந்திய அரசாங்கம் பல நிறுவனங்களில் முக்கியமான பங்குகளைக் கொண்டுள்ளன. அதே சமயம் மேலே கூறியுள்ள மூன்று விதமாக கொள்கைகளையும் கொண்டுள்ளன. ஆதலால் இந்தியா தன்னுடைய பொதுத்துறை வியாபாரங்களில் லாபத்தை ஈட்டுவதை மட்டுமே முக்கியமான குறிக்கோளாக கொண்டிருக்க வேண்டும்.

- விவசாயம், நீர்நிலை, சாலைகளை அமைப்பது மற்றும் வனத்துறை வளர்ச்சி ஆகியவற்றில் கௌடில்யர் கூறியுள்ளபடி மிக உயர்ந்த கவனத்தைச் செலுத்த வேண்டும்.

- அரசாங்கத்தின் உயர் அதிகாரிகளிடம் மக்கள் தங்கள் குறைகளை கூறுவதற்கு சுலபமான வழிமுறைகளை ஏற்படுத்த வேண்டும். சுங்கத்துறை வரி வசூலிப்பு மற்றும் வரிவிதிப்பு அதிகாரிகளிடமிருந்து மக்களுக்கு எவ்வித அலைக்கழிப்பும் தொந்தரவும் இருக்கக்கூடாது. அப்படி செய்யும் அதிகாரிகளுக்கு மிகக்கடுமையான தண்டனைகளை அளிக்க வேண்டும்.

- கிராம மற்றும் நாட்டுப்புற பகுதிகளை முன்னேற்ற பாதையில் எடுத்துச் சென்று நகர்ப்புறத்தில் ஏற்பட்டிருக்கும் இடப்பற்றாக்குறையை தீர்த்து இடநெருக்கடியை குறைக்க வேண்டும். வேலைவாய்ப்பு அதிலும் முக்கியமாக பெண்களுக்கான வேலைவாய்ப்பு திட்டங்களை உடனுக்குடன் அமுல்படுத்த வேண்டும். கிராமங்களின் உயர்வுதான் ஒரு

நாட்டின் உயர்வு என்று கௌடில்யர் கூறியுள்ளது தேசத்தந்தை மகாத்மா காந்தியின் எண்ணங்களோடு மிகவும் ஒத்துப் போகிறது.

- கடமையை சரிவர செய்யாத, கணக்கு வழக்குகளில் சுய லாபத்திற்காக பல தவறுகளை செய்து நாட்டிற்கு நஷ்டத்தை ஏற்படுத்தித்தரும் தணிக்கை அதிகாரிகளுக்கு மிகக்கடுமையான தண்டனைகளை அளிக்க வேண்டும்.

- கடைசியாக பதவியில் எந்த அரசியல் கட்சி இருந்தாலும் மத்திய அரசும் மாநில அரசும் மக்களின் நலனுக்காகத்தான் அரசாங்கம் என்பதை புரிந்து கொள்ள வேண்டும். பொதுமக்கள் அரசாங்கத்தின் பணியாட்கள் அல்ல என்று புரிந்து கொள்ள வேண்டும்.

அர்த்த சாத்திரத்தில் கௌடில்யர் இந்த புத்திமதியைத்தான் மிக அழுத்தமாக எடுத்துக்கூறுகிறார்.

6

விவசாயம்

கௌடில்யருக்கு உள்ளுணர்வு கொண்ட சாத்தியமானவற்றை உணர்ந்து கொள்ளக்கூடிய அதிபுத்திசாலித்தனமும் இருந்தது. அவர் விவசாய நிர்வாகத்தை அணுகிய முறையில் நாம் அதை தெளிவாகக் காணலாம்.

விவசாயம், கால்நடை பராமரிப்பு மற்றும் வியாபாரம் இவை மூன்றும்தான் பொருளாதாரத்தின் மிகமுக்கியமான செயல்பாடுகளாகும் என்று அர்த்த சாத்திரம் கூறுகிறது. இம்மூன்றிலும் பொருளாதாரத்திற்கு மிக முக்கியமான அடிப்படை விவசாயம்தான் என்று சாணக்கியார் எண்ணினார். அர்த்த சாத்திரத்தில் பொருளாதர முன்னேற்றம் மற்றும் வளர்ச்சி ஆகியவற்றைப் பற்றி அளித்துள்ள அறிவுரைகளில் விவசாயத்தின் முக்கியத்துவத்திற்கு அளிக்கப்பட்டுள்ள விவரங்கள் இன்றைய இந்தியாவிற்கு மிகுந்த ஊக்கத்தையும் கற்றுணர்தலையும் அளிக்க வல்லது. **பொதுப்பணத்தை மிகச்சரியாக திட்டமிடுதல் மற்றும் பகிர்ந்தளித்தல் மட்டுமே, ஒரு அரசாங்கத்தின் முக்கியமான பொறுப்பல்ல. அதையும் தாண்டி சரியான நிர்வாக முறை மற்றும் திட்டங்களை சரியான முறையிலும், சரியான அளவுகளைக் கொண்டும் அமுல்படுத்துவதுதான் முக்கியம் என்று அர்த்த சாத்திரம் எடுத்துரைக்கின்றது.** ஒரு அரசனும் விவசாயத்தைப் பற்றி நன்கு அறிந்து கொள்ள வேண்டும் என்ற எண்ணம் கொண்டிருந்தார் கௌடில்யர்.

மத்திய அரசைச்சார்ந்த ஸ்தாபனங்கள், முனிசிபாலிடிகள்,

மாவட்டங்கள் மற்றும் பிரதேசங்கள் இவற்றிற்கும் கௌடில்யர் கூறிய அறிவுரை ஏற்கத்தக்கதாகும். மிக அதிக அளவில் மத்திய அரசின் அதிகாரத்தை பகிர்ந்தளிக்க வேண்டிய இடங்களிலும் நிர்வாகத்திற்கும் தணிக்கைக்குமான ஆட்கள் மிகக் குறைவாக இருக்கும் காலகட்டத்திலும் இப்பணியை செய்வதென்பது மிகமிக கடினமாகும். கிராமப்புறங்களிலும் மிகச்சிறந்த பொருளாதார நிர்வாக அடிப்படையை அங்கு பணிபுரியும் இயக்கங்களுக்கும், காரியாலயங்களுக்கும் அறிமுகப்படுத்த வேண்டும். ஏனெனில் இவை பொதுத்துறை மற்றும் தனியார்துறை இரண்டையும் ஒருமித்து பணிபுரிகின்றன என்று கௌடில்யர் குறிப்பிட்டுள்ளார். அரசாங்க சட்டதிட்டத்திற்கு உட்பட்டுள்ள பொது நிர்வாகங்களில் இத்தகைய கொள்கைகளை ஏற்படுத்த வேண்டும். அதே சமயம் இப்பணிகளை சரிவர நிறைவேற்ற மிகச்சரியான நம்பத்தகுந்த ஆட்சிமுறை இருக்கவேண்டும் என்பதையும் மறுக்க இயலாது.

விவசாயத்துறையில் பொதுமக்களின் பங்கு எத்தகையது என்பதைப் பற்றி அர்த்தசாத்திரத்தில் மிகத்தெளிவாக கூறப்பட்டுள்ளது. ‘சிதாத்யாக்ஷா’ அல்லது விவசாயத்தின் உயரதிகாரி என்று அரசாங்க விவசாய நிலங்களுக்கு பொறுப்பாக அதிகாரிகள் இருக்க வேண்டும் என்று அர்த்தசாத்திரம் கூறுகிறது. இப்புத்தகத்தில் பொதுவான விஷயங்கள் விவசாயிகளுக்காக அளிக்கப்பட்டுள்ளன. அரசுக்கு சொந்தமான நிலங்களில் உற்பத்தியை பெருக்குவது எப்படி என்று விவசாய உயரதிகாரிகளுக்கு பல்வேறு செய்திகளும் அறிவுரைகளும் அளிக்கப்பட்டுள்ளன. ‘வர்த்தா’ எனும் ஒரு கொள்கையின் கீழ் விவசாயம், கால்நடை பராமரிப்பு வியாபாரம் ஆகிய மூன்றும் கௌடில்யரின் காலகட்டத்தில் தெளிவாக அளிக்கப்பட்டுள்ளது.

அரசாங்க அதிகாரிகளிடமிருந்து விவசாயத்திற்காக சிறந்த கொள்கைகளும் நிர்வாகத்திறனும் அளிக்கப்பட வேண்டும் என்று கௌடில்யர் குறிப்பிட்டுள்ளார். பயிர் உற்பத்தி அதற்குத்தேவையான தரமான விதைகள் மற்றும் தேவையான மற்ற பொருட்களை வாங்குவதற்கான ஏற்பாடுகள் செய்யப்பட்டன. விவசாயத்தில் பணிபுரிபவர்கள் அதற்குரிய பொருட்கள் மற்றும் காளைமாடுகள் ஆகியவற்றை விவசாயிகள் பெற தக்க உதவிகள்

அளிக்கப்பட்டன. வெள்ளம் அல்லது மழை இல்லாத காரணத்தினால் விவசாயத்தில் தோல்வி ஏற்பட்டால் அதற்கு மாற்றுப் பயிர் செய்ய உரிய திட்டங்களை அளிக்கப்பட்டன தண்ணீர் இருக்கும் இடத்திலெல்லாம் நீர்ப் பாசன வசதிகள் செய்து தரப்பட்டன. வளர்ந்த பயிர்களைக் காப்பாற்றி சரியான முறையில் அறுவடை செய்து அவற்றை உகந்த இடத்தில் பத்திரமாக வைக்க ஏற்பாடுகள் செய்யப்பட்டன.

அர்த்த சாத்திரதில் விவசாய நிர்வாகம், மழைநீர் அளவு கணிப்பு, விவசாயத்திற்கு ஏற்பான ஜோசியம் மற்றும் வான சாஸ்திரம், விவசாயம், தேவையான பயிர் உரிய பயிர்களை சாகுபடி செய்வது, பயிர்களின் வளர்ச்சி விதைகளின் சிகிச்சைமுறைகள் உரிய எருபோடுதல் மற்றும் அறுவடை ஆகிய அனைத்தையும் பற்றி மிகச்சிறந்த விவரங்கள் அளிக்கப்பட்டுள்ளன.

விவசாயத்திற்கு உரிய வரிவிதிப்பும் மிகச்சிறந்த முறையில் அளிக்கப்பட்டுள்ளது. "விவசாயம், நீர்நிலை பாசன நிர்வாகம் பயிர் மற்றும் மரங்களின் பாதுகாப்பு நிர்வாகத்தைப் பற்றி தெளிவான விவரங்களை விவசாய உயரதிகாரி பெற்றிருக்க வேண்டும் அல்லது இவற்றை அறிந்தவர்கள் உறுதுணையாக இருக்கவேண்டும். இதன் மூலமாக அவர் அனைத்து விதமான தானியங்களுக்கு ஏற்ப விதைகள், பூக்கள், பழங்கள், காய்கறிகள், பூமிக்கு கீழே வேர்களில் வளரும் கிழங்குகள் கொடிவகைகளில் உள்ள பழங்கள், செண்பகப்பூ மற்றும் பஞ்சு போன்ற நார்களை அளிக்கும் செடிகள் இவற்றின் விதைகளையும் விவசாய அதிகாரி தேர்ந்தெடுத்து சேமித்து வைக்க வேண்டும்"

விவசாய அதிகாரிக்கு மிகத்தெளிவான கட்டளைகள் அளிக்கப்பட்டன. அதில் எக்காரணம் கொண்டும் விவசாயிகளுக்கு, விவசாய கூலி ஆட்களின் செயல்களிலோ அல்லது பணியிலோ எவ்வித துன்பங்களும் ஏற்படாமல் விவசாய உயரதிகாரி கண்காணிக்க வேண்டும் என்று கௌடில்யரின் காலகட்டத்தில் நடைமுறைப் படுத்தப்பட்டது.

''விவசாயத்திற்கான ஏர், காளைமாடுகள் மற்றும் மற்ற பொருட்களின் பற்றாக்குறையினால் விவசாயிகள் எவ்வித துன்பத்திற்கும் ஆளாகக் கூடாது. அவர்களுக்குத் தேவையான இரும்பு கொல்லர்கள், தச்சர்கள், பிரம்புக் கூடைகளை விற்பவர்கள், சணல் கயிறு தயாரிப்பவர்கள், பாம்புகளை பிடிப்பவர்கள் போன்ற பல்வேறு மனிதர்களை உதவிக்கு அழைத்து வர எவ்வித காலதாமதமும் ஏற்படக்கூடாது. அப்படி காலதாமதம் ஏதாவது ஏற்பட்டு அதன்மூலம் உற்பத்தியில் நஷ்டம் ஏற்பட்டால் நஷ்டத்திற்கு சமமான அபராத காணிக்கையை விவசாய உயரதிகாரி அளிக்க வேண்டும்.''

வானிலை ஆராய்ச்சி

கௌடில்யரின் காலகட்டத்திலேயே வானிலை அறிக்கைகளுக்கு மிகுந்த முக்கியத்துவம் அளிக்கப்பட்டது. மக்களுக்கும் வானிலை ஆராய்ச்சி அறிவு மிக அதிகமாக இருந்தது.

''ஏழு நாட்களுக்கு தொடர் மழை பெய்வதற்கு மூன்று மேகங்கள் காரணம். மிகச்சிறிய மழைத்துளிகள் விழுவதற்கு எண்பது மேகங்கள் காரணம். சூரிய வெளிச்சத்தினூடே பொழியும் மழைக்கு அறுபது மேகங்கள் காரணம். காற்று அடிக்காத நேரத்தில் சூரிய வெளிச்சத்துடன் இணையாமல் பெய்யும் மழை மூன்று போகத்தை அளித்தால் அது மிகச் சிறந்த அறுவடையை அளிக்கும்.''

கிரகங்களின் இடம் அதனுடைய நுகர்வு ஆகிவற்றை நன்கு கணித்து மழைக்கான அறிக்கைகள் அளிக்கப்பட்டன. அதாவது குரு எனும் கோளின் இடம் பெயர்தல் மற்றும் மேகமூட்டத்தைக் கொண்டும் சுக்கிர கோளின் உதித்தல், அமர்தல் மற்றும் நகர்வைக் கொண்டும், சூரியக்கோளிடம் தெரியும் மாற்றங்களைக் கொண்டும் மழையின் அறிக்கைகள் அளிக்கப்பட்டன. வானம் பார்த்த பூமியின் விவசாயம் முற்றிலும் மழையை சார்ந்திருந்தது என்பதால் அந்த

நிலங்களை பல்வேறு விதமாக பகுத்திருந்தனர். 16 ‘துரோணாஸ்' (25 அங்குலங்கள்) மழை மட்டுமே ஒரு வருடத்திற்கு பெய்யக்கூடிய இடங்களில் தண்ணீர் அதிகம் தேவைப்படாத உலர்ந்த பயிர்களை பயிர் செய்ய வேண்டும். மழை ஒரு வருடத்தில் ஒன்றரை பங்கு அதிகமாக ($37^1/_2$ அங்குலம்) அந்த இடங்களில் இருந்தால் ஈரப்பதம் உள்ள பயிர்களை விளைச்சல் செய்யலாம்.

ஷ்ராயனா எனும் மாதத்தின் ஆரம்பத்தில் (ஜூலை/ஆகஸ்ட்) மிகச்சிறந்த மழைக்காலம் ஆதலால் அப்பொழுது அந்த வருடத்திற்கு வேண்டிய மூன்றில் ஒரு பங்கு மழையைக் காணலாம். மழைக்காலத்தின் முடிவு நேரமான (கார்த்திகை அக்டோபர்/ நவம்பர்) இதேபோன்று மூன்றில் ஒரு பங்கு மழையைக் காணலாம் மூன்றில் இரண்டு பங்கு மழையை (ப்ரௌஷ்ட்ரபாதா ஆகஸ்ட்/ செப்டம்பர்) மாதங்களில் மற்றும் அஸ்வாயுஜா செப்டம்பர் மாதத்திலும் மூன்றில் இரண்டு பங்கு மழை பெய்தது. ‘அஸ்மாகாஸ்' எனும் நாட்டில் $13^1/_2$ ‘துரோணாஸ்' ‘அவாந்தி' எனும் நாட்டில் 23 துரோணாஸ்; மேற்கு பகுதியில் உள்ள நாடுகளில் (அபராந்தனம்) பெரும்மழை, இமயமலையின் எல்லைக் கோடுகளில் மற்றும் விவசாயத்திற்காக கால்வாய்கள் இருக்கும் இடங்களையும் பெய்யக்கூடிய மழைகளைப்பற்றியும்-(குல்யவாபனம்) தெரிவித்துள்ளார் கௌடில்யர்.

நிலத்தின் உடைமை

பழங்கால இந்தியாவில் தனியாருக்கு சொந்தமான நிலங்களைப் பற்றிய விபரங்களின் ஆராய்ச்சியாளர்கள் மாறுபட்ட கருத்தினை தெரிவிக்கின்றார்கள். ஆனால் அர்த்த சாத்திரத்தை பொறுத்தவரை தனியார் நிலத்தைப் பற்றிய கருத்து ஏற்றுக்கொள்ளப்படுகின்றது. ஆனால் அதே சமயம் அரசு அல்லது நாட்டுக்குச் சொந்தமான நிலத்தைப் பற்றியும் கூறுகிறது. **ஆக்ரமிக்கப்படாத நிலங்கள் நாட்டுக்குச் சொந்தமானவை. அப்படிப்பட்ட நிலங்கள் கிராமங்களுக்கு அளிக்கப்பட்டன. ஒரு விவசாயியின் வாழ்நாள் வரை மட்டுமே விவசாய நிலத்திற்கான மானியம் அளிக்கப்பட்டது. அதாவது விவசாயிகள் மட்டுமே நிலத்திற்கு சொந்தக்காரர்கள் அல்ல.**

'சிதாத்யக்ஷா' பற்றிய விவரங்கள் நாட்டுக்குச் சொந்தமான பண்ணைகள் இருந்தன என்று நமக்குத் எடுத்துக் கூறுகின்றன அதே சமயம் சிதாத்யக்ஷாவின் மேற்பார்வையில் இல்லாத நிலங்கள் தனியாருக்குச் சொந்தமானவை என்று தெரியவருகின்றது. 'கோபோஸ்' மற்றும் 'ஸ்தனிகாஸ்' போன்றவர்கள் 'சமஹாத்' என்பவரின் கீழ் பணிபுரிந்தனர் என்றும் அவர்கள்தான் விவசாயம் மற்றும் கிராமத்தவர்களின் சொத்துக்களுக்கான ஆவணங்களை பாதுகாத்தனர் என்றும் அறிந்து கொள்ளலாம். 'கோபோஸ்' 'ஸ்தனிகர்ஸ்' ஆகியோருக்கும் சிதாத்யக்ஷாவிற்கும் எந்தவித சம்பந்தமும் இல்லை என்றும் கௌடில்யர் கூறியுள்ளார்.

'க்ஷேத்ரிகா' என்று அழைக்கப்படும் நிலச் சொந்தக்காரர்களுக்கும் அதில் வாடகைக்கு இருக்கும் 'உபவாசா' என்பவர்களுக்கும் இடையே சிறந்த முறையில் வித்தியாசங்கள் காட்டப்பட்டன. இருவேறு நிலங்களுக்கிடையேயான எல்லைக்கோடுகளுக்கு ஏற்படும் தகராறுகளில் இரண்டு பக்கமுமே தத்தம் உரிமைகளை சரியாக 'நிரூபிக்கவில்லை எனில் பிரச்சினைக்கு உட்பட்ட அந்த நிலம் அரசனிடம் ஒப்படைக்கப்பட்டது.' அதுபோன்றே ஒரு நிலத்தின் சொந்தக்காரர் எங்கிருக்கிறார் என்று கண்டுபிடிக்க இயலவில்லை எனில் அந்த நிலம் அரசனிடம் ஒப்படைக்கப்பட்டது. அர்த்த சாத்திரத்தில் கோவில் பூஜாரிகளுக்கு, அறிவுரையாளர்களுக்கு, மற்றவர்களுக்கு மற்றும் பிராமணர்களுக்கு அளிக்கப்பட்ட சலுகைகளில் விவசாய நிலத்தை பரிசாக அளித்துள்ளதைப்பற்றிய விவரங்கள் அளிக்கப்பட்டுள்ளன.

ஆதலால் கௌடில்யரின் காலகட்டத்தில் தனியார் நிலங்கள் தனியாருக்கு சொந்தமாக இருந்தன என்றும் சுரங்கங்கள் நாட்டிற்கு சொந்தமாக இருந்தன என்றும் அறிந்து கொள்ளலாம்.

பயிர் முறைகள்

நீரில் ஊறவைத்த விதைகளை ஒரு கையளவு எடுத்து மந்திரங்களை கூறி விதைக்க வேண்டும் என்று அர்த்த சாத்திரம் கூறுகிறது மந்திரம் கீழ் வருமாறு.

"பிரஜாபதயே காஸ்யபாய தேவாய நமஹ :
சதா சிதா மேத்யதம் தேவி பீஜேஷுச
தானேஷீச. சந்தவதாஹி.''

"தேவரீர், பிராஜபதி மற்றும் காஸ்யபருக்கு என் நமஸ்காரம். விவசாயம் எப்பொழுதும் பெருகட்டும். தேவி ஒவ்வொரு விதைக்குள்ளும் வசித்து செல்வத்தை அளிக்கட்டும். சந்த வாதாஹி''

பல்வேறு விதமான பயிர்முறைகள் செய்வதினால் விவசாயிகளுக்கு கிடைக்கும் லாபத்தைப்பற்றி கௌடில்யர் எழுதியிருப்பது இன்றைக்கும் பொருந்தும்.

> "நெற்பயிர் மற்றும் அதைச் சார்ந்தவை மிகச்சிறந்தது காய்களின் பயிர் மத்தியமமானது, கரும்புப்பயிர் மிகக்கடினமாது. ஏனெனில் கரும்புப்பயிர் பல்வேறு விதமாக அவதிகளை அளிக்கவல்லது. அதற்கு மிக அதிகமான கவனம் தேவை மற்றும் அதன் அறுவடைக்கு மிக அதிகமான செலவாகும்.'' அவருடைய வார்த்தைகள் இன்று இந்திய விவசாயிகளுக்கும் மற்றும் அரசு சார்ந்த துறைகளுக்கும் மிகவும் பொருந்தும். ஏனெனில் அவர் அளித்த அறிவுரைகளை உபயோகித்தால் சிறந்த லாபங்களை காணலாம்.

உலகிலேயே மிக அதிகமான கரும்பு பயிர் உற்பத்தி செய்வதில் இந்திய நாடும் ஒன்றாகும். ஆனால் அதே சமயம் நிலத்தடி, தண்ணீர் மிகமிகக்குறைவாக உள்ள நாடும் இந்தியா ஆகும். புதிதாக விவசாய நிலத்தை வாங்குபவர்களுக்கு விவசாயவரி என்பது இரண்டு வருடங்களுக்கு கிடையாது என்று அர்த்த சாத்திரம் கூறுகிறது.

கௌடில்யர் அரசனுக்கு அரசு கொள்கைகளை நிறைவேற்றும் பொழுது மிகக்கடினமாகவும் இரக்கமற்றும் நடந்து கொள்ள வேண்டும் என்று அறிவுரை வழங்கினார் என்றாலும் **பயிர், பூச்செடிகள், பறவைகள் மற்றும் நிலத்தில் வாழும் மிருகங்கள் மீது மிகுந்த பரிவுடன் கருத்துகளை தெரிவித்தார்.** நான்கு கால்

மிருகங்களை துன்புறுத்துதல் மென்மையான பயிர் வகைகளை வெட்டி எறிதல் போன்றவை மிகக்கடுமையான தண்டனைக்கு உட்படுத்தப்பட்டன. பழச்செடிகள் மற்றும் பூச்செடிகள் அரசின் முக்கியமான கண்காணிப்பிற்கு உட்படுத்தப்பட்டன.

அர்த்தசாத்திரத்தில் பல அத்தியாயங்கள் கால்நடைத் துறைக்காகவே எழுதப்பட்டன. கௌடில்யர் பல்வேறு விதமான மிருகங்களைப் பற்றியும் அவற்றின் மந்தை கூட்டுவது பராமரிப்பு, பயிற்சி அடையாளக்குறிகள், உணவு வகைகள் மற்றும் பால் கறப்பது போன்றவற்றைப் பற்றி எழுதியுள்ளார். அக்காலகட்டங்களில் அரசு மிகப்பெரிய அளவில் கால்நடை மந்தைகளை சொந்தமாக கொண்டிருந்தன அதே சமயம் கால்நடைகள் தனியார் பராமரிப்பில் இருந்தன. 'கோத்யக்ஷா' (கால்நடைத்துறையின் உயரதிகாரி) எனும் அதிகாரி அரசு சார்ந்த விலங்குகள் பற்றியும் அவற்றின் மந்தைகளைப் பற்றியுமான ஆவணங்களை முழுமையாக பராமரிப்பு செய்தார்.

நீர்ப்பாசனம்

கௌடில்யரின் அர்த்த சாத்திரம் நீர் சேகரிப்பு மற்றும் அணைக்கட்டுகள் கட்டுவதற்கும் பல சட்டங்களை நமக்கு அளிக்கிறது. நீர்ப்பாசனம் செய்யப்பட்ட வயல் வெளிகள், வானம் பார்த்த வயற்காடுகளை விட மிக அதிகமான மதிப்பு கொண்டவை என்றும் குறிப்பிடுகிறது. நீர்ப்பாசன வசதிகளை மேம்படுத்த அதற்கான நீர் வரிகளை அர்த்த சாத்திரம் அளிக்கிறது அவை கீழ்வருமாறு :

- புதுக் குளங்கள் மற்றும் மண்மேடு கரைகள் ஐந்து வருடங்கள்.
- பாழடைந்த அல்லது உபயோகமற்ற நீர்ப்பாசன வசதிகளை புதுப்பிப்பது - நான்கு வருடங்கள்.
- நீர்ப்பாசனங்களில் உள்ள புல் பூண்டு மற்றும் களைகளை சுத்தப்படுத்துவது.

ஆட்களை அமர்த்துவது, குத்தகை பணத்தை பெறுவது, பங்கு

பிரித்து கொள்வது அல்லது நீர்ப்பாசனங்களை கடனுக்கு அடமானம் வைப்பது, அடமானத்துக்கு பணம் அளிப்பவர் அதை உபயோகித்துக் கொள்வது போன்றவை நீர் நிலை பாசனங்களை நல்ல முறையில் பேணிக் காக்கும். இத்தகைய நீர்ப்பாசனம் உரிமையாளர்கள் மற்றவர்களுக்கு உதவும் வகையில் (கால்வாய்களை வெட்டி உரிய நீர்ப்பாசன வசதிகளை பெருக்கி) பணிகளை செய்யலாம். இதற்கு பதிலாக வயலில் விளையும் பொருட்கள் அல்லது பூங்காக்கள் மற்றும் தோட்டங்களில் விளையும் பொருட்களைப் பெறலாம். நீர்நிலை பாசனங்களுக்கான சொந்தக்காரர் இல்லை எனில் தர்ம சிந்தனை உள்ள மனிதர்களோ அல்லது அந்த கிராமத்தை சேர்ந்தவர்களோ இணைந்து அவற்றை பராமரிக்க வேண்டும்.

துரதிருஷ்ட வசமாக சுதந்திரம் பெற்ற பிறகு இந்தியா தனது நீர் நிலை பாசனங்களை முழுமையாக உபயோகிக்க வேண்டும். சுதந்திரத்திற்குப் பிறகு நம்முடைய மக்கள் தொகை இரண்டு மடங்காக ஆகிவிட்டது என்றாலும் விளை பொருட்களின் விளைச்சல் 10% தான் அதிகரித்துள்ளது. கோதுமை மட்டுமே மிக அதிக விளைச்சலை கூட்டி இரட்டிப்பு மடங்காக உயர்ந்துள்ளது. தற்சமயம் 27 கோடி ஹெக்டேர் நிலம் கோதுமை விளைச்சலை கொண்டுள்ளது. பழைய பயிர் முறைகள், பழைய விதை வகைகள் பயிர் விளைச்சலுக்கான முறைகள் இன்றைய காலகட்டத்திற்கு உதவுவதில்லை. ஒரு லட்சம் கோடி மக்களுக்கு உணவளிக்க நமக்கு பல்வேறு விதமான பயிர் விளைச்சல் அவற்றின் உற்பத்தி பெருக்கம் மற்றும் அதற்கேற்ப நீர்ப்பாசன வசதி திட்டங்கள் தேவை.

நதி நீர் நிலைகளை கட்டுப்படுத்த வேண்டும். பழங்கால முறையில் உள்ள நீர்ப்பாசன திட்டங்கள் அன்றைய காலகட்டத்திற்கு ஏற்ப இருந்தன. அம்முறையில் பஞ்சம் மற்றும் வெள்ளத்தை கட்டுப்படுத்த இயலாது. மேலும் இதற்கு சமூக சம்பந்தமான பார்வைகளும் இருந்தன. அவை ஜாதியின் அடிப்படையில் கையாளப்பட்டன. ஒரு கிராமத்தில் உள்ள உயர்குடி நிலச்சுவான்தாரர்கள் பொது குளங்களைக் கூட தங்கள் கட்டுப்பாட்டில் வைத்திருந்தனர். அர்த்த சாத்திரத்தில் கூறியுள்ளபடி

நீர்ப்பாசன வசதிகள் செய்யப்பட்ட வயற்காடுகள்தான் வானம் பார்த்த பூமி கொண்ட வயற்காடுகளை விட அதிக மதிப்பு கொண்டது என்பதை விட அதுதான் அதிக விளைச்சலை கொடுக்கும் என்று அரசாங்கம் உணர வேண்டும்.

விவசாய வரி

மிக அதிகமான வரி விதிப்பிற்கு எதிராகத்தான் அர்த்த சாத்திரம் பேசுகிறது என்றாலும் முற்றிலும் வரி விதிப்பு இல்லாமல் இருப்பதும் தவறு என்கிறார் கௌடில்யர். **விவசாயிகளுக்கான வரிவிதிப்புகள்** $1/6$, $1/8$ **மற்றும்** $1/10$ **விகிதம் அதாவது அவர்களுடைய விளைச்சல் மற்றும் அவர்களுடைய நிலைக்கு ஏற்ப வரிவிதிக்க வேண்டும் என்று கூறுகின்றார் கௌடில்யர்.**

இந்த வரிவிதிப்பு அதிகரிக்கவில்லை என்றாலும் வருமானத்திற்கு ஏற்ப வரிவிதிப்பு அளிக்கப்பட்டது.

இலாபத்திற்கான விலக்குமுறை

இலாபத்திற்கான விலக்கு முறை வியாபாரிகளுக்கு அளித்ததை அர்த்த சாத்திரம் எடுத்துக் கூறுகிறது :

1. உள்ளூரில் தயாரிக்கப்படம் பொருட்களுக்கு 5% வட்டி விலக்கு.

2. இறக்குமதி செய்யப்பட்ட பொருட்களுக்கு 10% வட்டி விலக்கு.

விலைக்கான ஆதரவு

ஒரு பொருளுக்கான தேவை மிக அதிகமாக உள்ளது என்றால் அரசாங்க வியாபார முக்கிய அதிகாரி சந்தை விலையை விட அதிக விலை கொடுத்து வாங்கி அரசாங்க சேமிப்பு முறையில் அப்பொருளை சேமிக்க வேண்டும். சந்தை விலை சரியான நிலைக்கு வந்தபிறகு அந்த அதிகாரி அச்சந்தர்ப்பத்திற்கு ஏற்ப விலையை மாற்றலாம்.

வருங்கால நிலை

எவ்வளவு முதலீடு போடப்பட்டது, எந்த அளவு பொருட்கள் கொடுக்கப்பட்டன, சுங்க வரி, கிடைக்க வேண்டிய வட்டி வாடகை மற்றும் இதர செலவுகள் என்று எல்லாவற்றையும் கணக்கு போட்டுதான் ஒரு பொருளின் விலை குறிக்கப்பட்டது.

உறுதியான விவசாயம்

உறுதியான விவசாயத்திற்கு கீழ்க்கண்ட வார்த்தைகள் மிகவும் முக்கியமாகும்.

''ஏழு இரவுகளுக்கு தானியங்கள் மூடுபனி மற்றும் சூடு இவற்றில் மாறி, மாறி இருக்க வேண்டும். 'கோஸி' எனப்படும் உளுந்து தானியம் மூன்று அல்லது ஐந்து இரவுகள் இவ்விதத்தில் ஊற வைக்கப்படுகிறது. கரும்பு மற்றும் மற்ற பயிர்களின் நுனி வெட்டிய இடத்தில் தேன், நெய் இறைச்சி மாட்டு சாணத்தை கலந்து பூசினர். பூமிக்கு கீழ் விளையும் பயிரின் தானியங்களுக்கு தேன் மற்றும் நெய் கலந்து ஊற வைத்தனர். பஞ்சு விதை மற்றும் கடினமான விதைகளை சாணியில் வைத்தனர். மரங்கள் நடப்படும் குழிகளில் தீ வைக்கப்பட்டு, எலும்பு, சாணி முதலியவற்றை சரியான சமயத்தில் போட வேண்டும்'' என்று கூறப்பட்டுள்ளது.

பல்வேறு விஞ்ஞான விஷயக்கூறுகளை பல விதங்களில் எடுத்துக் கூறும் கௌடில்யரின் அர்த்த சாத்திரத்தில் விவசாயமும் மிக விவரமாக எழுதப்பட்டுள்ளது. இன்று விவசாயத் துறையின் முன்னேற்றமில்லாமல் இந்தியாவின் பொருளாதார முன்னேற்றம் சாத்தியமில்லை என்று உலகமே புரிந்து கொண்டுள்ளது. கௌடில்யரின் மேலாண்மை தந்திரத்தை புரிந்து கொள்ளும் முன்னர், அதுவும் இந்திய விவசாயத்தை பொறுத்தவரை நாம் இன்றுள்ள இந்திய விவசாயத்தின் நிலையை புரிந்து கொள்ள வேண்டும்.

இந்தியாவில் இன்று இந்திய விவசாயத்தின் நிலை

விவசாயத்துறை என்பது இந்திய பொருளாதாரத்தில் மிக

முக்கியமான பங்கு வகிக்கின்றது. ஏனெனில் இந்திய GDP என்பதில் 22% பெற்றுள்ளது. இந்திய நாட்டின் மக்கள் தொகையில் 58% மக்களுக்கு 'வாழ்வாதாரத்தின் அடிப்படையாக இருக்கிறது' நம் நாட்டின் ஏற்றுமதியில் 6வது இடத்தைப் பெற்றுள்ளது. இன்றைய உலக வர்த்தக இயக்க பொருளாதார சூழலில் விவசாயத்தின் மூலம் இந்தியா பெரும் இலாபத்தை பெற உள்ளது. இந்த நிலையில் விவசாயத்தில் உலக வர்த்தக உலகில் மிகப்பெரிய போட்டியாளராக உருவாகலாம். உலக வர்த்தக இயக்கம் தான் ஏற்படுத்தியுள்ள சட்ட திட்டங்கள் விலைகள் மற்றும் உலக போட்டியாளர்களின் மத்தியில் சந்தையை பெருக்குவது பற்றி கவனமாக உள்ளது.

விவசாய பொருட்களின் நிலை சக்தியை வழிப்படுத்த முறையான கிராமப் புற ஆதார அமைப்புகள் மற்றும் சௌகரியங்கள் அளிக்கப்பட வேண்டும். இந்தியாவில் நான்காவது வருட ஐந்தாண்டு திட்டத்தில்தான் விவசாயத்துறையில் முக்கியத்துவம் உணரப்பட்டது. அதற்கான திட்டங்களும் மிக அதிக அளவில் தீட்டப்பட்டன. ஆனால் அதிகமான பொருளாதார உதவிகளை அளிப்பதைவிட விவசாயத்துறையின் வளர்ச்சி அரசு மற்றும் அரசியல் நிர்ணயத்தின் கீழ் இருப்பதால் இத்துறையின் வளர்ச்சி பாதிப்படைந்துள்ளது. இதனால் பல விதங்களில் தகுதியற்ற பாதிப்புகள் ஏற்பட்டுள்ளன. அதில் மாநிலங்களுக்குள் பொருட்களின் பரிமாற்றம், ஒரு சில பயிர் உரங்களுக்கு அதீதமான மானியங்கள் அளிக்கப்பட்டன. அதனால் அவை மிக அதிகமாக உபயோகிக்கப்பட்டன. அதுபோன்றே சந்தை பொருளாதாரத்தைப் பற்றிய சிந்தனையின்றி விலை பட்டியல்கள் அமைக்கப்பட்டு அதனால் தேவையற்ற அதிக விளைச்சல் எனும் நிலை உருவாக்கப்பட்டது.

இதனால் போட்டியும், வளர்ச்சியும் பின்தங்கி விட்டன. கிராமப்புற சாலைகளின் விரிவாக்கம் முற்றிலும் பல வருடங்களாக அலட்சியப்படுத்தப்பட்டன. இந்திய விவசாயம் உலக சந்தைப் போட்டியில் பங்கேற்க சாலைகளின் விரிவாக்கம் மிகவும் அவசியமாகும். சரியான சாலைகளின்றி, விளைச்சலை நல்ல முறையில் குளிர்சாதன வசதிகளில் பாதுகாக்க இயலவில்லை

என்பதால் பழங்கள் மற்றும் காய்களின் விளைச்சல்கள் ஓரிடத்திலிருந்து மற்றொரு இடத்திற்கு செல்வதற்குள் முற்றிலும் பாழாகி விடுகின்றன. அதனால் இந்தியாவில் விவசாய உற்பத்தி என்பது உலகிலேயே மிகவும் மோசமான நிலையில் உள்ளது.

விவசாயத்தில் முதலீடு மற்றும் மூலதனம் ஏற்படுத்துவதில் உள்ள சதவிகித விகிதாசர பங்கீடு நாட்டில் உள்ள மொத்த மூலதனம் பெருக்குவதில் மிகவும் குறைந்து கொண்டே செல்கின்றது. ஒரு சில வருடங்களுக்கு முன் 15% இருந்தது இன்று 8%மாக குறைந்து விட்டது. மேலும் அதிக நீர்ப்பாசன சௌகரியங்கள் சரிவர ஏற்படுத்துவதற்கான முக்கியத்துவம் அளிக்கப்படவில்லை. கிட்டத்தட்ட பத்து ஆண்டுகளுக்கு முன் மாற்றங்களை ஏற்படுத்தியிருந்தாலும் மழையை எதிர்பார்த்துதான் விவசாயம் உள்ளது என்பது வருந்தத்தக்க விஷயமாகும்.

1991ம் ஆண்டிலிருந்து (மாற்றங்கள் துவக்கம்) தொடர்ந்து நான்கு ஆண்டுகள் விவசாய பொருட்களின் உற்பத்தி குறைந்து கொண்டே வந்தது என்பதில் மேற்கூறிய விஷயத்தைக் காணலாம். 1996ம் ஆண்டிற்கு முன்பே விவசாயத்துறை வளர்ச்சி என்பது 1980 முதல் 1995 வரை ஒருவருடத்திற்கு 3.3% மட்டுமே இருந்தது. அதே சமயம் உணவு உற்பத்தியில் இந்தியா சுய தேவைகளை முற்றிலும் தானே தீர்த்துக் கொண்டது என்பது மிகப்பெரிய கௌரவத்தை அளிக்கின்றது என்பதால் அது நமக்கு பெருமை அளிக்கும் விஷயம் தான். அதே சமயம் விவசாயப் பொருட்களின் ஏற்றுமதி துறையில் தன் முழு சக்தியையும் இந்தியா உணர வேண்டும். ஆதலால் உலகமயமாக்குதலின் தாக்கத்தை இந்திய விவசாயத்துறையில் நாம் கவனிக்க வேண்டும்.

இந்திய விவசாயத்துறையில் உள்ள நிறை மற்றும் குறைகளை நன்குணர்ந்து அதற்கான தேவையான கொள்கைகளை ஏற்படுத்த வேண்டும். இதன் மூலம் உற்பத்தியை பெருக்கி, ஏற்றுமதியை கூட்டும் முயற்சியில் முழுகவனம் செலுத்த வேண்டுமே தவிர அரசியல் பிரதிநிதிகளைக் காப்பாற்றும் முயற்சியில் ஈடுபடக் கூடாது. இந்தியாவில் உள்ள விவசாய உற்பத்தி குறைபாட்டிற்கு மூன்று முக்கியமான காரணங்களைக் கூறலாம்.

- பொருட்களின் தரம்
- போட்டிக்குரிய விலைப்பட்டியல்கள்
- இறக்குமதிக்கு நிகரான பொருட்களை தயாரிப்பதில் உள்ள சட்டதிட்டங்கள்.

இன்று விவசாயிகள் இரசாயன உரம் போட்டு பயிர் வளர்க்கும் விதத்தை குறைத்து இயற்கை உர விவசாயத்தை அதிகரிக்குமாறு கேட்கப்படுகின்றார்கள். இயற்கை உர விவசாயம் என்பது சுற்றுச் சூழலுக்கு மிகவும் ஏற்றதாகும். மேலும் சுற்றுப்புறச் சூழல் மற்றும் நிலம் மாசுபடுவதை தடுக்கின்றது. தொடர்ந்து இரசாயன உரங்களை உபயோகிக்கையில் அது சுற்றுப்புறச் சூழலை சார்ந்து வாழும் உயிரினங்கள் மட்டுமல்ல மனித இனம் மற்றும் கால்நடைகளையும் அழிக்கின்றது. உதாரணமாக 'எண்டோசல்ஃபன்' எனும் இரசாயன மருந்தை முந்திரி தோப்புப் பயிர்களில், கேரள மாநிலத்தில், காஸர் கோடு எனும் இடத்தில், தொடர்ந்து தெளித்ததினால் அருகில் வாழும் மக்களுக்கு மனநிலை பிறழும் பிரச்சனைகள் தோன்றின.

மாநில விற்பனை குழுக்களின் மூலம் அரசாங்கம் முக்கியமான பணிகளை செய்ய வேண்டும். சரியான அமைப்பு முறைகளின் ஏற்றம், சரியான தரங்களை நிர்ணயிப்பது, தரச் சான்றிதழ்கள், சந்தையை முன்வைக்கும் நீட்டிப்புகள், விவசாயிகளுக்கான பயிற்சிகள், விற்பனைக்குரிய களங்களில் விற்பனையாளர்களின் பணிக்கான பயிற்சிகள் ஆகியவை அளிக்கப்பட வேண்டும். இந்திய விவசாயம் பொறுத்தவரை உணவு பயிர் மற்றும் மகசூல் பயிர் விளைச்சலுக்கிடையே உரிய இணைப்பு இன்றி தவிக்கின்றது. கோதுமைப்பயிரைத் தவிர ஒரு சதுர அடி அளவில் பயிராகும் மற்ற பயிர்கள் மிகவும் குறைவாக உள்ளதும், மிக அதிக அளவு திடீர் விளைச்சல்களுக்கிடையே போதிய அளவு இணைப்பு இல்லை. மேலும் விளை பொருட்கள் விளையும் இடங்கள் மற்றும் பயிர்களுக்கிடையே மிக அதிகமான வித்தியாசங்கள் உள்ளன. உள்நாட்டு விளைச்சல்களில் தானியங்கள், எண்ணெய் விதைகள் ஆகியவை உள்நாட்டு தேவைக்கு மிகவும் குறைவாக உள்ளது. அதனால் இந்தியா தானிய வகைகளையும், எண்ணெய் வகைகளையும் வெளிநாட்டிலிருந்து இறக்குமதி செய்கின்றது.

அரசாங்கத்தின் தேடிப்பெறும் கொள்கை மூலம் விவசாயிகளுக்கு அரிசி மற்றும் கோதுமைக்காக குறைந்தபட்ச விலை கிடைக்கப் பெற்றாலும் அதில் ஒரு விதமான பாரபட்சம் உணரப்படுகின்றது. மேலும் இதனால் பயிர் வகைகளில் தேவையற்ற மாற்றங்கள் ஏற்பட்டு அவை விற்பனைக்கு ஏற்றதாக இல்லாமல் போகின்றன. பல சமயங்களில் இத்தகைய கொள்முதல் கொள்கைகளினால் மிக அதிகப்படியான உணவு தானியங்களின் உற்பத்தி பெருகி விடுகின்றது. அவற்றை சரியான முறையில் சேமித்து வைக்கும் கிடங்குகள் இல்லாததால் இத்தகைய உணவு மானிய நிதிகளை பெறுவது இந்திய எலிகள்தான்! விவசாய பொருட்களின் போக்கு வரத்து என்பது இந்திய அரசியல் சாஸனப்படி நாட்டுக்கு உரியதாகும். அதனால் கட்டுப்பாடுகள் உள்ளன. ஆதலால் இந்திய விவசாயிகளுக்கு கிடைக்கவேண்டிய மிகப்பெரிய உள்நாட்டு விற்பனை சந்தை கிடைக்காமல் போய்விடுகின்றது.

உகந்த தன்மை

இன்றும் விவசாயத்துறையின் முக்கியத்துவமும் உகந்த தன்மையும் தொடர்ந்து இருப்பது ஆச்சரியப்படத்தக்கதாக உள்ளது. கௌடில்யர் இவற்றை 2400 ஆண்டுகளுக்கு முன்பே எடுத்துக் கூறியுள்ளார். இன்று இந்திய நாடு சந்திக்கும் பல்வேறு பிரச்சனைகளுக்கு அர்த்த சாத்திரத்தில் தீர்வுகள் உள்ளன என்பது ஆச்சரியமாக உள்ளது. இந்நாட்டின் விவசாயத்தின் முக்கியத்துவத்தை குறிக்கும் வகையில் விவசாயத்துறை மேலதிகாரி எனும் ஓர் பதவி தேவை என்று அர்த்த சாத்திரம் கூறியுள்ளது. அதுபோன்றே அரசன் விவசாயத்தின் நெளிவு சுளிவுகளை நன்கு உணர்ந்து செயல்பட வேண்டும் என்று அர்த்த சாத்திரம் எடுத்துக் கூறியுள்ளது.

விவசாயத்தை ஒரு வர்த்தக கண்ணோட்டத்தில் கையாள வேண்டும். அதனால் மிகப் பெரிய விவசாய பண்ணைகளை கையாள நன்கு பயிற்சி பெற்ற அதிகாரிகள் தேவை. இத்தகைய அதிகாரிகள் உலக சந்தை விலைப்பட்டியல், புதுமையான விவசாய தொழில் நுணுக்கங்கள், புதுமையான விஞ்ஞான வழிமுறைகள்

விவசாயம்

செயற்கை சாதன விவசாய நுணுக்கங்கள் ஆகியவற்றை அறிந்த அதிகாரிகள் தேவை. விவசாயத்துறை மேலாண்மை மேலும் பரவலாக வர வேண்டும். அதுபோன்றே விவசாயத்துறை என்பது முற்றிலும் வரிவிதிப்பிலிருந்து விலக்கப்பட்டுள்ளது. வங்கிக்கடன் திட்டங்களுக்கு முதலிடம் அளிக்கப்படும் விவசாயத்துறை வரிவிதிப்பு என்று வரும் பொழுது முற்றிலும் கவனிக்கப்படாமல் உள்ளது.

இதற்கு எதிராக அர்த்த சாத்திரம் அன்றே விவசாயத்துறை மற்றும் அதைச் சார்ந்த மற்ற துறைகளின் வரி விதிப்புக்களைப் பற்றி மிகத் தெளிவாக எடுத்துக் கூறியுள்ளதுதான் மிக முக்கியமான வருமானத்தை நாட்டிற்கு அளித்து வந்தது). நிதி வசதிகள் உள்ள விவசாயிகளுக்கு அதிக வரிவிதிப்பு வேண்டும் என்று அர்த்த சாத்திரம் கூறுகிறது. அதை இப்பொழுது நாம் செய்யவேண்டும் ஏனெனில் இன்று நிதியமைச்சர் அதிக வரிவிதிப்பு மூலம் நாட்டுக்கு வருமானத்தை எதிர்பார்க்கின்றார் (GDP). நீர்ப்பாசன வசதிகள் மற்றும் வேறு சௌகரியங்களுக்கு முதலிடமும் முக்கியத்துவமும் அளிக்கப்பட வேண்டும்.

இன்று உலகச் சந்தையில் நடைபெறும் போட்டி சூழலில் விவசாய பொருளாதாரம் வானம் பார்த்த பூமியில் மழையை எதிர்பார்த்து நடை பெறுகின்றது. இன்று உலகிலேயே நிச்சயமான நீர்ப்பாசன உறுதியளிப்பதில் இந்தியா இரண்டாவது இடத்தை பெற்றுள்ளது என்றாலும் மிகுந்த உறுதியான நீர்ப்பாசன வசதியும் அதற்கேற்ற வடிகால் வசதிகளும் மிகக்குறைவாக உள்ளது.

ஒருசில செழிப்பான நிலங்களுக்கு, சரியான உரங்கள் போதாத நிலை அல்லது சரியான உரங்கள் போடப்படாத நிலை அல்லது உரங்களை சரியானபடி உபயோகிக்காத நிலை ஆகியவற்றால் தன்னுடைய செழிப்பை இழந்து விடுகின்றன. இது தொடர்ந்து யூரியா எனப்படும் நைட்ரஜன் உரத்திற்கு அரசாங்கம் அளிக்கும் மானியம் ஆகும். ஆனால் அதே சமயம் ஃபாஸ்பேட் மற்றும் பொட்டாசியம் உரங்களுக்கு எவ்வித மானியமும் அளிக்கப்படுவதில்லை. அதனால் விவசாயிகள் எது அதிகமாக குறைந்த விலையில் கிடைக்கின்றதோ அதையே தொடர்ந்து

உபயோகித்து மண் வளத்தை மொத்தமாக பாழாக்கிவிடுகின்றனர். அதனால் விவசாயிகளுக்கு அளிக்கப்படும் ஒரு மானியம் அவர்களுடைய நிரந்தரமான நஷ்டத்தை ஏற்படுத்துகிறது என்பது வருத்தமான விஷயம்தான்.

இதனால்தான் இரசாயன உரமற்ற விவசாயம் என்பது ஒரு சரியான மாற்று விவசாயம் ஆகும். ஏனெனில் இது இரசாயன உரத்தை முற்றிலும் அழித்து விடுகிறது. இந்தியாவில் மட்டுமே இயற்கையான இரசாயன மற்ற தொழிற்சாலைகள் உள்ளன என்பதை காணும் பொழுது இரசாயனமற்ற விவசாயம் ஏன் மக்களின் கவனத்தை ஈர்க்கவில்லை என்பது புதிராக உள்ளது. அத்தகைய ஒரு விவசாயத்திற்கு உரிய கவனமும் அளிக்கப்படவில்லை என்பது ஆச்சரியமாக உள்ளது.

இதனால் கால் நடைகளை உயிர் வதை செய்வதை தடுக்கின்றது. ஏனெனில் வர்த்தக ரீதியாக ஆடுமாடுகள் உபயோகத்தில் இல்லை எனில் அவை உயிர்வதை செய்யப்படுகின்றன. அவற்றினுடைய சாணம் விவசாயிகளுக்கு செலவற்ற உரம் அளித்து தொடர்ந்து விவசாயத்தை செய்ய இயலும் எனில் ஒரு விவசாயி உயிர்வதை செய்வதை முற்றிலும் துறந்துவிடுவான். மிருகங்களின் மீது பெரிதும் அன்பு கொண்டிருந்த கௌடில்யர் இதற்கு நிச்சயமாக ஒப்புக் கொள்வார். முறையான பயிர் வளர்ப்பு, சரியான நீர்ப்பாசன வசதி மற்றும் 'கௌடில்ய இராஜ்யம்' இவைதான் இன்றைய திறனாளிகளுக்கு தேவையான விஷயமாகும். சுற்றுப்புறசூழலுக்கு தகுந்த முறையான முறையில் விவசாயப் பொருட்கள் விளைச்சலை சந்தித்தால் விவசாயிகள் மற்றும் நுகர்வோர் மிகச்சிறந்த பலனை பெறுவார்கள்.

விவசாயப் பொருட்களின் விலை மற்றும் விற்பனையை சரியான முறையில் தயாரித்து தேவையான அடிப்படை வசதிகளை ஏற்படுத்துவது மிகவும் முக்கியமாகும். அனைத்து விஷயங்களையும் விட தயாரிப்பு செலவு என்பதுதான் விலையை நிர்ணயிப்பதில் மிக முக்கியமான பங்கு வகிக்கிறது. இதன்மூலம் தயாரிப்பு செலவுகள் மற்றும் தேவை ஆகியவற்றை நிர்ணயிக்கமுடிகிறது. முடிவாக அர்த்தசாத்திரம் அளித்திருக்கும்

ஒரு சில விஷயங்களை உபயோகித்துப் பார்த்தால் அது இன்றைய விவசாயிகளுக்கு பேருதவியாக இருக்கும்.

7 வெளிநாட்டு வர்த்தகம்

அறிமுகம்

மௌரிய சாம்ராஜ்யம் வெளிநாட்டு வர்த்தகத்தில் எடுத்துக் கொண்ட ஆர்வம் மற்றும் அத்தகைய வர்த்தகத்தை இயக்கிய விதம் மற்றும் வெளிநாடுகளுடன் வர்த்தக ரீதியாகவும் வியாபார ரீதியாகவும் கொண்ட தொடர்புகளை பற்றி அர்த்த சாத்திரத்தில் மிக விவரமாக கௌடில்யர் கூறியுள்ளார். சைனா, சிலோன் மேலும் மற்ற நாடுகளிலிருந்து பல பொருட்களை இந்தியா இறக்குமதி செய்தது. ஆனால் இந்த வர்த்தகம் வரிகளுக்கு அப்பாற்பட்டதாக இருந்ததில்லை என்பது ஆச்சரியகரமான விஷயமாக உள்ளது. 'வர்த்தனம்' எனப்படும் வரிகள் மற்ற வெளிநாடுகளிலிருந்து இறக்குமதி செய்யப்பட்ட அனைத்துப் பொருட்களுக்கும் விதிக்கப்பட்டன.

'துவாரோதயா' எனப்படும் வரிகள் மற்ற வெளிநாடுகளிலிருந்து இறக்குமதி செய்யப்பட்ட அனைத்து பொருட்களுக்கும் விதிக்கப்பட்டன. 'துவாரோதயா' எனப்படும் வரியை எந்த வியாபாரி வெளிநாட்டு பொருட்களை இறக்குமதி செய்கிறாரோ அவருக்கு பட்கு கட்டணத்தோடு இணைந்து இந்த வரியையும் கட்ட வேண்டிய கட்டாயம் இருந்தது. இதனால் வரிகள் அதிகமாக பெறுவதற்கு உடயோகமாக இருந்தது. ஆனால் இந்த வரிகள் தங்க கட்டிகள் அல்லது தங்க நாணயங்களாக கட்டப்பட்டன. உலோகங்கள் மற்றும் அதற்கான சுரங்கங்கள் பலவித

உலோகங்களை இணைத்து செய்யப்படும் உலோகம் நாணயம் ஆகியவற்றைப்பற்றி கௌடில்யர் மிக விபரமாக தன்னுடைய புத்தகத்தில் எழுதியுள்ளார். வெள்ளி நாணயங்களை 'கர்ஷபணாஸ்' என்று அவர் பெயரிட்டார்.

வெளிநாட்டு நாணயங்கள், மௌரிய அரசாங்கத்தில் உபயோகத்தில் இருந்தன. கிட்டத்தட்ட ஆயிரம் வருடங்கள் மற்றும் அதற்கு மேலும் இந்திய வெளிநாட்டு வர்த்தகம் மிக அதிகமான, சிறப்பான முறையில் இருந்தது. தங்கம் நாணயங்களாகவோ அல்லது கட்டிகளாகவோ தொடர்ந்து இந்திய வர்த்தகம் வெளிநாட்டு வியாபாரிகளால் கொண்டு வரப்பட்டது. அதனால் இந்தியா சுவர்ணபூமி (தங்க நிலப்பரப்பு) என்று மாறியது. கிரேக்க நாட்டு நாணயங்கள் ஒரு முத்திரையுடன் அரசாங்கத்தால் ஏற்றுக் கொள்ளப்பட்டது. பிறகு தங்கம் மற்றும் வெள்ளியால் ஆன ரோமானிய நாட்டு வியாபாரிகளால் உள்ளே கொண்டு வரப்பட்டது. ரோம சாம்ராஜ்ஜியத்துடன் வர்த்தகம் கி.மு. முதலாம் நூற்றாண்டிலேயே நடைபெற்றது.

ரோமானிய நாட்டிலிருந்து இந்தியா பல்வேறு வகையான இரசாயன பொருட்கள் மது சிறந்த மண்பாண்டங்கள், சில புதுவகை உலோகங்கள் தங்க கட்டிகள் மற்றும் வெள்ளி கட்டிகள், தங்கம் மற்றும் வெள்ளி நாணயங்களாக இந்தியாவிற்குள் இறக்குமதி செய்தது. அதற்கு பதிலாக இந்திய நாடு பட்டு, மற்ற பொருட்கள், மசாலா பொருட்கள், நவரத்தினக் கற்கள் மற்றும் நகைகளை இறக்குமதி செய்தது. இந்த வர்த்தகம் இந்தியாவில் மிகவும் புகழ்பெற்று விளங்கியது.

கௌடில்யர் அறிவு சார்ந்த மனிதனாகவும், மிகச்சிறந்த இராணுவ தந்திரங்களை எடுத்துக் கூறுபவராக இருந்தாலும் நீதி சாஸ்திரம் எனும் பெயரில் பல்வேறு கடமைகளைப் பற்றி கூறி அவை இச்சமூகத்தில் ஒரு மனிதன் நல்ல விதமாக வாழ பெரிதும் உதவி புரிகின்றது என்றும் கூறியுள்ளார். இன்றும் பல பல்கலைக் கழகங்களில் அவருடைய வெளிநாட்டு வியாபார கொள்கைகள் கற்றுத்தரப் படுகின்றன. ஏனெனில் அவை மிகச்சிறந்த விஷயங்களை உள்ளடக்கி இருந்தன. இன்றும் இராணுவம் யுத்த

தளவாடங்கள் மற்றும் வெளிநாட்டு தொடர்பு முறைகளில் கௌடில்யரின் அரசியல் தந்திரம் இந்தியா முழுவதும் பெயர் பெற்றதாகும். மேலும் இன்றும் அவை உபயோகப்படுத்தப்படுகின்றன.

மேலும் நிலவரி என்பது விளைச்சலில் 1/6 பாகமாக நிறுவப்பட்டது. ஏற்றுமதி இறக்குமதி வரி என்பது பொருட்களுக்கு ஏற்ப தீர்மானிக்கப்பட்டது. வெளிநாட்டு பொருட்களின் இறக்குமதி மீதானவரி அதன் மதிப்பிற்கு 20% அளிக்கப்பட்டது. ஒரு சில வருடங்கள் முன்புவரை இந்தியாவில் வெளிநாட்டு பொருட்களின் இறக்குமதி வரி என்பது 100%த்தையும் தாண்டி இருந்தது. ஆனால் இன்று அது 20% மட்டுமே உள்ளது. அதுபோன்றே சுங்கவரி, சாலைவரி படகு போக்குவரத்து கட்டணங்கள் மேலும் மற்ற பொருட்களின் விலைகள் மட்டுமே நிர்ணயிக்கப்பட்டன. வரி என்பதைப்பற்றி கௌடில்யரின் எண்ணங்கள் கிட்டத்தட்ட இன்றைய வரி விதிப்பு திட்டங்களுடன் ஒத்து இருந்தன. அவர் நேர்மை மற்றும் நியாயம் என்பது வரிவிதிப்பில் இருக்கவேண்டும் என்று ஆழமாக கூறியுள்ளார்.

வருமானத்தை பெருக்க வர்த்தகம் அளிக்கும் வழிமுறைகள்

வர்த்தகம் என்பது அரசாங்கத்தால் முழுமையாக எடுத்து கையாளப்பட்டது. அரசாங்கம் தன் உரிமையை உபயோகிக்காத மற்ற இடங்களில் தனியார் வியாபாரங்களுக்கு இடம் அளித்தது. வியாபாரத்தின் மூலமாக வசூலிக்கப்பட்ட வரி பணம் இராணுவத்திற்கும் நாட்டு எல்லையை விரிவுபடுத்தவும் உபயோகிக்கப்பட்டது.

வர்த்தகத்தில் மேற்பார்வை மற்றும் கட்டுப்பாடு

வர்த்தகத்தில் நற்பயன் அளிக்கக்கூடிய கட்டுப்பாடு பெற, 34 துறைகளிலிருந்து 7 துறைகள் மூலம் கட்டுப்பாடு மேற்கொள்ளப்பட்டது. ஒவ்வொருதுறையின் தலைவரை

‘அத்யக்ஷா’ அல்லது இன்றைய மொழிகளில் கூற வேண்டுமென்றால் முதன்மை கட்டுப்பாடு அதிகாரி என்று கூறலாம். கட்டுப்பாட்டில் ஈடுபட்ட 7துறைகள் கீழ் வருமாறு: (i) அரசு வர்த்தகம் (ii) தனியார் வர்த்தகம் (iii) சுங்க வரி மற்றும் வியாபார பொருட்கள் உள்ளே வருவதற்கான வரி (iv) துறை முகம் (v) எடை மற்றும் அளவு (vi) கப்பல் துறை மற்றும் தோணித்துறை (vii) பரிசோதகர் மற்றும் வேலை செய்யும் காலங்களை குறித்து வைப்பவர்.

அன்றைய காலகட்டத்தில் ஆகாய வழி அல்லது புகைவண்டிகள் மூலம் பொருட்களை எடுத்துச் செல்ல இயலாது என்பதால் கப்பல் அல்லது தோணிகளைப் பற்றிய குறிப்புகள் மட்டுமே உள்ளன. அரசாங்க வர்த்தகத்தில் விற்பனை பொருட்களின் மீது அரசு முழு கட்டுப்பாடு வைத்திருந்தது. ‘வஜாஜி’ எனப்படும் அரசு சார்ந்த பொருட்களின் ஏற்றுமதி வர்த்தகம் மீதான வரி முக்கியமான விஷயமாக இருந்தது. தனியார் வர்த்தகத்தில் உள்ள மேற்பார்வையாளர் சரியான முறை விற்பனையை கண்காணித்தார். தேவைக்கு மிக அதிகமான இலாபத்தை பெறும் குறுக்கு வழிமுறைகளை தடுத்தார். நுகர்வோர் பாதுகாப்பிற்கும் அவரே பொறுப்பாளராக இருந்தார். மேலும் ‘சுல்கா’ (வரி) என்பது ஏற்றுமதி, இறக்குமதி வரி விதிப்பாகும். இந்த வரி நாட்டின் எல்லைக் கோடுகளில் அல்லாமல் தலைநகரம் மற்றும் மற்ற நகரங்களின் வாயிற் கதவில் வசூலிக்கப்பட்டன. இதில் வெளிநாட்டு பொருட்கள் மட்டுமல்ல உள்நாட்டு பொருட்கள் அதாவது கிராமப் புறங்களிலிருந்து வரும் பொருட்களுக்கு கூட ‘சுங்கா’ எனும் வரி விதிக்கப்பட்டது.

அது போன்றே நகரத்தில் தயாராகும் பொருட்கள் வெளி இடங்களுக்கு விற்பனைக்கு செயல் வகையில் வரி வசூலிக்கப்பட்டது. அதனால் வெளியே எடுத்துச் செல்லும் பொருட்களுக்கான வரியும், சுங்க வரி விதிப்பிற்கும் எவ்வித வித்தியாசமும் இருக்க வில்லை. நாடு என்பது மிக சிறிய நிலப்பரப்பாக இருந்ததும் இதற்கு ஒரு காரணமாக இருக்கலாம். ‘சுல்கா’ எனப்படும் வரி, நாட்டின் எல்லைப்புறத்திலேயே அளிக்கப்பட்டதால் கிராமப்புறங்களில் பொருட்களின்

விற்பனைக்கு அரசு அதிக கட்டுப்பாடு விதிக்கவில்லை. ஆனால் அதே சமயம் சுரங்கங்கள், வயல் வெளியிடங்கள், தோட்டங்கள் ஆகிய இடங்களில் பொருட்களின் விற்பனையை அரசாங்கம் தடை செய்தது. இச்சட்டத்தை மீறியவர்களுக்கு அதாவது வினைபொருட்களை விளையும் இடத்திலேயே விற்கும் செயலுக்கு கடுமையான தண்டனை அளிக்கப்பட்டது.

விற்பனை என்பது ஒரு சில சந்தைகளில் மட்டுமே அனுமதிக்கப்பட்டது. அதுவும் தனியார் வர்த்தகம் புரியும் வியாபாரிகளுக்கு 'தனியார் வர்த்தக கட்டுப்பாடு அதிகாரியின்' மேற்பார்வையில் மட்டுமே அத்தகைய அனுமதி அளிக்கப்பட்டது. தனியார் வர்த்தக கட்டுப்பாடு அதிகாரி மிக அதிகமான பொறுப்புகள் கொண்டிருந்தார். அவற்றில் கப்பற்படை பாதுகாப்பு பத்திரப்படுத்துதல், போக்குவரத்து கப்பல்கள் மற்றும் படகுகளை வாடகைக்கு எடுத்துக் கொள்வது அவற்றை சிப்பந்திகளோடு உபயோகிப்பது தோணிகளை ஏற்பாடு செய்வது வெளிநாட்டு வியாபாரிகளின் போக்குவரத்தை கட்டுப்படுத்துவது, சாலை வரி, சுங்கவரி, படகு கட்டணங்கள், விரும்பத்தகாத மனிதர்கள் தோணிகளை உபயோகிக்கையில் அவர்களை கண்காணிப்பது போன்ற பணிகளை வர்த்தகக் கட்டுப்பாடு அதிகாரி செய்து வந்தார்.

பொருட்களின் ஏற்றுமதி

மக்களுக்கு உரிய சேவை அளிக்கக்கூடிய கொள்கைகளில் திடமாக இருப்பது, ஏற்றுமதிப் பொருட்களின் விற்பனைக்காக பல இடங்களை அளித்து பொதுமக்கள் அனைவருக்கும் நகர்புறம் அல்லது கிராமம் பக்கம் அப்பொருட்கள் கிடைக்குமாறு செய்வது போன்ற பணிகளை அரசாங்கம் செய்தது. நாட்டிற்குத் தேவையான வெளிநாட்டுப் பொருட்கள் வாங்க மக்களுக்கு ஊக்கம் அளிக்கப்பட்டது. மேலும் கூற வேண்டும் என்றால் வெளிநாட்டு பொருட்களை இறக்குமதி செய்ய எவ்வித தடையுமிருந்ததில்லை. இப்பொருட்கள் மக்களுக்கு தேவையாக இருந்தால் அவற்றை

வாங்குவதற்கு எவ்வித தடையும் இருக்கக்கூடாது என்று அரசு எண்ணியது.

வியாபாரிகளுக்கு இரண்டு வகையில் ஊக்கத் தொகை அளிக்கப்பட்டன:

(i) வெளிநாட்டு பொருட்களை வண்டிகள் அல்லது தோணிகள் மூலம் எடுத்து வரும் உள்ளூர் வியாபாரிகளுக்கு வரிவிலக்கு அளிக்கப்பட்டது. அதன் மூலம் அவர்கள் இலாபத்தை அடைய முடிந்தது. இது மேலாண்மை கொள்கையின் அடிப்படையை எடுத்துக் கூறுகிறது. அதாவது புது வர்த்தகங்களை ஊக்குவிக்கின்றது.

வெளிநாட்டு வியாபாரிகளை எக்காரணம் கொண்டும் பணபட்டுவாடா வழக்குகளில் சிக்க விடுவதில்லை. அவர்கள் நாட்டு பிரஜைகளாக இருந்தால் அவர்கள் வழக்குகளில் பங்கேற்கலாம். ஆனால் அவரது உள்நாட்டு பங்குதாரர்கள் மீது வழக்குகளை பதிவு செய்யலாம்.

(ii) இதனால் உள்ளூர் நாட்டு மக்கள் நேர்மையான வியாபாரம் செய்தனர். நல்ல பொருட்களை நுகர்வோருக்கு அளித்தனர்.

இப்படியாக இத்தகைய அமைப்பு வெளிநாட்டு வர்த்தகத்தையும் நல்ல விதமாக மேற்கொள்வது மட்டுமல்ல, மிகக்கடுமையான வழிமுறைகள் மற்றும் தண்டனைகளை மேற்கொண்டு நேர்மையான முறையில் வியாபாரம் செய்யத் தூண்டியது.

இத்தகயை வியாபாரத்திற்கு ஆரம்பகட்டத்திலேயே இலாபம் குறிக்கப்பட்டது. வியாபாரிகளுக்கு ஒரு சில இலாப எல்லைகள் அளிக்கப்பட்டன.

- உள்ளூர் தயாரிப்புகளுக்கு 5% இலாபம்
- வெளிநாட்டு பொருட்களுக்கு 10% இலாபம்.

அதிகப்படியான பொருட்கள் இருந்தால் அரசு வர்த்தக கட்டுப்பாடு உயரதிகாரி அவற்றிற்கு அதிகப்படியான விலை அளித்து அந்த

பொருட்களை வாங்கி கிடங்கில் சேமிக்கும் வழக்கமும் இருந்தது. அதே சமயம் சந்தைவிலை அதனுடைய ஆரம்ப விலையை எட்டிவிட்டால் அந்த உயரதிகாரி விலையில் மாற்றம் ஏற்படுத்தி ஒரு புதிய வியாபார உத்தியை துவங்க சட்டபூர்வமான அதிகாரம் பெற்றிருந்தார். மேலும் விலையை நிர்ணயித்து அதற்காக செலவு செய்யப்பட்ட மூலதனம், அளிக்க வேண்டிய பொருட்களின் எண்ணிக்கை தேதி, வட்டி கணக்கு மற்றும் அதற்கான செலவினைங்களையும் கணக்கிடப்பட்டன.

இறக்குமதியில் அரசாங்கத்தின் கணக்கு

அக்காலகட்டத்தில் காகிதத்தில் அச்சடித்த பணமாக இல்லாததால் வெளிநாட்டு வர்த்தகங்கள் பண்டமாற்று முறையில் நடத்தப்பட்டன. அரசு வர்த்தக அலுவலகம் மட்டுமே சரியான இலாபத்தை பெற செய்யப்பட்ட செலவுகளை கழித்து விலையை நிர்ணயித்தது. அடிப்படையில் இரண்டு விதமான செலவுகள் இருந்தன. ஒன்று பொருட்களை எடுத்துச் செல்லும் வண்டிகளின் செலவு. அதில் சுங்கவரி, சாலைவரி, பாதுகாப்பு கட்டணங்கள், இராணுவதளங்களில் கட்டப்படும் வரி, படகு கட்டணங்கள் வியாபாரிகளுக்கும் அவர்களுடைய உதவியாளர்களுக்கும் அளிக்க வேண்டிய சம்பளம் ஆகியவை உள்ளடங்கியதாகும். இரண்டாவதாக வெளிநாட்டு அரசனுக்கு அளிக்க வேண்டிய பங்கு என்று குறிப்பிடப்பட்டுள்ளது. இதைத்தவிர கப்பல் மற்றும் தோணிகளின் வாடகை பயணத்திற்கு ஏற்ற உதவிகளுக்கு அளிக்கப்படும் கட்டணம் ஆகியவையும் இணைந்துள்ளன.

அர்த்த சாத்திரத்தில் வெளிநாட்டு வர்த்தகம் என்பது லாபத்தை மட்டுமே நோக்கி இருக்க வேண்டும் என்று கூறப்பட்டது. லாபம் இல்லாத நாடுகளுடன் வர்த்தகம் செய்வதை தடுக்க வேண்டும் என்று கூறப்பட்டுள்ளது. அதனால் கௌடில்யரின் காலகட்டத்தில் அபாயம் மற்றும் லாபக் கொள்கை மிக அதிகமாக கண்காணிக்கப்பட்டது என்று புரிந்து கொள்ளலாம்.

பொருளாதாரத்தை மட்டுமே கொண்டு தொழில்களில் வியாபார

நுணுக்கங்கள் இருந்ததில்லை. மற்ற பலவிதமான வழிமுறைகளையும் சார்ந்து இருந்தன. அரசியல் மற்றும் இராணுவ தந்திர தளவாடங்கள் ஆகிய இரண்டையும் மனதில் கொண்டு ஏற்றுமதி இறக்குமதி ஆகியவற்றில் ஈடுபடுகையில் அந்த வெளிநாட்டின் நிலைமையை நன்கு புரிந்து அந்த வியாபாரிகள் செயல்பட வேண்டும். இத்தகைய விஷய நுணுக்கங்களை இன்று நாம் தொடர்ந்து மலேசியாவிலிருந்து இறக்குமதி செய்யப்படும் பாமாயில் எண்ணெயில் காணலாம். இன்று நமக்கு சமையல் எண்ணெய் வளம் தேவையான அளவு இருந்தாலும் தொழில்நுட்ப முன்னேற்ற குறிக்கோளுக்குத்தான் இதற்காக நன்றி செலுத்த வேண்டும்!

வியாபாரத்திற்காக ஒரு சில பாதுகாப்பு முறைகள் அளிக்கப்பட்டுள்ளன. அவை கீழ்வருமாறு :

(i) சாலை வழி மார்க்கமாக பொருட்கள் எடுத்துச் செல்லப்படும் பொழுது கட்டுப்பாடு உயரதிகாரி என்பவர் எடுத்துச் செல்லப்படும் பொருட்களில் 1/4 அளவு மட்டுமே மிக விலை உயர்ந்த பொருட்களாக இருக்க வேண்டும் என்று கண்காணிப்பார். இதன் மூலம் விலை உயர்ந்த பொருட்கள் முழுவதும் கொள்ளை அடிக்கப்படுவதிலிருந்து பாதுகாக்கப்படுகிறது.

(ii) பல்வேறு அதிகாரிகள் முக்கியமாக நாட்டின் எல்லை அதிகாரிகள், ஆளுநர்கள் ஆகியோரின் தொடர்பு கொண்டு எடுத்துச் செல்லப்படும் பொருட்களை பாதுகாத்தனர்.

(iii) எடுத்துச் செல்லப்படும் பொருட்களில் விலை உயர்ந்த பொருட்கள் இருந்தால் கூடுதல் பாதுகாப்பு ஏற்படுத்திக் கொள்ளப்பட வேண்டும்.

(iv) ஏதாவது ஒரு காரணத்தினால் பொருட்களை ஏற்றிச் செல்லும் வண்டிகள் சென்றடையவில்லை எனில் அப்பொருட்களை அது நிறுத்தப்பட்ட இடத்திலேயே அப்பொழுதே விற்பனை செய்துக் கொள்ளப்படலாம்.

கடல் வழியாக பொருட்கள் எடுத்துச் செல்லப்படும் பொழுது

சீதோஷ்ண மாறுதல்களை நன்கு கவனித்து அதனால் ஏற்படும் பாதிப்பை தவிர்க்க வேண்டும்.

8 உள்நாட்டு வர்த்தகம்

அறிமுகம்

விவசாயம் மற்றும் உற்பத்தி இவை இரண்டிற்குப் பிறகு வர்த்தகம்தான் மூன்றாவது முக்கியமான செயலாக கருதப்பட்டது. வர்த்தகம் மற்றும் வாணிபம் இவற்றை பெருக்குவது அதற்காக சாலை மற்றும் நீர் போக்குவரத்தை அதிகப்படுத்துவது, சந்தைகளை உரிய நகரங்கள் மற்றும் துறைமுகங்கள் ஆகிய இடங்களில் ஏற்படுத்துவது போன்ற பல பணிகளை செய்வது அரசனுடைய பொறுப்பாகும். இப்படி செய்யப்படும் வழிகளில் அரசசபையைச் சார்ந்தவர்கள் அரசாங்க அதிகாரிகள், திருடர்கள், எல்லைக் காவலாளிகள் ஆகியோரால் வியாபாரம் செய்பவர்களுக்கு எவ்வித தொல்லையும் கூடாது. இச்சாலை வழிகளை கால்நடைகள் பாழாக்காமல் பார்த்துக் கொள்ள வேண்டும். விவரமாக கூற வேண்டும் என்றால் கால்நடை பராமரிப்பு என்பது விவசாய பொருளாதாரத்தில் மிகப்பெரிய இடத்தை பெற்றிருந்தாலும் அவை எக்காரணம் கொண்டும் வர்த்தக வழிகளை தடைசெய்யக்கூடாது.

I. வர்த்தக வழிகளின் பாதுகாப்பு

வர்த்தக சாலை வழிகளை அரசவையைச் சார்ந்தவர்கள், அரசாங்க அதிகாரிகள், திருடர்கள் மற்றும் எல்லைக் காவலாளிகளின் தொல்லைகளிலிருந்து அரசனால் முற்றிலும் காப்பாற்றப்பட

வேண்டும். பொருட்கள் தொலைந்தால் அது எல்லை காவலாளியின் பொறுப்பாகும். நாக்கின் நுனியில் இருக்கும் தேன் அல்லது விஷத்தை எப்படி ஒருவர் ருசி பார்க்காமல் இருக்க இயலாதோ, அது போன்றே அரசாங்க பணத்தை கையாளுபவர்கள் அதுவும் அரசனின் செல்வத்தை, ருசிப் பார்க்காமல் இருக்க இயலாது.

இதன் மூலம் இரண்டு பேருண்மையை தெளிவாக புரிந்து கொள்ள இயலும். முதலாவதாக வர்த்தக சாலை வழிகளின் முன்னேற்றம் என்பது அவற்றின் பொருளாதாரத்தை உயர்த்தி விடுகின்றது என்பதால் அதனுடைய பாதுகாப்பு மிக அவசியமானது. இரண்டாவதாக வர்த்தகத்தில் நடைபெறும் நேர்மையற்ற தன்மையை அறிந்து பாதுகாப்பாக இருக்க வேண்டிய அவசியத்தை வலியுறுத்துகிறது. எந்த அதிகாரிகள் வர்த்தக சாலை வழி பாதுகாப்பு பொறுப்பில் இருக்கின்றார்களோ அவர்கள் எக்காரணம் கொண்டும் தவறான, நேர்மையற்ற பாதையில் செல்லக்கூடாது.

ஏனெனில் பொதுப்பணியில் உள்ள நேர்மையற்ற அதிகாரிகள் செல்வத்தை அரசாங்கத்திலிருந்து தனியார் கைகளுக்கு அளித்து விடுவார்கள். அன்றைய காலகட்டத்தில் அரசன் அல்லது அவரது அறிவுரையாளர்களாக இருப்போர் அதிகாரிகள் மற்றும் எல்லைக் காவலாளிகள், நேர்மை பாதையை விட்டு விலகக்கூடும் என்று உணர்ந்திருந்தனர்.

II. உள்ளூர் வர்த்தகத்தின் கூறுகள்

அதிகப்படியான இலாபம் என்பது கௌடில்யரின் காலகட்டத்தில் புழக்கத்தில் இருந்தது. இத்தகைய அதிகப்படியான இலாபம் என்பது மிக அதிகமாக இருக்கக்கூடாது ஏனெனில் நுகர்வோருக்கு அளவான விலையில் பொருட்கள் கிடைக்கப்படவேண்டும் என்று கருதினார். இன்று போலன்றி அன்று இலாப எல்லைக் கோடுகள் என்பது சந்தை நிர்ணயிப்பது அல்ல. ஏனெனில் அன்று ஒரு பரந்த மனதுடைய அரசன் மக்களின் நலத்தை விரும்பினார். அரசாங்க வர்த்தகம் என்பது சிறப்பாக நடைபெற்றது என்பது மட்டுமல்ல,

எப்படி வர்த்தகம் நடைபெற வேண்டும் எனும் தெளிவும் இருந்தது.

கௌடில்யரின் அர்த்தசாத்திரம் என்பது ‘பொருளாதார இலாபத்தின் விஞ்ஞானத்தை’ எடுத்து கூறுகிறது என்று கூறலாம். அர்த்த சாத்திரம் என்பது முக்கியமாக மக்களின் இலாபத்திற்காகத்தான் எழுதப்பட்டது. ‘‘நன்மை பயக்கக்கூடிய விஷயங்களை செயலாற்றும் நல்ல அரசியல்வாதி கௌடில்யர்’’ என்று திரு சியாமா சாஸ்திரி கூறியுள்ளார். கௌடில்யர் ஒரு சாதனையாளராக இத்தகைய செயலாற்றலை செய்தே தீர வேண்டும். கௌடில்யருக்கு கிடைக்கும் பலன்கள் மீது மிக அதிக மதிப்பு இருந்ததே தவிர செயல்களில் அல்ல.

இன்றைய பொருளாதாரம் மதிப்பீடு கூட்டங்களை வரவேற்கின்றது.கௌடில்யர் பொருளாதாரத்தை மூன்று பங்காக பிரித்தார் (1) அரசாங்கம்/அரசு/அரசர் (2) தனியார் (3) வங்கிகள் மற்றும் பொருளாதர நிறுவனங்கள் போன்ற சேவை மையங்கள். கௌடில்யரின் அர்த்த சாத்திரம் வெவ்வேறு மையங்களின் பணியை பற்றி மிகத் தெளிவாக கூறியிருந்தது என்றாலும் அரசர்தான் முடிவுகளை எடுப்பவர் எனும் தெளிவு இருந்தது.

தனியார் வர்த்தத்தில் சாலை, படகு போக்குவரத்து வழிகளின் பாதுகாப்பை மட்டுமே அரசு ஏற்றுக் கொண்டது. ஏதாவது நஷ்டம் ஏற்பட்டால் உடனே அரசு அதற்கான நஷ்ட ஈட்டை அளித்தது. சுரங்க கனிமவள பணிகளிலிருந்து அரசாங்கம் பெறும் இலாபத்தை தானே எடுத்துக் கொண்டதன் காரணம் சுரங்கங்கள் உள்ள நிலங்கள் அரசாங்கத்திற்கு சொந்தம். தனியார் வர்த்தகம் என்பது வீட்டிற்கு தேவையான பொருட்களை தயாரித்து விற்றுக் கொள்வது என்பதால் பொருட்கள் தட்டுப்பாடு இருந்தால் தயங்காமல் இறக்குமதி செய்யப்பட்டது.

ஏற்றுமதி மிக சுலபமாக செய்ய ஊக்குவிக்கப்பட்டது. வர்த்தக கட்டுப்பாடு இயக்கம் என்பது சிறந்த முறையில் தெளிவாக்கப்பட்டது. பொருட்கள் தயாரிக்கப்படும் இடங்களில் எக்காரணம் கொண்டும் அப்பொருட்கள் விற்கப்படக்கூடாது என்றும், அதற்குரிய இடங்களில் மட்டுமே விற்கப்பட வேண்டும் என்பதும் மிக முக்கியமான கொள்கையாக இருந்தது. அரசாங்க

பொருட்களின் விற்பனைக்கு பொறுப்பேற்றவர்கள் விற்பனை செய்த பணத்தை ஒரு பெட்டியில் போட்டு மூடிவிட வேண்டும். அந்தப் பெட்டியின் மேல் மூடியில் மட்டும் உள்ள ஒரே ஒரு ஓட்டையின் மூலம் பணத்தை உள்ளே போட்டு விட்டால் மீண்டும் அதை வெளியில் எடுத்து விட முடியாதபடி அப்பெட்டி இருந்தது.

விற்பனை முடிந்து விட்ட அன்று மாலை, அனைத்து கணக்கு வழக்குகளும் ஒப்படைக்கப்பட்டு பணத்தை அளித்து விட்டு மீதியுள்ள பொருட்களின் கணக்கெடுக்கப்படும் வழக்கம் இருந்தது. இத்தகைய கொள்கை மற்றும் வழிமுறைகள் மூலம் அரசு அதிகாரிகள் நேர்மையற்ற முறைகளில் பணி செய்யக்கூடும் எனும் எண்ணம் கௌடில்யருக்கு இருந்தது என்று அறிகின்றோம்.

III. விதவிதமான பொருளாதார செயல்பாடுகளின் வித்தியாசமான தகுதிகள்

- 'ஜனபாதா' என்பதை சுலபமாக விளக்கும் வகையில் மிக சிறந்த விளைச்சல் நிலங்கள், சுரங்கங்கள், தச்சு வேலைக்கு உகந்த மரக்காடுகள், யானைகள் நிறைந்த காடுகள் மற்றும் மேய்ப்பு புல்வெளி தரைகள் கொண்டதாகும்.

- விவசாயம் மிக முக்கியமான பொருளாதார செயல்பாடாகும். விளை நிலங்கள் சுரங்கங்களை விட சிறந்தவையாகும். ஏனெனில் சுரங்கங்கள் அரசு கஜானாவை நிரப்பலாம். ஆனால் விவசாயம் என்பது கஜானாவையும், சேமிப்பு கிடங்குகளையும் நிரப்ப வல்லது.

- விவசாயம் பல்வேறு துன்பங்களுக்கு ஆட்படாமல் இருக்க அரசன் மிக முக்கியமாக கண்காணிக்க வேண்டும் அதற்கு தேவையற்ற வரிகள், அபராத கட்டணங்கள், கூலியற்ற பணிகளுக்கு கட்டாயப்படுத்துதல் கூடாது.

- நாட்டைக்காக்க இராணுவ தயாரிப்பாக கோட்டைகள் நீர் போக்குவரத்து பணிகள் அணைக்கட்டுகள் ஆகியவற்றை

உள்நாட்டு வர்த்தகம்

பயிர்களுக்கும் விவசாயத்திற்கும் உதவியாக கட்ட வேண்டும்.

- வியாபார போக்கு வரத்து என்பது எதிரிகளை வெற்றி பெறவும் உதவுகிறது. ஏனெனில் ஓர் அரசன் இத்தகைய வழிகள் மூலமாக ரகசிய ஒற்றர்களை அனுப்பி அவர்கள் மூலம் பல இராணுவ கருவிகளையும் மற்ற போர் கருவிகளையும் அனுப்ப இயலும்.

- மிக அதிக விலை கொண்ட சுரங்கங்கள், தாதுப் பொருட்கள் குறைவாக தயாரிப்பதை விட சந்தை விலை மிகவும் குறைந்த சுரங்க வளப் பொருட்களை தயாரிப்பது நன்மை பயக்கும்.

- விளை காடுகள் மிகப் பெரியதாக இருக்க வேண்டும் இவை நாட்டின் எல்லைப் பகுதிகளில் நதியோரம் அமைக்கப்பட்டு மிக அதிகமான விளைச்சலை அளிக்க வேண்டும்.

- மிகச்சிறந்த உயர்தரமான வர்த்தக பாதைவழிகள் கட்ட முடியாவிட்டாலும், மிக அதிகமான பாதை வழிகள் இருப்பது நன்மை பயக்கும். நில வழி பாதைகள் தெற்கு பக்கம் செல்ல வேண்டும். நீர் வழிபாதை கடலோரம் இருக்க வேண்டும் மற்றும் நீர் வழி உள் வழி பாதைகள் என்று இருக்க வேண்டும் என்று கௌடில்யர் பட்டியலிட்டுள்ளார்.

- சாலையோர நடைபாதைகளை விட மாட்டு வண்டி மற்றும் வாகனங்களை இழுத்துச் செல்லும் மிருகங்களால் உபயோகிக்கக்கூடிய வழி பாதைகள் தேவை. முன்பே கூறியபடி வர்த்தகம் என்பது பொருளாதார நடவடிக்கைகளுக்கு மூன்றாவது தூணாக செயல்படுகின்றது. நாட்டின் வளத்திற்கான அடிப்படை ஆதார கொள்கைகள் மூலம் வர்த்தகத்தை உயர்த்த வேண்டும். இதற்காக வர்த்தக பாதை வழிகளை அரசவை அங்கத்தினர்கள், அரசாங்க அதிகாரிகள் திருடர்கள் மற்றும் எல்லைக் காவலாளிகளின் தொந்திரவிலிருந்து முற்றிலும் விடுதலை பெற வேண்டும். வியாபாரிகளை கௌடில்யர் நம்பவில்லை என்று புரிகின்றது. அதற்கு அவர் வியாபாரிகள் கூட்டாக இணைந்து விலை பட்டியல்களை தயாரிப்பது, மிக அதிகமான இலாபம் பெற முயற்சிப்பது, திருட்டுப் பொருட்களில் ஈடுபடுவது ஆகியவற்றை நடைமுறை படுத்துவார்கள் என்று எண்ணினார். இத்தகைய குற்றங்களை

வியாபாரிகள் செய்கையில் அவர்களுக்கு மிக அதிகமான அபராத தண்டனை காணிக்கை அளிக்க வேண்டும் என்றும் மேலும் நுகர்வோரை காப்பாற்ற வேண்டும் என்றும் கூறியுள்ளார்.

மேலும் தனியார் வர்த்தகத்தில் ஈடுபட்டுள்ளோருக்கு உரிய சட்டங்களைப் பற்றி கூறியுள்ளார்.

அ) வியாபார நிமித்தம் நிறுவப்படும் பிரதிநிதித்துவ காரியாலயம் மூலம் விற்பனை செய்ய வேண்டும்.

ஆ) வியாபாரிகளுக்கு இடையே உள்ள ஒப்பந்தங்களை ரத்து செய்யத் தக்கவையாக இருக்க வேண்டும்.

இ) வியாபாரிகள் சேர்ந்து பயணித்து தங்கள் பொருட்களை இணைப்பது

IV. பொருட்களை எடுத்துச் செல்வதில் பாதுகாப்பு :

எல்லைப் பாதுகாப்பு அதிகாரிகள் வியாபாரிகள் ஆகியோர் பொருட்களின் பாதுகாப்பான பயணம் பற்றிய பொறுப்பு ஏற்றுக்கொள்ள வேண்டும். மேலும் பொருட்கள் தொலைந்து போனால் அதற்கு ஈடு செய்ய வேண்டும் என்றும் கௌடில்யர் கூறியுள்ளார். வியாபாரிகளுக்கு நஷ்டஈடு அளிக்கும் பொறுப்பு கிராமத்தலைவருக்கு உரியது என்றாலும் திருடப்படும் பொருட்கள் அல்லது தொலைந்து போகும் பொருட்களுக்கு அவர் பொறுப்பல்ல. வியாபாரியின் பொருள் ஏதாவது தொலைந்து விட்டது அல்லது இரு கிராமங்களுக்கு இடையே வழி தவறிவிட்டது என்றால் புல் மேய்ப்பு இடங்களின் உயரதிகாரி அதற்கு பொறுப்பாவார்.

இந்த அதிகாரியின் கட்டுப்பாட்டிற்குள் உள்ள இடங்களில் இது நடக்கவில்லையெனில் 'சோரா ராஜு' என்பவரிடம் இப்பொறுப்பு அளிக்கப்பட்டது. முடிவாக இப்பொறுப்பு மற்ற அதிகாரிகளிடம் இல்லையெனில் எந்த கிராமத்தின் எல்லைக்குள் இச்செயல்

நடக்கப்பட்டதோ அந்த கிராமத்தவர்கள் அதற்கு பொறுப்பாவார்கள். இத்தகைய விஷயங்களிலிருந்து கௌடில்யர் வர்த்தகத்திற்கு அளித்துள்ள முக்கியத்துவத்தை நம்மால் உணர இயலும். அது போன்றே அவர் எத்தகைய இழப்பிற்கும் நஷ்டஈடு அளிப்பதற்கான சட்ட திட்டங்களை செயலாற்றியுள்ளதையும் அதற்காக அவர் அளித்துள்ள முக்கியத்துவத்தை பற்றியும் நம்மால் உணர முடிகின்றது. அதேசமயம் வியாபாரிகள் மக்களை ஏய்ப்பதிலிருந்து தடுக்கப்பட்டனர் இதிலிருந்து மக்களின் நலன்தான் ஓர் அரசனுக்கு முதன்மை பொறுப்பாக இருந்தது என்று புரிகின்றது.

முடிவாக : தனியார் வர்த்தகத்தின் உயர் கட்டுப்பாடு அதிகாரி

அ) பொறுப்புகள்

(i) புதிய பொருட்கள் மற்றும் பழைய பொருட்களில் நியாயமான வர்த்தகம்.

(ii) பழைய பொருட்களின் உரிமையாளர் அப்பொருட்களுக்கான உரிமைச் சான்றிதழை அளித்தால் அவர்கள் அப்பொருட்களை விற்கவோ அல்லது அடகு வைக்கவோ செய்யலாம்.

(iii) வியாபாரிகள் உபயோகிக்கும் எடைக்கற்கள் மற்றும் அளவுகளை பரிசோதித்து தவறான உபயோகத்தை தவிர்க்க வேண்டும்.

ஆ) வியாபாரிகளின் ஒப்பந்தம்

(i) 5% இலாபம் உள்ளூரில் தயாரிக்கப்படும் பொருட்களிலும், வெளியிலிருந்து இறக்குமதி செய்யும் பொருட்களில் 10% இலாபமும் பெறுவதை உறுதிப்படுத்த வேண்டும்.

(ii) குறிப்பிடப்பட்டுள்ள விலைக்குத்தான் பொருட்கள் விற்கப்படுகின்றன என்று உறுதிப்படுத்த வேண்டும்.

(iii) கொள்ளையடிக்கப்பட்ட பொருட்களில் வியாபாரிகள் வர்த்தகம் செய்வதில்லை என்று உறுதிப்படுத்திக் கொள்ள வேண்டும்.

இ) வியாபாரிகளுக்கு உதவி

ஏதாவது காரணங்களினால் பொருட்கள் சேதமடைந்து விட்டால் உரிய விதிவிலக்கு அளிக்கப்பட வேண்டும்.

ஈ) இடைத்தரகர்களும் ஏலம் போடுபவர்களும்

(ii) வியாபாரிகள் இடைத்தரகர்களுக்கு அளிக்கும் பணத்தை விலை மூலம் மீண்டும் பெற்று தன் இலாபத்தை உயர்த்த வேண்டும் என்று எண்ணக்கூடாது.

(ii) இடைத்தரகர்களுக்கு அளிக்கப்பட்டுள்ள கட்டுப்பாட்டு அளவிற்குள் பொருட்களின் சேமிப்பை வைத்துள்ளார்களா என்று கணக்கிட வேண்டும்.

(iii) கட்டுப்பாட்டு அளவிற்கு மேல் பொருட்களை வைத்திருக்கும் இடைத்தரகர்கள் இணைந்து வாங்கிய பொருட்களை விற்காமல் மீண்டும் வாங்கி குவிப்பதை தடுக்க வேண்டும்.

9. அரசாங்க நிதி பராமரிப்பு

'அர்த்தசாத்திரா' என்றால் சொத்து உற்பத்தி செய்வதற்கான அடிப்படை விஞ்ஞானமாகும். ஆனால் கௌடில்யர் இந்த வார்த்தையை அரசு பொருளாதாரம், அரசியல், சமூக இராணுவ மேலும் மற்ற பல விஷயங்களின் நிதி நிலைக்கு ஏற்படக்கூடிய பாதிப்புகளைப் பற்றி எழுதி அர்த்தசாத்திரம் எனும் வார்த்தையை பரவலாக உபயோகித்துள்ளார். கௌடில்யர் எழுதியுள்ள 'அர்த்தசாத்திரம்' ஒரு புத்தக உலகில் மிகச்சிறந்த சாதனை, என்பதை புத்தகம் எழுதப்பட்ட காலகட்டத்தை வைத்து எடை போடலாம்.

ஒரு ராஜாங்கத்தை எப்படி நிர்வகித்து ஆட்சி புரியவேண்டும் எனும் விஷயத்தைப் பற்றியும் அதிலும் குறிப்பாக நிர்வாகம், அரசாங்க வரிவசூல் இலாகா, வரிவிதிப்பு, சட்டம், வெளிநாட்டு விவகாரங்களை சாமர்த்தியமாக நடத்தும் திறன், வியாபாரம் மற்றும் வர்த்தகம், நாணயங்கள், விவசாயம், நிலம் மற்றும் அதன் சுவாதீன நிபந்தனைகள், பணியாட்கள், மக்கள் மற்றும் சமூகம் ஆகியவற்றின் விவரங்களை மிகத் தெளிவாக எடுத்துக்கூறியுள்ளார். ஒரு நாடு தன்னுடைய மக்களிடம் இருந்து பெறும் வரிவசூலிப்பை வைத்துதான் அரசாங்கத்தை நடத்த இயலும் என்று கௌடில்யர் அழுத்தமாகக் கூறியுள்ளார். ஓர் அரசன் வெற்றி பெற வேண்டும் என்பது அவருடைய இலக்கு அல்ல. ஆனால் அதே சமயம் மக்களுக்கு கிடைக்கக் கூடிய நன்மைகளே அவருடைய இலக்காக இருந்தது. ஒரு உறுதியான செல்வம் நிறைந்த அரசுதான் தன் மக்களை மற்ற அரசர்களின்

தாக்குதலிலிருந்து காப்பாற்ற இயலும்.

கௌடில்யர் வரிவசூலிப்பின் அடிப்படைக் கொள்கையை நிறுவினார். மேலும் வரிவசூப்பின் அடிப்படை மூலம் மற்றும் செலவினங்களின் மூலகாரணங்கள் ஆகியவற்றை நிலைநிறுத்தினார். அடிப்படையில் அர்த்தசாத்திரம் என்பது 'பொது சொத்து என்பதைப்பற்றி மிக பழமையான காலகட்டத்தில் எழுதப்பட்ட ஆவணமாகும். வரி வசூலிப்பு விதங்களை அவர் வகைப்படுத்தினார். கணக்கு வழக்குகளை தணிக்கை செய்யும் பணியையும் சிறப்பாக செய்தார். இவை இன்று செயல்படும் விதத்தை ஒட்டி இருப்பது ஆச்சரியப்படத்தக்கது

மேலும் கௌடில்யர் ''ஏற்கனவே செய்யப்பட்ட அனைத்து செலவுகளையும் கழித்து பெற வேண்டிய, பாக்கியுள்ள வரிவசூலிப்புகளை நீக்கி கணக்கிட்டு கிடைக்கக்கூடிய நிகர மிச்சம்தான் 'நிவி' என்பதாகும். இதை வசூல் செய்ய வேண்டும் அல்லது அடுத்த வருட கணக்கில் சேர்க்க வேண்டும்'' என்று கூறியுள்ளார். இந்த பொதுக்கொள்கை இன்றைய புதிய நிதி சம்பந்தமான பாக்கிகள், கணக்கு வழக்கு தணிக்கைகள் ஆகியவற்றுடன் பெரு வாரியாக ஒத்துப் போகிறது. கௌடில்யர் இப்படிப்பட்ட கொள்கைகளை அரசாங்க நிர்வாகம் மற்றும் காப்பீடு ஒப்பந்தங்களின் திட்ட வரம்புக்குள் கொண்டு வர முடிந்தது.

வரிவிதிப்பின் அடிப்படைக் கொள்கை

கௌடில்யரின் வரிவிதிப்பு பற்றிய எழுத்துக்கள் பல்வேறு அடிப்படைக் கொள்கைகளை பெற்றுள்ளது. அரசாங்கத்தின் வரி விதிப்பின் அளவு ஓரளவிற்கு கட்டுப்பாட்டில் இருக்க வேண்டும். வரி மிக கடுமையாகவோ அல்லது அளவுக்கதிகமான கடுமையாகவோ இருக்கக்கூடாது. வரி அதிகரிப்பு என்பது சிறிது, சிறிதாக உயர்த்த வேண்டும். வரி சரியான இடத்தில், சரியான நேரத்தில், சரியான விதத்தில் விதிக்கப்படவேண்டும். வரி விகிதாசாரம் என்பது பாரபட்சமற்ற முறையிலும், நியாயமான வழியிலும் இருக்க வேண்டும்.

"ஒரு அரசன் தன்னுடைய ஆசைக்காக வரிவிதிக்கக்கூடாது" என்று கௌடில்யர் கூறியுள்ளார். நிதி சம்பந்தமான கொடுங்கோலாட்சி அதன் எதிரொலியாக ஒலிக்கும் மக்களின் ஆற்றாமை ஆகியவற்றை முற்றிலும் தவிர்க்க பெரிதும் முயன்றார்.

"நம்பிக்கை துரோகம் புரியும் மக்கள் மற்றும் ஆர்வமற்ற பொதுமக்கள் நிச்சயமாக மிகவும் பலம் பொருந்திய அரசனைக் கூட ஒழித்து விடுவார்கள்" என்று கௌடில்யர் கூறியுள்ளார். அதனால் மக்களுக்கு வரிவிதிப்பு என்பது அவர்களுடைய எதிர்கால சுமை, சில சமயம் அது மிக அதிகமான சுமையாக இருக்கலாம். இதை கணக்கில் கொண்டு வரிவிதிப்பு அதிகரிப்பு என்பது செல்வ வளம் அதிகமாக உள்ள கால கட்டத்தில் மட்டும் படிப்படியாக உயர்த்த வேண்டும்.

கௌடில்யரின் வரிவிதிப்பின் மிக முக்கியமான நீதிமொழி ஒன்று உலகம் முழுவதும் உள்ள அனைத்து அரசாங்கத்தால் பின் பற்றப்பட வேண்டும். "வரிவிதிப்பு என்பது மக்களை துன்புறுத்தும் வகையில் இருக்கக்கூடாது. வரிவிதிப்பு என்பதை கருணையுடனும், எச்சரிக்கை உணர்வுடனும் கையாளப்பட வேண்டும். எப்படி ஒரு தேனி பூக்களிலிருந்து மிக மென்மையாக வேண்டியளவு தேனை எடுக்கின்றதோ, பிறகு தேனும், பூவும் சேதமாடையாமல் எப்படி இருக்கின்றதோ, அது போல அரசாங்கங்கள் மக்களிடமிருந்து வரிகளை வசூலிக்க வேண்டும்." என்று கௌடில்யர் கூறியுள்ளார். அதிக செல்வவளம் உள்ளவர்களுக்கு அதிக வரியும், அநாவசியமான போகப்பொருட்களுக்கு அதிக விற்பனை வரியும் அளிக்க வேண்டும் என்று கௌடில்யர் கூறியுள்ளார். அதே சமயம் ஒரு அரசன் தேவையுள்ள அதிகப்படியான மூலதனத்தையும் வளர்ச்சிக்கான உதவிகளையும், அளிக்கும் வகையில் வரிவிதிவிலக்குகளை அளித்து ஊக்கப்படுத்த வேண்டும்.

மேலும் ஒரு அரசன் செலவுகளை லாபகரமான திட்டங்களை நோக்கிச் செலுத்த வேண்டும். அதற்கு தேவையான அளவு செல்வம், உணவுப் பொருட்கள், துணிமணிகள் மற்றும் யுத்த தடவாடங்கள் ஆகியவைகளை கையிருப்பில் வைத்திருக்க வேண்டும். இவற்றைக் கொண்டு பேரிடர்கள் அல்லது மற்ற அவசர

நிலைகளை எதிர்கொள்ள வேண்டும். உடல் ஊனமுற்ற மனிதர்கள் அல்லது ஆலயங்களில் பூஜை செய்வோர், ஆகியவர்களுக்கு வரிவிலக்கு அளிக்கப்பட்டிருந்தது. நிலவரி மற்றும் வர்த்தகத்தில் ஈடுபட்டுள்ளோருக்கு அவர்கள் சாதாரண நிலையை விட அதிகமாக லாபம் பெற்றிருந்தால் அதிக வரி விதிக்கப்பட்டது. உற்பத்தி மற்றும் விற்பனைக்கான வரி என்பதை அப்பொருட்களின் உற்பத்திற்கான செலவு மற்றும் திட்டமான இலாபம், பொருட்களை விற்பதற்கான கால அளவு விற்கப்படாமல் தங்கிவிட்ட பொருட்களின் அளவு விற்பனை சந்தையில் ஏற்படும் ஏற்ற, இறக்கம் இவற்றை மனதில் கொண்டு உரிய வரிவிதிப்புகள் தயாரிக்கப்பட்டன.

அரசு விதிக்கும் வரிகளில், வரி கட்டுபவரின் நலம், மற்றும் உறுதிச் சமநிலைகள் கொள்ளப்பட்டது. நேரடி வரி விதிப்புகள் மறைமுகமான வரி விதிப்புகள், விற்பனை மற்றும் பொருட்கள் மீதான தீர்வை வரிகள், வருவாய்க்கான வரிகள் மற்றும் பொருட்களின் மதிப்பீட்டிற்கு ஏற்ற வரிகள் போன்ற பல்வேறு விதமான வரிகள் விதிக்கப்பட்டன. இதன்படி நோக்கும் பொழுது கௌடில்யரின் வரிவிதிப்புகளில் வரிகட்டுபவரின் தியாகம், வரிகட்டுபவர்களுக்கு உரிய இலாபம், வருவாயில் உரிய பகிர்ந்தளிப்பு (ஏழை மக்களுக்கு அரசாங்கம் பாதுகாப்பு அளித்தது), உரிய மூலதனத்திற்கு அளிக்கப்பட்ட வரி சலுகைகள் இருந்தன என்று நமக்கு புரிகின்றன.

வியாபாரத்திற்குரிய குறிப்பிட்ட லாபத்திற்கு இலக்கு அளிக்கப்பட்டு பின்புதான் வரிவசூலிக்கப்பட்டது என்பதை வரிக்கொள்கைகளின் வித்தியாசமான, முக்கியமான ஒரு அம்சமாக இருந்து வந்தது. அர்த்த சாத்திரம் எழுதப்பட்ட கால கட்டத்தைக் கவனிக்கும் பொழுது கௌடில்யரின் வரிக் கொள்கையின் அமைப்பு, மிகவும் பரந்து விரிந்துள்ளது. அதே சமயம் வரிவிதிப்பு மீதான அவருடைய எண்ணங்கள், அவருடைய காலகட்டத்திற்கு முன்பே இந்திய இலக்கியங்களில் பதிவாகியுள்ளது.

பொது வருவாயின் அட்டவணை

அரசாங்க வருவாய்க்கான மூல காரணங்களை விளக்கி, மிகவும் விரிவான அட்டவணையை கௌடில்யர் தயாரித்துள்ளார். செய்யப்படும் செயல்பாட்டிற்கு உரிய பிரிவின் கீழ் பொது வருவாய் சேகரிப்பின் நிர்வாகம் இருக்கவேண்டும் என்று அவர் கூறியுள்ளார். பொது வருவாய் பிரிவின் உயர் அதிகாரி என்பவர் (கலெக்டர் ஜெனரல் என்பவர்) அனைத்துப் பிரிவு வருவாய்களையும் இணைத்து மத்திய கஜானாவிற்கு அனுப்ப வேண்டும்.

அதனால் பொதுவருவாய் சேகரிப்பிற்காக ஒரு பொது மன்ற வழி ஏற்படுத்தப்பட்டது. மேற்கூறிய இந்தக் கொள்கை இன்றைய பொது வருவாய் சேகரிப்பு மற்றும் நிர்வாகத்திற்கு இணையாக உள்ளது. இதில் உரிய சேகரிப்புக்கும் விதம் பிரிக்கப்பட்டது. அதே சமயம் திரட்டுதலும், தணிக்கையும் ஒரு இடத்தில் மையப்படுத்தப்பட்டன.

அர்த்த சாத்திரத்தில் குறிப்பிடப்பட்ட பொது வருவாய் கொள்கைகளையும் அதற்கேற்ற இன்றைய பிரிவுகளையும் காணலாம்.

கம்பெனி துறை வரிகள்: கைவினைப்பொருட்கள் மற்றும் கலைஞர்களின் மற்றும் கைவினைப் பொருட்களின் தயாரிப்பாளர்கள் (கருசில்பிகநாஹா)

மறைமுக வரிகள்: சாராயம், கால்நடைகளை வெட்டுவது, பஞ்சு நூல்கள், எண்ணெ, நெய், சர்க்கரை (க்ஷாரா) தங்க நகை செய்யும் அரசாங்க ஆசாரி (சௌவர்னிக்கா) பொருட்களை சேகரித்து வைக்கப்படும் கிடங்குகள், நதிகள், தோணிகள், படகுகள், கப்பல்கள், சாலைவரிகள் (வர்த்தணி), கயிறுகள் (ரஜ்ஜு) திருடர்களை பிணைத்துக் கட்டும் கயிறுகள் (சோராரஜ்ஜு) மற்றும் தாதுப் பொருட்களின் மீதான வரிகள்.

நிலம் மற்றும் சொத்து வரிகள்: நகர்ப்புறங்களில் கட்டப்படும் வீடுகள் மற்றும் கட்டுமான இடங்கள் (வாஸ்துகா), மேய்ச்சல் நிலங்கள், விவசாய உற்பத்தி பொருட்கள், பூந்தோட்டங்கள், பழத்

தோட்டங்கள், காய்கறித் தோட்டங்கள் மற்றும் ஈர நிலச் சதுப்புகள். விவசாய பொருள்களின் மீதான வரிகள், பொருட்கள் மூலமாகவே பெறப்பட்டன.

சுங்க வரி: 'சுல்கா' எனப்படும் சுங்கவரியை இறக்குமதி செய்யப்படும் அனைத்துப் பொருட்களுக்கும், ஊர் எல்லையிலேயே பெறப்பட்டன. இப்பணியின் மேற்பார்வையாளராக சுல்காத்யக்ஷா எனப்படும் சுங்கவரியின் உயர் அதிகாரியிடம் ஒப்படைக்கப்பட்டது.

கட்டணம் மற்றும் அரசாங்க உதவித் தொகைகள்: சுங்கம், அபராத காணிக்கைகள், எடை கற்கள் மற்றும் அளவு கோல்கள், ஊர் குமாஸ்தா (நகராகா), நாணயங்களின் உயர் அதிகாரி (லக்ஷணத்யக்ஷா), அரங்காக முத்திரை மற்றும் கடவு சீட்டுகளின் உயர் அதிகாரி.

வருமான வரி: அரசாங்க நிலங்களிலிருந்து கிடைக்கப்படும் பொருட்கள் (சீதா) அரசாங்கத்திற்கு திருப்பி அளிக்க வேண்டிய விளை பொருட்களின் பங்கு (பாகா).

கேளிக்கை வரிகள்: விலை மாதர்களின் வரிகள் மற்றும் சூதாட்ட வரிகள்.

பொதுச் செலவுகள்

பொதுச்செலவுகளை 15 தலைப்புகளின் கீழ் வகைப்படுத்தப்பட்டன. இதனை **வியாயசரீரா** அதாவது செலவுகளின் மூலக் கூறு என்று அழைக்கப்பட்டது. இதில் பெரும்பான்மையானவை அரசாங்க கணக்கு வழக்குகளின் செலவீனங்களை பற்றித் தொகுப்பட்டிருந்தன. இவற்றில் ஒரு சில மட்டுமே அரசனின் சொந்த பணத்தின் அடிப்படையில் இருந்தன. உற்பத்தி மற்றும் மூலதனத்திற்கான செலவீனங்களும், அதற்கு நேர் மாறாக லாப?நாக்கமற்ற செலவீனங்களை பற்றியும் கௌடில்யர் செய்திருக்கும் ஆய்வு, மிக முக்கிய பொதுஇயக்க எண்ணங்களாக பரிமளிக்கின்றன.

அர்த்த சாத்திரத்தில், முதலீடு செய்யப்படும் வருவாய், அதாவது மூலதன செலவீனங்கள் மற்றும் தற்போதைய செலவீனங்களுக்கு இடையில் உள்ள வித்தியாசத்தை அர்த்த சாத்திரத்தில் கௌடில்யரால் எடுத்துக் கூறப்பட்டுள்ளது. கௌடில்யரைப் பொருத்த வரை தினசரி செலவீனங்கள் மற்றும் லாபகரமான செலவீனங்கள் எனும் இரண்டு வகையான செலவீனங்கள் மட்டுமே கையாளுகின்றார். மக்களுக்காக ஒரு சில உதவிப் பணிகள் மற்றும் நிகழ்ச்சிகள் அதாவது ஒரு நிர்வாகம் எதிர்கொள்ளும் தினசரி செலவுகள், அரசாங்கத்திற்குரியது. எந்த செலவுகள் 'பக்ஷா' எனப்படும் மாதத்திற்கு ஒரு முறை செய்யப்பட்டு அல்லது வருடத்திற்கு ஒரு முறை செய்யப்பட்டு அதன் மூலமாக வருவாய் அரசாங்கத்திற்கு கிடைக்கப்பெற்றால் அவை இலாபகரமான செலவாக கௌடில்யரால் கருதப்பட்டது. இத்தகயை லாபகரமான செலவு என்பது நடப்புக்கணக்கிலிருந்து எடுத்து செய்வதிலிருந்து ஒரு பாதுகாப்பு அளிக்கின்றது என்று கௌடில்யர் கருதினார்.

மூலதனத்தின் முதலீடு (விக்ஷேபா) என்பது செலவுகளை கட்டுப்படுத்துவதாகும். (வியாயப்ரத்யாய) மூலதன செலவுகளை கட்டுப்படுத்துவதன் முக்கியத்துவத்தை அறிந்த கௌடில்யர், அதன் மூலம் அரசாங்கம் மிக நீண்ட காலத்திற்கு பொது வருவாய் பெறலாம் என்று குறிப்பிட்டுள்ளார். ஒரு அரசர் ''லாபகரமான பணிகளுக்கான செலவுகளை புரிதலின்றி கட்டுப்படுத்தினால் மிகப்பெரிய துன்பத்திற்கு உள்ளாவார்'' என்று குறிப்பிட்டுள்ளார். சரியான கணக்கு வழக்கு தணிக்கைகள் மற்றும் வருவாய்த்துறை நிர்வாகம் மிகச்சிறப்பாக இருக்க வேண்டும் என்று கூறியுள்ளார். இதன் மூலம் மிகச்சிறந்த ஸ்தாபனத்தை ஏற்படுத்தி அதை நிர்வாகிக்கும் முறையின் மீது கௌடில்யருக்கு இருந்த குறிக்கோள் நமக்கு வெளிப்படையாகப் புலப்படுகின்றது.

வருவாய்த்துறை எத்தகைய பணிகளைச் செய்ய வேண்டும் என்று கௌடில்யர் எழுதியுள்ளார். அவைகள் கீழ்வருமாறு :

- அரசாங்கத்தை நிலை நாட்டுவது (சமஸ்தானம்)
- எப்பொழுதும் நடைபெறும் பொதுப்பணிகள் (ப்ரசார)

- வாழ்க்கையின் முக்கியமான தேவைகளின் சேகரிப்பு
- அனைத்துவித வருவாய்களில் சேகரிப்பு தணிக்கை இவை அனைத்தும் கையிருப்பு பணிகள் ஆகும்
- அரசு கஜானாவிற்கு அனுப்பப்பட்ட பணம்.
- அரசனால் எடுத்து செலவு செய்யப்பட்ட பணம்.
- தலைநகருக்காக செய்யப்பட்ட செலவுகள். அதில் பட்டியலில் இடம் பெறாத செலவுகள்.
- அல்லது சென்ற ஆண்டிலிருந்து செய்யப்பட்ட செலவுகள்.
- அரசனால் வாய்மொழியால் கூறப்பட்ட செலவுகளும், செய்து முடிக்கப்பட்ட பணிகளின் பட்டியலாகும்.
- லாபகரமான பணிகளுக்கான முயற்சிகள்
- செலுத்தப்படாத அபராத காணிக்கைகளின் கணக்கு வழக்குகள், நிறுத்தி வைக்கப்பட்ட நிலுவைக் கடன்களை, கேட்கும் உரிமை.
- கணக்கு வழக்குகளை பரிசீலித்தல்.

இவை அனைத்தும் கையிருப்பில் உள்ள பணிகளின் பட்டியலாகும்.

புத்திசாலியான வரவுகளை கையாளும் அதிகாரி என்பவர் வரவுகளை பெருக்கி செலவுகளை குறைப்பவராக இருக்க வேண்டும் என்று கௌடில்யர் கூறியுள்ளார். இது இன்று நாம் காணும் பொதுவரி பணம் பற்றாகுறைக்கு, கௌடில்யரால் கூறப்பட்ட விஷயம் ஆகும்.

பணியாளர்கள் மற்றும் ஆட்சிமுறைகளும்

அரசாங்க பணியாளர்களின் பணி செய்யும் தகுதிக்கு ஏற்ப மக்கள் மற்றும் அரசின் செல்வ வளம் இருக்கும் என்று கௌடில்யர் மிகத் தெளிவாக கூறியுள்ளார். இது அவருடைய கவனம் ஆட்சிமுறை மற்றும் பொதுச் சங்கங்களின் மீது உள்ளது என்று எடுத்துரைக்கிறது.

மிக அதிக அளவில் அரசாங்க பணியாளர்கள் இருப்பதை அவர் எதிர்த்தார். அரசாங்க பணியாளர்கள் குறைவான அளவு இருந்தால் அது நாட்டின் செல்வ வளத்தை அதிகரிக்கும் என்று குறிப்பிட்டுள்ளார்.

நாற்பது வகையான நிதி பொதுப் பணத்தை தவறான முறையில் கையாளுவதைக் குறிப்பிட்டு அத்தகைய குற்றங்களுக்கு மிகக் கடுமையான தண்டனை அளிக்குமாறு கூறியுள்ளார். ''இத்தகைய குற்றங்கள் நடைபெறும் பொழுது பொருளாளர் (நிதாயகா), பரிந்துரையாளர் (நிபந்தகா), பெறுபவர் (ப்ரதிக்ரஹக), பணம் அளிப்பவர் (தாயகா), பணம் செலுத்தும் சந்தர்பத்தை ஏற்படுத்தியவர் (தாபகா), உயர் அதிகாரியின் கீழ் அமைச்சரகத்தில் பணிபுரியும் பணியாளர்கள் (மந்திரி - வையாவ்ருத்யகாரா) இப்படி ஒவ்வொருவரும் தனித்தனியாக பரிசீலிக்கப்பட வேண்டும். இவர்களில் யாராவது ஒருவர், ஒரு பொய் கூறினாலும் சரி, அவர் தவறு செய்த உயர் அதிகாரி பெறும் தண்டனையைப் பெற வேண்டும் என்று கௌடில்யார் கூறியுள்ளார். **பொதுப் பணித்துறை பணியாளர்களை புலன் விசாரணை செய்வது என்பது பொது மக்களின் பார்வையில் இருக்க** வேண்டும். நேர்மையற்றவர்களைக் கண்டால் உடனே அதை வெளிப்படுத்துவது ஆகியவற்றை பற்றி மிகத் தெளிவாக கௌடில்யர் எழுதியுள்ளார். ''(ப்ரச்சாரா) எனப்படும் அதிகாரபூர்வ அரசு அறிக்கை மூலம் மற்றும் அதிகாரிகளின் நேர்மையற்ற தன்மை மூலம், பாதிக்கப்பட்டவர்கள் தங்கள் பிரச்சனைகளை நேரடியாக அரசரிடம் எடுத்து செல்லலாம் என்று தெரிய படுத்த வேண்டும். இத்தகைய அறிக்கைக்குப் பிறகு உரிய குற்றச்சாட்டுடன் வருபவர்களுக்கு, அவர்களுக்கு ஏற்பட்ட நஷ்டங்களுக்கு ஏற்ப நஷ்ட ஈடு அளிக்கப்படும்'' என்றும் கூறியுள்ளார்.

''பணிகளில் ஈடுபட்டுள்ள பொதுப் பணித்துறையாளர்கள் தினமும் சோதிக்கப்பட வேண்டும். ஏனெனில் ஆண்கள் இயற்கையாகவே சலனபுத்தியுள்ளவர்கள். குதிரைகளைப் போல் தங்கள் குணாதிசயங்களில் தொடர்ந்து மாற்றம் கொள்வார்கள். ஆதலால் அவர்கள் ஈடுபட்டிருக்கும் காரியாலயம் மற்றும் உபகரணங்கள்,

அவர்கள் பணிபுரியும் இடம் மற்றும் நேரம், அவர்கள் புரியும் பணிகளின் துல்லியம், அவர்கள் செய்யும் செலவுகள் மற்றும் அதற்கான திட்டமான பதில்கள், இவை அனைத்தையும் நன்கு விசாரித்து அறிய வேண்டும். ஆதலால் 'அதிகாரணா' எனப்படும் ஒவ்வொரு இலாகாவின் உயரதிகாரி, பணியாளர்களால் செய்யப்படும் பணிகளின் அளவு, அவர்களிடமிருந்து பெறப்படும் ரசீதுகள், இலாகா பணிகளில் செய்யப்படும் செலவீனங்களின் கணக்குகளின் முழு விபரங்களும், மொத்தத் தொகையையும் மிகத் தெளிவாக ஆழ்ந்து பரிசோதனை செய்ய வேண்டும்" என்று கௌடில்யர் பரிந்துரைக்கின்றார்.

எத்தனை முயன்றாலும் ஓரளவிற்கு நேர்மையற்ற தன்மை எப்பொழுதும் இருக்கும். அவற்றை முழுமையாக பரிசோதனை செய்து நீக்க இயலாது. "வானில் உயரே பறக்கும் பறவைகளின் அசைவுகளைக் கூட காணலாம் ஆனால் அரசாங்க பணியாளர்களின் மறைத்து வைக்கப்பட்ட உத்தேசங்களை தெரிந்து கொள்ள இயலாது" என்று கௌடில்யர் கூறுகிறார். ஆதலால் மிகக் கடுமையான உடல் சார்ந்த தண்டனையும் மற்றும் பொருள் சார்ந்த தண்டனையும் அளிக்கப்பட வேண்டும். இது நேர்மையற்றவர்களுக்கு ஒரு தடையாக இருக்கும் என்றும் கூறியுள்ளார்.

மௌரிய சாம்ராஜ்யத்தின் அரச கஜானாவின் கணக்கு வழக்குகள், இருப்பு நிலைகள், கண்காணிப்பு, தணிக்கை ஆகியவற்றை கையாளும் முறைகளை பற்றி மிக ஆழமாகவும், விவரமாகவும் எழுதியுள்ளார். அதே சமயம் தண்ணீரில் நீந்தும் மீன் எந்த அளவு நீரை குடிக்கின்றது என்பதை கண்டு பிடிப்பது எத்தனை கடினமோ, அத்தனை கடினம் ஓர் அரசு அதிகாரியின் நேர்மையற்ற செயல்பாடுகளை கண்டு பிடிப்பதாகும் என்றும் குறிப்பிட்டுள்ளார்.

நிதி சம்பந்தமான மோசடிகளின் அட்டவணை :

அர்த்த சாத்திரத்தில் மோசடி தடுப்பு மற்றும் மோசடி கண்டு பிடிப்பு என்று இரண்டு விஷயங்களும் கையாளப்பட்டுள்ளன. பொதுப் பணத்தினை கையாளுகையில் ஏற்படும் பல்வேறு விதமான மோசடிகளைப் பற்றி அட்டவணை போட்டுள்ளார்.

அரசாங்க நிதி பராமரிப்பு

தணிக்கையாளர்கள் இத்தகைய மோசடிகளைப் பற்றி கண்டறிந்து மிகவும் ஜாக்கிரதையாக இருக்க வேண்டும் என்றும் குறிப்பிட்டுள்ளார்.

இன்றைய சூழ்நிலையில் இத்தகைய சில மோசடிகள் தனியார் நிறுவன சூழ்நிலைகளில் ஏற்படுகின்றன. அவை கீழ் வருமாறு :

அ) தவறான தேதிகளை குறிப்பிட்டு மோசடி செய்து இலாபம் அடையும் நோக்கம் : வருவாய் பெற்ற தேதியை மறைத்து பின்னாளில் மற்றோர் தேதியை குறிப்பிட்டு, பணம் அத்தேதியில் பெற்றதாக குறிப்பிடுவது அல்லது முற்கூட்டிய தேதியை குறிப்பிட்டு அப்பொழுது செலவு செய்திருப்பதாக கணக்குகளைக் காட்டுவது இப்படி இரண்டு விதமாக செய்து சில கால கட்டத்திற்கு சுயலாபம் அடைவது.

ஆ) வருவாய் மற்றும் செலவுகளை தவறாக எடுத்துக் காட்டி சுய இலாபம் அடையும் நோக்கத்துடன் பணி புரிவது :

(i) குறிப்பிட்ட தேதியில் கிடைக்க வேண்டிய வருவாயை மற்றொரு தேதியில் பெற்றதாகக் கூறி லஞ்சம் அளிப்பது.

(ii) குறிப்பிட்ட தேதிக்கு முன்னரே பெறுவதற்கு மோசடி அல்லது பலவந்தம் செய்து வருவாயை பெற்று அதை குறிப்பிட்ட தேதிக்கு ரஸீது போட்டு மாற்றி அளிப்பது.

(iii) ஒருவரால் அளிக்கப்பட்ட வருவாயை மற்றொருவர் பெயரில் இலஞ்சம் வாங்கி அளிப்பது.

(iv) கஜானாவில் சேர்க்க வேண்டிய வருவாயை அதிகாரியின் தலைமையின் கீழ் பெற்று ஒரு தனி மனிதனால் பலவந்தமாக அல்லது மோசடி செய்து தவறான கணக்குகளைக் காட்டப்படுவது

இ) தெரிந்தே செய்யப்படும் மோசடிகளால் ஏற்படும் முரண்பாடுகள்

(i) தானே முன்னின்று மேற்பார்வையிடும் பணி

(ii) கணக்கு வழக்குகளின் மேலதிகாரி

(iii) கூலி மற்றும் அவசியமான மேல் செலவுகள்

(iv) பணியின் அளவுகோல்

(v) மொத்தமாக கூட்டி கணக்கெடுப்பது

(vi) அளவு

(vii) விலை

(viii) எடை மற்றும் அளவு

(ix) பொருட்களை தாங்கி எடுத்துச் செல்லும் பெட்டிகள்.

மிகச்சரியான வருவாயை மூன்று விதமான கணக்குகளின் கீழ் எடுத்து வரப்பட்டது.

அ) தற்போதைய வருவாய்

ஆ) மாற்றப்பட்ட வருவாய்

இ) பலவகையான வருவாய்களை இணைத்து ஓர் கலவையான வருவாய்

கடைசி வகையில் மேலும் மூன்று விதமான பிரிவுகள் உள்ளன. அவை பெரும்பாலும் திரும்பி வராத கடன்களைப் பற்றி இருந்தன. மூலதன முதலீடுகள் செய்யப்பட்ட திரும்பி பெறக்கூடிய பொருளாதாரம் மற்றும் அதற்கு மாறாக திட்டமிடப்பட்ட வரவு செலவு திட்டங்கள், மேலும் பலதரப்பட்ட, மதிப்பீடுகள் செய்யப்பட்ட வரவுகள். கணக்கு புத்தகங்களில் நடவடிக்கைகள் மேற் கொள்ளப்பட்ட தேதியில் ஒவ்வொரு தேதியும் குறிக்கப்பட வேண்டும். இவற்றை வெவ்வேறு தலைப்புகளின் கீழ் பெற்றவை மற்றும் செலவு செய்தவைகளின் கணக்கு வழக்கு தெளிவாக எழுதப்பட வேண்டும். மிகத் தெளிவான, முறையான கணக்கு வழக்கு பதிவுகள் இல்லையெனில் அது தண்டனைக்குரிய குற்றமாகும். ஏனெனில் இது பொருளாதார குற்றமாகும்.

விரிந்த கண்காணிப்பு முறைகள் கொண்டு, உரிய நேரத்தில் கணக்கு வழக்குகள் ஒப்படைக்கப்படுகின்றனவா என்று ஒவ்வொரு நடவடிக்கையும் மிகத் துல்லியமான வகையில் செய்யவேண்டும். கணக்கு தணிக்கைகளில் முரண்பாடு இருந்தால், சம்பந்தப்பட்ட அதிகாரி தவறுகளுக்கு ஈடான பணத்தை அபராதமாக கட்ட வேண்டும். இன்றைய புதிய தலைமுறை பல வழிகளில் மோசடி செய்வது எனும் விஷயத்தை நாம் சுலபமாக எடுத்துக் கொள்ள இயலாது. இன்று நடைபெற்று வரும் பண மோசடிகளை தணிக்கையாளர்கள் மற்றும் புலன் விசாரணை செய்பவர்கள் உலகம் முழுவதும் கண்டு பிடித்து வருகிறார்கள். நாம் அக்குற்றங்களை கௌடில்யர் அளித்துள்ள அட்டவணையில் ஏதாவது ஒரு மூலையில் இன்றும் காணலாம்.

10 பொதுத்துறை

பிரபுத்துவ முறை அரசாட்சியின் அடிப்படையில் அரசர் என்பவர் முழு ராஜ்ஜியத்திற்கும் உரிமையாளர். வெளிப்படையாகத் தெரிய வரும் சொத்துக்கள் மற்றும், வெளியிடப்படாத சொத்துக்களுக்கு சொந்தக்காரர். அர்த்த சாத்திரத்தில் மிகத் தெளிவாக பொருளாதார செயல்பாடுகள் அரசு மற்றும் பொதுமக்களுக்கு இடையே நடைபெறும் என்று கூறியுள்ளார். இப்படியாக பொதுத்துறை, தனியார்துறை மற்றும் கூட்டுத்துறை ஆகிய மூன்றும் விவரிக்கப்பட்டன.

நிலத்தின் உரிமை

மிக முக்கியமான வருவாயை ஈட்டித் தரும் நிலம் என்பது பொதுத்துறையாகக் கருதப்பட்டது. அதனால் புறம்போக்கு நிலங்கள், காடுகள் மற்றும் நீர் நிலைகளை அரசு ஏற்று நடத்தியது. இதனால் பொது மற்றும் தனியார் துறை இரண்டு விளை நிலங்களை சொந்தமாக வைத்திருந்தன. அரசு நிலங்களில் அரசு சார்ந்த நிலங்களின் அதிகாரி நேரடியாக விளைச்சலை கவனித்துக் கொண்டார் அல்லது அவை குத்தகைக்கு விடப்பட்டன. வரி கட்டும் அடிப்படை அல்லது வரிவிலக்கு அடிப்படையில் நிலம் தனியாருக்கு, குறுகிய காலத்திற்கு அளிக்கப்பட்டது. ஒரு தோட்டம், ஒரு ஏரிக்கரை, ஒரு குளம் அல்லது நீர் தேக்கம் போன்றவை தனியார் சொத்தாக, மாறுதலுக்கு உட்பட்டு இருந்தன.

சுரங்கத்துறை, மீன் வளத்துறை அல்லது உப்பளங்கள்

சுரங்கத்துறை, மீன் வளத்துறை இரண்டுமே பொது மற்றும் தனியார் பிரிவில் இருந்தன. உப்பளங்கள் பொதுத்துறையைச் சார்ந்தவையாக இருந்தன என்றாலும் உப்பு தயாரிப்பு என்பது குத்தகைக்காரர்களிடம் இருந்தது. உப்பளங்கள் உயரதிகாரி, வருவாயை பெற்றுக் கொண்டு பிறகு அதை விற்பனைக்கு அனுப்புவார்.

சாராய தயாரிப்பு மற்றும் சூதாட்டம்

சாராய தயாரிப்பு மற்றும் விற்பனை, சூதாட்டம் ஆகியன அரசின் கைவசம் இருந்தன. அரசுக்கு எதிராக இப்பணியில் தனியாக ஈடுபட்டிருந்த மக்களுக்கு மிகக் கடுமையான தண்டனை அளிக்கப்பட்டது.

விலையுயர்ந்த உலோகங்கள், நகைகள் மற்றும் விலையுயர்ந்த நவரத்தினக் கற்கள்

பலகாலமாக தங்கமும், வெள்ளியும் மிகவும் மதிப்புள்ள உலோகமாகக் கருதப்பட்டன. புனித நூல்களிலும் பல்லாண்டு காலங்கள் முன்பாகவே குறிப்பிடப்பட்டிருந்தன. இந்த உலோகங்கள் சுரங்கங்களிலிருந்து வெட்டப்பட்டதா அல்லது வெளிநாடுகளிலிருந்து கொண்டு வரப்பட்டதா என்பது தெரியவில்லை என்றாலும் கௌடில்யர் இதனுடைய முக்கியத்துவத்தை முழுவதும் அறிந்து, இதன் விற்பனை, கொள்முதல் மற்றும் உற்பத்தி ஆகிய மூன்று விஷயங்களில் உலோகம் மற்றும் விலையுயர்ந்த நவரத்தின கற்கள் மீது மிகக் கடுமையான கட்டுப்பாடு வைத்திருந்தார்.

பொதுத்துறையில் இலாபம்

'இலாபம் என்பது பொதுத்துறை செயல்பாடுகளில் மிக

முக்கியமானதுதான் வெறுக்கத்தக்கது அல்ல' என்று கௌடில்யர் கருதினார். பொருளாதார நிர்வாகத்தில் அரசு பல்வேறு விதமான பொருளாதார செயல்பாடுகளை சுறுசுறுப்புடனும் திறமையுடன் முன்னெச்சரிக்கையுடன், இலாபகரமாக செயல்படுத்த வேண்டும். ஒரு சில குறிப்புகள் மூலம் பொதுத்துறையில் இலாபம் என்பதின் முக்கியத்துவத்தை கௌடில்யர் எந்த அளவு கருதியுள்ளார் என்று அறியலாம்.

அரசின் செயல்பாடுகளில் தேவையான அளவு இலாபத்தை ஈட்டாத அதிகாரி மக்களின் உழைப்பை விழுங்கியவர் என்று கருதப்பட்டார் அரசு வர்த்தகத்தை நிர்வகிக்கும் உயரதிகாரிதான் வர்த்தகத்தை கையாள்பவர். அவரிடம் ''இலாபத்தை பெருக்குங்கள் நஷ்டத்தை தவிர்த்து விடுங்கள்'' எனும் ஆணை அளிக்கப்பட்டது. தேவையான தானிய சேமிப்பு மற்றும் நாளைய சேமிப்பு ஆகியவற்றை பற்றிய தெளிவான நிபந்தனைகள் அளிக்கப்பட்டன. அரசு பொருட்களை தனியார் துறைகளைச் சார்ந்தவர்கள் அல்லது வியாபாரிகள் விற்க வேண்டுமென்றால் அவர்கள் அரசுக்கு ஒரு குறிப்பிட்ட கட்டணத்தை கட்ட வேண்டும். ஏனெனில் அரசு நேரடியாக விற்றிருந்தால் குறிப்பிட்ட அளவு இலாபத்தை அரசாங்கமே பெற்றிடக்கூடுமல்லவா ?

கால்நடை பராமரிப்புத் துறை

அரசு பல்வேறு துறைகளில் செயல்பட்டுவந்தது. அரசு சார்ந்த ஆட்டிடையர்களும், மாட்டிடையர்களும், கால்நடை உயரதிகாரிகளின் கீழ் பணி புரிந்தனர். உயரதிகாரிகள் இடையர்கள் மற்றும் பால்காரர்களை கூலியின் அடிப்படையில் அமர்த்தினர் அல்லது ஒரு சில இடையர்களை குத்தகையின் பேரில் அமர்த்தினர். தனியார் இடையர்களைக் கூட அரசு கால் நடை பாதுகாப்பில் ஈடுபடுத்தி தனியாக கூலி அளித்தது. அவர்களே கால்நடை மருத்துவராகவும் அரசின் பணியாளராகவும் இருந்தனர்.

வனத்துறை

காடுகளை பாதுகாத்து விரிவாக்குவதில் அரசின் பங்கை குறைத்து மதிப்பிட முடியாது. காடுகளின் விளைச்சல்களிலிருந்து உபயோகமான பொருட்களை தயாரிக்க வனத்துறை அதிகாரி மற்றும் சட்டம் இயற்ற அதிகாரம் பெற்ற அதிகாரி ஆகியோர் தொழிற்சாலைகளை நிறுவினர். அரசனின் மகிழ்ச்சிக்காக நிறுவப்பட்ட காடுகளில் கனி கொடுக்கும் மரங்கள், முட்களற்ற மரங்கள் மற்றும் சிறிய குளங்கள் ஆகியவை இருந்தன. அவற்றை சுற்றி மான்கள், அடக்கியாளப்பட்ட காட்டு விலங்குகள் மற்றும் அடக்கப்பழக்கப்பட்ட யானைகள் இருந்தன.

சுரங்கத்துறை

சுரங்கம் ஒரு பொதுத்துறையாகும். போர்களுக்கான கருவிகளை அளிக்கும் சுரங்கங்கள் மிக முக்கியமானதாகக் கருதப்பட்டது. ஏனெனில் ''சுரங்கங்கள் செல்வ வளம் அளிப்பவை. செல்வ வளத்திலிருந்து அரசாங்கத்திற்கு பலம் கிடைக்கின்றது. ஏனெனில் கஜானா மற்றும் இராணுவம் இவற்றை கொண்டுதான் நிலங்கள் பெறப்படுகின்றன'' என்று கௌடில்யர் கூறியுள்ளார். கீழ்க்கண்ட உலோகங்களைப் பற்றி தன் குறிப்புகளில் எழுதியுள்ளார் கௌடில்யர். தங்கம், வெள்ளி, செம்பு, ஈயம், வெள்ளீயம் பூசப்பட்ட தகரம், இரும்பு மற்றும் உலோகங்களின் கலவையான பித்தளை, வெண்கலம் மற்றும் மணி வெண்கலம். வைரம், பலதரப்பட்ட நவரத்தினங்கள், மைகா எனப்படும் மெல்லிய தகரத்தகடுகள் மற்றும் கடல் வழிப் பொருட்கள் யாவும் சுரங்கத் துறையைச் சார்ந்ததாகக் கருதப்பட்டன. உலோகம் மற்றும் சுரங்கத் துறையின் கீழ் இந்த தொழிற்சாலைகளுக்கு பல அதிகாரிகள் பொறுப்பேற்றனர்.

உற்பத்தி

அரசாங்கத்தின் கீழ் இரண்டு விதமான பிரிவுகளைக் கொண்ட உற்பத்தித்துறை இருந்தது. முதலாவது போர்க்கருவி, இரண்டாவது

சாராயம் காய்ச்சுதல். அரசாங்க கட்டுப்பாட்டிற்குள் இருந்தவை ஜவுளி, உப்பு மற்றும் நகைகள். அதே சமயம் அரசாங்க நிபந்தனைகளுக்கு உட்பட்ட தொழிற்சாலைகள் சிறு தொழில் முனைவோர்க்கான கைத்தொழில் விற்பன்னர்களான ஆசாரிகள், கொல்லர்கள், நெசவாளர்கள் மற்றும் சாயம் ஏற்றுபவர்கள் ஆகியோரால் நடத்தப்பட்டன.

உள்நாடு மற்றும் வெளிநாட்டு வர்த்தகம்

பொதுத்துறை மற்றும் தனியார் துறை இரண்டுமே உள்நாடு மற்றும் வெளிநாட்டு வர்த்தகத்தில் ஈடுபட்டிருந்தன. அரசு வர்த்தகத்தின் உயரதிகாரிதான் உள்நாட்டு மற்றும் வெளிநாட்டு பொருட்களின் விநியோகம் சேகரித்து வைத்தல் மற்றும் விற்பனைக்கு பொறுப்பாவார். அந்த அதிகாரி தனியார் வியாபாரிகளை பிரதிநிதிகளாக நியமனம் செய்து, அவர்கள் மூலமாக அரசு பொருட்களை குறிப்பிட்ட விலையில் விற்கலாம் அல்லது அவற்றை நேரடியாக அரசு சார்ந்த சில்லறை வர்த்தக நிலையங்களில் விற்கலாம்.

அரசு வர்த்தக உயரதிகாரி தான் ஏற்றுமதி துறையின் தலைவராவார். இலாபத்திற்கு மட்டுமே வெளிநாடு வர்த்தக பொறுப்பு ஏற்க முடியும் என்று அவருக்கு வலியுறுத்தப்பட்டது. போர்க் கருவிகள் மற்றும் விலையுயர்ந்த பொருட்கள் ஏற்றுமதி செய்யப்படுவது முற்றிலும் தடுக்கப்பட்டன.

பொதுத்துறைப் பிரிவு

கௌடில்யர் அக்காலத்தைய ஏகாதிபத்திய அரசின் அடிப்படையில் ஆட்சி முறையை பற்றி எழுதியிருந்தாலும், ஒரு சில அடிப்படை உகந்த தன்மை கொண்ட குறிப்புகள் மூலம் இன்றைய பொதுத்துறைப் பிரிவுகளும் ஒன்றுபோல் உள்ளன என்று புரிந்து கொள்ளலாம்.

1. கோட்டைகள், கால்வாய்கள், சாலைகள், அகழிகள் ஆகியவற்றை அரசன்தான் கட்டித்தர வேண்டும்.

அதுமட்டுமல்ல இத்தகைய அடிப்படை வசதிகள் எவ்விதங்களில் கட்டப்பட வேண்டும் என்றும் மிகத் தெளிவாக அர்த்த சாத்திரத்தில் குறிப்பிடப்பட்டுள்ளது.

இவற்றின் கட்டுமான அளவுகளின் மிகச்சரியான உபயோகத்திற்கான தகுதிகள் அர்த்த சாத்திரத்தில் குறிப்பிடப்பட்டுள்ளது என்பது மட்டுமல்ல, கௌடில்யர் இத்தகைய பணிகளில் பயன் அளிக்கக்கூடிய நிபந்தனைகளின் சௌகரிங்களை உணர்ந்து, அவற்றிற்கு ஏற்ப ஒரு சில வழிமுறைகளை பின்பற்ற வேண்டும் என்றும் கூறியுள்ளார்.

2. இரண்டாவதாக ஓர் ஏகாதிபத்தியத்தில் மந்திரிகள், ஆலோசனையாளர்கள் மற்றும் ஆணையர் முதல் மிகவும் கீழ் நிலை அதிகாரிகள் வரை ஆற்றவேண்டிய பயனுள்ள **கடமைகள், பொறுப்புகள்** ஆகியவற்றை பற்றி மிக மிக விரிவாக கௌடில்யர் எழுதியுள்ளார். மேலும் அர்த்த சாத்திரம் பயன்தரும் வகையிலான மற்றும் தடுக்கும் வகைகளில் கண்காணிப்பு வகைகளை உயர்த்துவதைப் பற்றி எழுதியுள்ளார். இதன் மூலம் மிகச் சிறந்த வகையில் ஆட்சியில் பதவியில் உள்ளவர்கள் தத்தம் கடமைகளை செய்ய இயலும் என்றும் எடுத்துக் கூறியுள்ளார்.

வருவாய் இலக்குகள் மற்றும் செலவினங்களின் அளவுகள் சரியாக இல்லையெனில் அதற்குரிய தண்டனைகள் அளிக்கப்பட்டன.

பொறுப்புடமை மற்றும் மக்கள் அறியும் வண்ணம் பணிபுரிவதின் முக்கியத்துவத்தை கௌடில்லர் நன்கு அறிந்திருந்தார் என்றும் மேலும் பொதுத்துறையில் இவ்வகையில் செயல்பாடுகள் நடப்பதில்லை என்பதால் தான் பொதுத்துறை வியாபாரங்களில் பல நஷ்டங்களை சந்திக்க வேண்டியுள்ளது என்று குறிப்பிட்டுள்ளார்.

3. அது போன்றே அர்த்த சாத்திரத்தில் இடம் அளிக்கப்பட்டுள்ள சில விஷயங்களிலும் துறைசார்ந்த

நிர்வாகங்களிலும் இன்றைய சூழ்நிலைக்கு ஏற்ப சூட்சுமமான ஒற்றுமைகள் இருப்பதை நாம் காணலாம்.

உ.தா. காட்பெர்ரி கமிட்டியின் தகவல்கள் (1992) நிறுவன நிர்வாகத்தின் அடிப்படையில் இருந்தன. அதில் மிகச்சரியான நிதி நிர்வாக மேலாண்மை என்பதுதான் துறைச்சார்ந்த நிர்வாகத்திற்கு, அது எத்துறையில் இருந்தாலும் சரி, மிக முக்கியமானது என்று தெரிகின்றது. அதன்படி மிகச் சிறந்தமுறை நிர்வாக நியதிகளை கடைபிடித்து நடைபெறும் நிர்வாகங்கள் தங்களுடைய தணிக்கையின் சிறப்பு மற்றும் மதிப்பீட்டின் அடிப்படையில் வெற்றிபெறும்.

ஓர் அரசன் கண்காணிப்பு புரிய சிறந்த ஒற்றர்படையை ஏற்பாடு செய்து அதன் மூலம் பல்வேறு துறைகளில் நடக்கும் செயல்பாடுகளை பற்றி அறிந்து செயல்பட இயலும் என்று கௌடில்யர் அர்த்த சாத்திரத்தில் கூறியுள்ளார். மேற்கூறியதை தணிக்கை என்று கூற இயலாது என்றாலும் தணிக்கை நிறைவேற்ற வேண்டிய பல பணிகளை இதன் மூலம் செய்ய இயலும். இன்று இதன் அடிப்படையில் மிக சிறந்த ஆய்வுகள் நடத்தப்படுகின்றன என்றாலும் துறைசார்ந்த நிர்வாகம் என்றால் மிக முக்கியமாக பொறுப்புடமை மற்றும் மற்றவர் காணும்படியான செயல்பாடுகளை சில நிர்வாக ரீதியாகவும், சட்டப்படியும் நடத்த வேண்டும்.

11 வேட்டையாடுதல்

எதிராளியிடம் உள்ளவர்களில் நெறி தவறுபவர்கள் மற்றும் நெறி தவறாதவர்களை தன் பக்கத்தில் இழுப்பது :-

தேவையான பொழுது எதிரியிடமிருந்து தன் பக்கம் இழுக்கப்படுபவர்களின் நடத்தையைப் பற்றி கௌடில்யர் மிக தெளிவாகக் கூறுகின்றார். நெறிதவறி நடப்பவர்களிடம் நான்கு விதமான குணங்களைக் காணலாம் என்று கௌடில்யர் கூறுகிறார். கோபம், பயம், பேராசை மற்றும் கர்வம் ஆகும். ஏன் இந்த நால் வகை குணங்கள் தோன்றுகின்றன ? கௌடில்யரின் பல அறிவுரைகள் மற்றும் கொள்கைகள் வேதங்களின் அடிப்படையில் அமைந்துள்ளன. அதன்படி ஒரு மனிதனின் தன்மை அவனது மனம், உடல், அறிவு ஆகிய மூன்றின் அடிப்படையில் உள்ளது.

இதில் உடல் என்பது மனம் அல்லது அறிவின் கட்டளைக்கு ஏற்ப செயல்படுகின்றது. அறிவு மனதை கட்டுப்படுத்தக் கூடியதாகும். இது அறிவு சார்ந்த விஷயங்களை அறிதல் மற்றும் அதைப் பற்றி யோசித்தல் மூலம் நடை பெறுகின்றது. மனம் என்பது நம்முடைய உணர்வுகள், மனக்கிளர்ச்சி மற்றும் எண்ணங்களின் இணைப்பாகும். அறிவு என்பது நியாயப்படி பகுத்தறிவிற்கு ஏற்ப செயல்பட்டாலும் அறிவு தான் உணர்வுகளை கட்டுப்படுத்துகிறது.

மேலும் அறிவு எளிதில் திருப்திப்படுத்த முடியாத பேராசை மிக்கதாகும். அது தன் போக்கில் அலைபாயும் தன்மை கொண்டதாகும். (அது வெளிச்சத்தின் வேகத்தை விட அதிக வேகமாக செயல்படக்கூடியது) அது மட்டுமல்ல அது 'சட்' என்று ஒட்டுதலை ஏற்படுத்தக்கூடியதாகும். இவையனைத்தும் இணைந்து ஒருவரை இந்த உலகைச் சார்ந்ததாக ஆக்கிவிடுகின்றது. எப்பொழுது ஒரு மனிதனின் அறிவு அவன் மனதை ஆக்கிரமிக்கத் துவங்குகின்றதோ அப்பொழுது அம்மனிதனுக்கு மன அழுத்தம் ஏற்படுகின்றது.

இவையனைத்தும் நிறைவேறப்படாத ஆசைகளின் தன்மையாகும். அறிவு என்பது மனதை ஆட்சி செய்யத் துவங்குகையில் ஆசைகள் இலக்குகளாகவும், அடைய வேண்டிய பொருட்களாகவும் மாறி விடுகின்றன. நிறைவேறாத ஆசைகள் கோபமாக மாற வாய்ப்பு பெறுகின்றன (அதே சமயம் மனம் என்பது இப்படி எதிர்பார்ப்பதை கிடைக்கவிடாத தடைக்கல் என்றும் எண்ணுகின்றது) பேராசை என்பது ஏக்கம் அல்லது ஆசைமிகத் தீவிரமாக ஏற்படும் பொழுது தோன்றுவதாகும். இது ஒரு வித கர்வத்தை தோற்றுவிக்கின்றது. மேலும் அது கால கட்டத்தில் பொறாமையாக மாறுகின்றது.

இத்தகைய பொறாமை பயத்தை உண்டாக்குகின்றது. அதனால் இருப்பதையும் தொலைத்து விடும் அபாயம் ஏற்படுகின்றது. நான்காவதாக மோஹா எனப்படும் மாயை என்பதைப் பற்றி வேதங்கள் கூறுகின்றன என்றாலும் கௌடில்யர் கர்வம் என்பது ஒருவித அலட்சிய மனப்பான்மையை ஏற்படுத்தும் நான்காவது குணம் என்று கூறுகின்றார்.

இவர்களை நாம் எவ்விதம் அடையாளம் காண்பது ?

கோபப்படும் கூட்டம் : நினைத்தது நிறைவேறாமல் தடுக்கப்படும் பொழுது தோன்றுவதுதான் **கோபம்** இவற்றில்

- பரிசு அளிக்கப்படும் (அதிக சம்பளம், உயர்பதவி போன்றவை) என்று கூறிவிட்டு அளிக்கப்படாவிட்டால் ஏற்படும் ஏமாற்றம்.
- இருவருமே திறமையில் சமமாக இருந்து அதில் ஒருவருக்கு

வேட்டையாடுதல்

- மட்டும் பணி அளிக்கப்படுகையில் ஏற்படும் அவமானம்.

- ஒருவருடைய உயரதிகாரி மற்றவரை உயர்த்தும் போது உணரும் அலட்சியம்.

- மிகக்கடினமான பணி அளிக்கப்பட்டு அதற்குரிய சரியான தீர்வு காண இயலாமை.

- மிகத் தொலைவான இடத்திற்கும், பிடித்தம் சிறிதுமில்லாத இடத்திற்கும் அனுப்பப்படும் பொழுது அல்லது மாற்றப்படும் பொழுது ஏற்படும் அவதிகள் மாற்றத்தை விருப்பத்துடன் ஏற்றுக் கொண்டு அதே சமயம் அதற்கான ஊதியம் சரியாக அளிக்கப்படவில்லை என்று எண்ணுபவர் மற்றும் மாற்றத்தை ஏற்காதவர் ஆகிய இருவரை பற்றியும் கௌடில்யர் குறிப்பிட்டுள்ளார்.

- தனக்கு சிறிதும் விருப்பமில்லாத பணியில் இருப்பது.

- ஒரு நிறுவனத்தில் மிகக்கடினமாக உழைத்தும், தன் திறன் அனைத்தையும் காண்பித்தும் தன் குறிக்கோளை அடைய இயலவில்லை என்பது அந்நிறுவனத்தின் அடிப்படை கலாசார தவறுகளாக இருக்கலாம்.

- நேரமின்மையினால் அல்லது அதற்குரிய அதிகாரம் அளிக்கப்படாததினால் தன் கடமையை சரிவர நிறைவேற்றாதவர்கள்.

- குறைவான சம்பளம் வாங்குவதாக எண்ணுபவர்கள்.

- தான் பெற வேண்டிய பதவியை அதற்குரிய திறன் இருந்தும் பெறாதவர்கள்.

- உயரதிகாரிகள் அல்லது சமமான பதவியில் உள்ளவர்களால் தத்தம் தேவைக்கேற்ப கட்டுப்படுத்தப்படும் பணியாளர்கள்.

- நீண்டகாலம் ஒரு நிறுவனத்தில் உழைத்திருந்தாலும் நிந்தனைக்கு உட்பட்டவர்கள்.

- தான் செய்த பணிக்கு மற்றவர்கள் பெயர் வாங்குவதை எண்ணி

வருத்தப்படுபவர்கள்.

- **பயப்படுபவர்களின் குழு :** இழந்து விடுவோம் எனும் பயம் கொண்டவர்கள். இக்குழுவில் இடம் பெறுபவர்களின் விவரங்கள் கீழ்வருமாறு
- யாரையாவது தடுத்தவர்கள் அல்லது கீழிறக்கியவர்கள்
- மிகவும் ஆபத்தான, நிறுவனத்திற்கு அவமானம் தேடித்தரக்கூடிய தவறை செய்தவர்கள்.
- சுயமாக தவறுகள் செய்ததால் புகழ் பெறுபவர்கள்
- அப்படிப்பட்ட தவறுகளுக்கு மற்றவர்களுக்கு கிடைக்கும் தண்டனைகளை கண்டு பயப்படுகிறவர்கள்.
- மற்றவர்களின் பணி அல்லது நம்பிக்கைக்கு கேடு விளைவிப்பவர்கள்.
- மற்றவர்களின் அதிகாரத்திற்கு அடிபணிபவர்கள்.
- நிறுவனத்தின் பெயரில் தனக்கு சுயமாக மிக அதிகமான சொத்து சேகரிப்பவர்கள்.
- மேலதிகாரிகளால் வெறுக்கப்படுபவர்கள்.
- தனக்கு மேல் உள்ள அதிகாரிகள் அல்லது நிறுவனத்தையே உள்ளூர வெறுப்பவர்கள்.
- **பேராசை மனப்பான்மை கொண்ட குழு :** இவர்கள் மிக அதிகமான ஆசை கொண்டவர்கள். அவர்கள் கீழ் வருமாறு :
- பணம், மரியாதை மற்றும் சந்தர்ப்பம் ஆகியவை கிடைக்கப் பெறாமல் அதைத் தேடுபவர்கள்.
- பெருந்துன்பத்தை அனுபவித்தவர்கள்.
- தீய பழக்கங்களில் சுயமாகவோ அல்லது பணி நிமித்தமாகவோ சிக்கிக் கொள்பவர்கள்.
- மிகப்பெரிய வெற்றி கிடைக்கப் பெற உள்ளது என்று எண்ணி மிக அவசரமாக நடவடிக்கைகளை மேற்கொண்டு பெரும்

வேட்டையாடுதல்

- செல்வத்தைத் தொலைப்பவர்கள்.
- செய்திகளை சரிவர வெளிப்படுத்தாமல் தனக்குரிய இலாபத்தை மட்டும் பெற எண்ணுபவர்கள்.

மிகுந்த கர்வம் கொண்ட குழு : கர்வத்தினால் பேராசை கொண்டவர்கள் இவர்களை பற்றிய விவரங்கள் கீழ் வருமாறு :

- தற்பெருமை மிக அதிகமாக கொண்டவர்கள். (தன்னை மிக முக்கியமானவராக கருதுதல், ஆர்வம், அகந்தை, மற்றவர்களை மட்டம் தட்டுதல் மிக அதிகமாக தற்பெருமை பேசுதல்)
- மிகுந்த புகழ் பெற வேண்டும் எனும் ஆவல் கொண்டவர்கள்.
- தன்னுடன் பணி புரிபவருக்கு கிடைக்கும் மரியாதை மற்றும் புகழ் கண்டு பொறாமைப் படுபவர்.
- தான் எதிர்பார்த்ததை விட கீழான பதவியில் இருப்பவர்.
- மிக அதிகமாக கோபம் கொள்பவர்கள்.
- உடல், மனம் மற்றும் பேச்சு மூலம் கொடுமை புரிபவர்கள்
- பெறும் சம்பளத்தில் திருப்தியற்றவர்கள்

இப்படிப்பட்டவர்களை நான்கு குழுக்களாக இனங் கண்டு கொண்ட பிறகு இவர்களை எவ்வகையில் அணுக வேண்டும் என்று கௌடில்யர் எடுத்துரைக்கின்றார்.

கோபங் கொண்டவர்களை அணுகும் முறை

இவர்கள் தங்கள் நிறுவனம் மற்றும் உயரதிகாரிகள் மீது கொண்ட கோபத்தினை மாற்றுகின்ற வகையில் அந்த நிறுவனமும், உயரதிகாரிகளும் அறிவு, பொதுத் தன்மை மற்றும் அனுபவம் அதிகமில்லாதவர்கள் என்றும் அதனால் ஏற்பட்ட தடங்கல்களை பற்றி எடுத்துக் கூற வேண்டும். இவர்களால் நிறுவனத்திற்கு ஏற்படக்கூடிய தீங்குகளை எடுத்துக் கூறவேண்டும். மற்றொரு நிறுவனத்தில் சேர்ந்து தங்கள் சக்தியை உணரலாம் என்றும் எடுத்துக் கூறவேண்டும்.

பயந்தவர்களை அணுகும் முறை

இப்படிப்பட்டவர்களுக்கு தீங்கு ஏற்படலாம் என்று நிறுவனம் பயப்படுகின்றது என்று எடுத்துக் கூறி அவர்களுடைய அவ நம்பிக்கையை போக்க முற்பட வேண்டும். இதன் மூலம் அவர்கள் பாதுகாப்பான முறையில் எப்படி வளர இயலும் என்று எடுத்துக் கூற வேண்டும்.

பேராசை கொண்டவர்களை அணுகும் முறை

அவர்களுடைய போராசையை தூண்டும் வகையில், இத்தகையவர்களிடம் 'உங்கள் நிறுவனம் ஆர்வம், அறிவு மற்றும் பேச்சுத் திறன் ஆகியவை அற்றவர்களை முன்னேற்றுகின்றது. ஆனால் இவை சிறப்பாக உள்ளவர்களை முன்னேற்ற தவறி விட்டது. எந்த நிறுவனம் இத்தகைய சிறப்பான குணங்களை இனங்கண்டு பணியாளர்களை முன்னேற்றுகின்றதோ, அங்கு செல்வதுதான் சரி என்று எடுத்துக் கூற வேண்டும்.

கர்வம் கொண்டவர்களை அணுக

கர்வம் கொண்டவர்களின் தான் எனும் அகங்காரத்தை சற்றே உற்று நோக்க வேண்டும். அவர்கள் பணிபுரியும் நிறுவனம், சற்றே திறமையற்றவர்களை கொண்டுள்ளது என்பதால் திறனற்றவர்களை மட்டுமே ஊக்குவிக்கின்றது. அப்படிப்பட்டவர்களுக்கு அறிவு திறன், பணி செய்யும் திறன் மற்றும் திறமைகள் மிகவும் குறைவு என்பதால் கர்வம் கொண்டவர்களுக்கு அவை ஏற்றதல்ல. எந்த நிறுவனம் இத்தகைய திறன் உள்ளவர்களை ஊக்குவிக்குகின்றதோ அத்தகைய நிறுவனத்திற்கு செல்லுமாறு எடுத்துக்கூற வேண்டும்.

மக்களை தேர்வு செய்தல்

அரசாட்சி என்பது ஒரு பிரபுத்வமுறை அரசாட்சி என்றாலும் அது சிறந்த மேலாண்மையை கொண்டிருந்தது. அதில் பல்வேறு பிரிவுகள், பகுதிகள் இருந்தன. ஒவ்வொரு பிரிவின் தலைவருக்கு மிகத்தெளிவான கடமைகள் அளிக்கப்பட்டன. அவர்கள் தத்தம் குழுக்களை சுறுசுறுப்பாக, முன் எச்சரிக்கையுடன், திறம்பட மற்றும் இலாபகரமாக செயல்படுத்த வேண்டும். மிக உயர்ந்த ஆட்சி

அதிகாரம் அரசனுக்கே அளிக்கப்பட்டது. அவருக்கு அறிவுரை வழங்க அரச சபை அங்கத்தினர்கள், அமைச்சர்கள் மற்றும் உயரதிகாரிகள் இருந்தனர். இவர்களை அரசன் மிக கவனமாக குணாதிசயம் பின்னணி மற்றும் தலைமை பண்பின் அடிப்படையில் தேர்ந்தெடுத்தார்.

தேர்ந்தெடுப்பதற்கான பண்புகள்

'யதா ராஜா ததா பிரஜா' (அரசன் எவ்வழி அவ்வழி மக்கள்) ஆதலால் ''ஓர் சிறந்த அரசனுக்கு மிக உயர்ந்த தலைமை பண்பு, அறிவு, சக்தி மற்றும் சுயமாக அதிகாரம் அளித்துக் கொள்ளும் குணங்கள் தேவை''.

உறவினர்களுக்கு சலுகைகாட்டி உயரதிகாரி பதவிகளை அளிக்கும் விஷயம் கௌடில்யரின் அகராதியில் முற்றிலுமில்லை. அரசர் அல்லது இன்றைய சூழ்நிலையில் முதல் மந்திரிக்கு முக்கியமாக இப்படிப்பட்ட குணாதிசயங்கள் தேவை.

தலைமைப் பண்பின் குணாதிசயங்கள்

கௌடில்யரின் காலகட்டத்தில் இருந்த அரசியல் மற்றும் சமூக பின்னணியில் இப்புண்புகளை நாம் காண வேண்டும். அன்றைய காலகட்டத்தில் உயர் குடி பிறப்பு, அதிர்ஷ்டம், அறிவு சார்ந்த பெரியோருடனான நட்பு, நியாயமான நற்குணங்கள், உண்மை நிரம்பிய, உறுதியான நோக்கமுள்ள, மிகுந்த ஆர்வமுள்ள ஒழுக்கமான, கொடுத்தவாக்கைக் காப்பாற்றுபவர் உதவிபுரிபவருக்கு நன்றியுள்ளவர்கள், புனிதமான, தாமதம் செய்யும் குணம் அற்றவர்களாக இருக்க வேண்டும்.

அறிவு சார்ந்த குணாதிசயங்கள்

கற்றுக் கொள்ளும் ஆர்வம், மற்றவர்கள் கூறுவதைக் கேட்பது, வேகமாக புரிந்து கொள்வது, கேட்டவற்றையும் புரிந்து கொண்டதையும் ஞாபகத்தில் வைத்துக் கொள்வது, முழுமையான

புரிதல், அறிவை மதிப்பது, தவறான கருத்துக்களை விலக்குதல் உண்மையான கருத்துக்களை கையாளுவது ஆகியவையாகும்.

சக்திவாய்ந்த அரசன் உறுதியவாய்ந்த எண்ணங்கள், வீரம் மிகுந்த சுறுசுறுப்பான மற்றும் திறமை வாய்ந்தவராக இருக்க வேண்டும்.

சுயமான செயல்பாடுகள்

ஓர் அரசன் சிறந்த கொள்கை தைரியம் மிகக் கூர்மையான அறிவு மிகுந்த ஞாபக சக்தி மற்றும் ஆர்வம் கொண்ட அறிவு இவற்றை ஒரு குறிக்கோளாக கொண்டிருக்க வேண்டும். அறிவுரைகளை ஏற்றுக் கொள்ளும் பக்குவம் கொண்டிருக்க வேண்டும். போர்த்திறன் கொண்டவராகவும், சிறந்த பயிற்சி பெற்ற, கட்டுப்பாடுமிக்க இராணுவத்தை நடத்தி செல்லும் பக்குவம் பெற்றவனாகவும் இருக்க வேண்டும்.

சாதாரண சமயங்களில் அரசாட்சி செய்து பிரச்சனைகள் வருகையில் எதிர் கொள்ளும் திறன் பெற்றிருக்க வேண்டும். பெரியோர் கூறும் அறிவுரைகளை கேட்டு நடக்க வேண்டும்.

அறிவுரையாளர்கள், அமைச்சர்கள், இராணுவத் தலைவர் மற்றும் அரசாங்கத்தில் பல்வேறு பிரிவுகளின் தலைவர் ஆகியோரை அரசன் நன்கு சோதித்து பணிக்கு அமர்த்த வேண்டும்.

முடிவு

பிறப்பு, திறன், நற் குணாதிசயங்கள் போன்றவற்றுடன் உயர் பதவிக்கேற்ற திறன் கொண்டவர்களா என்றும் கணக்கிட வேண்டும். தன் அருகில் இருக்கும் மந்திரிகளை ஓர் அரசன் சுயமாக மேற்பாவையிட வேண்டும். தூரத்தில் இருப்பவர்களுக்கு உடனுக்குடன் கடிதத் தொடர்பு கொள்ள வேண்டும்.

கௌடில்யரின் கூற்றுப்படி ஓர் அரசன் தான் பணிக்கு அமர்த்தியவர்களின் சீரிய நிலையை நன்கு பரிசோதிக்க வேண்டும்.

அதே சமயம் "ஓர் அரசனின் கீழ் பணிபுரிவது என்பது நெருப்பில்

இருப்பதற்கு சமம் (பணியை நெருப்பு என்கின்றார்) நெருப்பு உடலின் ஒரு பாகத்தை எரிக்கலாம் அல்லது உடல் முழுவதையும் எரித்து விடலாம். ஆனால் அரசன் ஓர் மூலையிலிருந்து மற்றொரு மூலைக்கு சென்று விடுவார். அவர் செல்வ வளத்தை வாரி, வாரி வழங்கலாம் அல்லது ஒரு நொடியில் குடும்பம் முழுவதையும் மனைவி, குழந்தைகள் உட்பட கொன்று விடலாம். ஆதலால் ஒரு அறிவாளி தன்னை காப்பாற்றிக் கொள்வதுதான் முதல் பணி என்று புரிந்து செயல்பட வேண்டும்'' என்று கௌடில்யர் எழுதியுள்ளார்.

அர்த்த சாத்திரத்தில் பல்வேறு திறன்களை பட்டியலிட்டு அதன்படி பல்வேறு பிரிவுகளின் தலைவர்களை அமர்த்த வேண்டும் என்று கூறியுள்ளார். மொத்தம் 34 பகுதிகளின் தலைவர்களை கௌடில்யர் பட்டியலிட்டுள்ளார்.

மிகச்சிறந்த, உயர்ந்த தகுதிகளை கொண்டவர்களைத்தான் உயர் பதிவியில் அமர்த்த வேண்டும் என்று கூறியுள்ளார்.

ராஜ புரோகிதர்கள், எழுதுபவர்கள் (பிராமணர்கள்) மற்றும் க்ஷத்திரியர்கள் எனப்படும் ராணுவ வீரர்களைத் தவிர வேறு எவ்வித ஜாதி இடையூறுகள் உயர் பதவிக்கு குறிப்பிடப்படவில்லை.

ஆதலால் பதவியேற்றங்கள் திறன், தகுதி மற்றும் அப்பதவிகளுக்கேற்ற திறமைகள் ஆகியவை தேவை.

12. நீர் நிலை நிர்வாகம்

நீர் நிலை நிர்வாகத்தை பற்றி கௌடில்யர் பல விஷயங்களை தெளிவாக எடுத்துக் கூறியுள்ளார். இதிலிருந்து அவருடைய தெளிவான எண்ணங்களும் தொலை நோக்குப் பார்வையும் நமக்கு புலப்படுகின்றது. **அவருடய காலகட்டத்தில் உபயோகிப்பவர்களின் கட்டணம்** என்பது மிகவும் ஆச்சரியகரமாக உள்ளது. இன்று இப்படிப்பட்ட கட்டணங்களுக்கு ஒப்புதல் அளிக்கப்பட்டிருந்தாலும் இவற்றை செயல் முறை படுத்துவதில் பல்வேறு சிக்கல்கள் உள்ளன. வரிவிலக்கு அளிக்கப்படுவது என்பது இன்றைய புதுமையான சூழ்நிலைக்கு பொருந்தும் என்று எண்ணுகின்றோம். ஆனால் கௌடில்யரின் காலகட்டத்திலேயே அது இருந்தது என்பது ஆச்சரியகரமாக உள்ளது.

உ.தா. நீர்ப்பாசன சௌகரியங்கள் ஏற்படுத்த வரிவிலக்கு அளிக்கப்பட்டன. அதிலும் புதிதாக கட்டப்படும் நீர் தொட்டிகள், பழையவற்றை புதுப்பிப்பது மற்றும் சுத்தப்படுத்துவது ஆகியவற்றிற்கு வரிவிலக்குகள் அளிக்கப்பட்டன. நீர் நிலைகள் அனைத்துமே அரசனுக்கு சொந்தமானது என்பதால், உபயோகிப்பவர்கள் கட்டும் வரி என்பது அரசனின் கஜானாவை நிரப்பும் வழியாக இருந்தது. ஆனால் பொருட்களை நீர் நிலை வழியாக எடுத்து செல்வதில் பல அபாயங்கள் உண்டு என்பதால் சாலை வழிகள் அதிகமாக உபயோகப்படுத்தப்பட்டன. பல்வேறு நீர் நிலை வழிகளில் கடல்வழி மற்றும் நதி வழி போக்குவரத்து மிக அதிகமாக உபயோகப்படுத்தப்பட்டது.

நீர்ப் பாசனம் மற்றும் பயிர் வளர்ப்பு - அரசனின் கருத்துகள்

- நீர் நிலை தேக்கங்கள் அனைத்தும் அரசனுக்கே சொந்தம். அரசனால் கட்டப்பட்ட நீர் நிலை தேக்கங்களிலிருந்து நீரை விவசாயத்திற்கு உபயோகிப்பவர்கள் நீர் கட்டணம் கட்ட வேண்டும்.

- மீன், வாத்து மற்றும் அருகில் பயிரிடப்படும் பச்சை காய்கறிகள் என்று அனைத்தும் அரசனுக்கு உரியதாகும்.

நீர்ப்பாசனம்

- நீர்ப்பாசன வசதிகளை மேம்படுத்த கீழ்க்கண்ட சிலவற்றில் கட்டண விலக்குகள் அளிக்கப்பட்டன :

அ) புதிய குளம் மற்றும் கரைகள் - 5 வருடங்கள்

ஆ) அழிக்கப்பட்ட அல்லது உபயோகிக்கப்படாத நீர் நிலைகள் - நான்கு வருடங்கள்.

இ) களை மற்றும் புல், பூண்டுகள் மிக அதிகமாக வளர்ந்த நீர் நிலைகள் - மூன்று வருடங்கள்.

- அணைகள், கரைகள் மற்றும் குளங்கள் ஆகியவை தனியாருக்கு சொந்தமாக இருந்தால் அவற்றை விற்கவோ அல்லது அடகு வைக்கவோ அவருக்கு உரிமையுண்டு.

- ஏதாவது துயரம் ஏற்படும் காலங்கள் தவிர ஐந்து வருடங்களுக்கு நீர் நிலைகள் உபயோகப்படுத்தப்படவில்லை எனில் அவற்றின் உரிமைகள் பறிக்கப்படும்.

- குத்தகை, வாடகை, பங்கு அல்லது நீர் நிலைகளை அடமானமாக பெற்று அவற்றை உபயோகிக்கும் உரிமையை பெற்றிருந்தால், அத்தகைய நீர் நிலைகளை மிகவும் சுத்தமாக பராமரிக்க வேண்டும்.

- நீர் நிலைகளின் உரிமையாளர்கள், கால்வாய் அல்லது வேறு வகையில் தண்ணீரை மற்றவர்களுக்கு அளித்தால், அத்தகைய வயற்காடுகள், தோட்டங்களில் விளையும் பொருட்களை பங்கிட்டுக் கொள்ளலாம்.

- நீர் நிலைகளின் சொந்தக்காரர் இல்லையெனில் பொது சேவை செய்பவர்கள், அக்கிராமத்தின் மக்கள் என்று அனைவரும் இணைந்து நீர் நிலைகளை பாதுகாக்க வேண்டும்.

நீர் – வேறுவித உபயோகங்கள் :

- **நீரோட்டம் இருக்கும் நீர் நிலைகள் (நதிகள்) இவற்றின் மீது கட்டப்படும் அணைகள், கால்வாய்கள் மூலம் வரும் நீர்நிலைகள் மீது கட்டப்படும் அணைகளை விட சிறந்தவையாகும்.**

- நதிகள் மீது கட்டப்படும் அணைகள் மூலம் கிடைக்கும் நீர் தேக்கங்களில், மிக அதிகமான இடங்களுக்கு நீர்ப் பாசன வசதிகளை அளிக்கும் நீர்த் தேக்கங்கள் மிக சிறப்பானவையாகும்.

நீர் உபயோகம் மற்றும் நீர் வழித் தடங்களுக்கு கௌடில்யர் மிகுந்த முக்கியத்துவத்தை அளித்துள்ளார். நீர் வழிகள் குறைந்த விலையில் அதிக அளவு பொருட்களை எடுத்து செல்ல சாலை வழிகளை விட அதிகமாக உபயோகப்படுகின்றன : கௌடியல்யரின் கூற்றுப்படி நீர் வழிகள் அனைத்து நேரங்களிலும் உபயோகப்படுவதில்லை. ஒரு சில இடங்களில் மட்டுமே அவை அணுகத் தகுந்தவாறு உள்ளன. அவ்வழியில் அபாயங்கள் உள்ளன. அவற்றிற்கு முழு பாதுகாப்பு அளிக்க இயலாது என்று கௌடில்யர் தெளிவாகக் கூறியுள்ளார். நீர் நிலை வழிகளில் கடல் வழித் தடங்களை விட கடற்கரையோர வழிகள் மிகவும் சிறப்பானவையாகும். ஏனெனில் இவ்வழியில் பல்வேறு துறைமுகங்கள் உள்ளன. நதி நீர் வழித் தடங்களில் ஆபத்துக்கள் மிகவும் குறைவு என்பதால் அதிகமாக உபயோகப்படுகின்றன. நீர் வழித் தடங்களின் பாதுகாப்பு பற்றி

அதிகமாக கூறப்பட்டுள்ளது (இப்புத்தகத்தில் அவை முன்பே குறிப்பிடப்பட்டுள்ளது)

வர்த்தகத்தின் தலைவர் விலைப்பட்டியல்களில் உள்ள வித்தியாசங்கள், பல்வேறு பொருட்களின் சிறப்புகள் அல்லது அவர்களின் தேவையற்ற தன்மை, அவை நிலத்தில் விளைந்தவையா அல்லது நீரில் விளைந்தவையா, அவை நீர் வழியில் பயணம் செய்த பொருட்களா அல்லது சாலை வழி பயணம் செய்த பொருட்களா என்று பல்வேறு விஷயங்கள் நன்கு அறிந்திருக்க வேண்டும். கடல் வழி பொருட்களின் பயண வழிகளில் கப்பல்கள் அல்லது படகுகள் அதற்கு உகந்தவையாக இல்லை எனில் நஷ்டத்திற்கு ஈடான அபராத கட்டணங்கள் கட்டிய பிறகுதான் அவை பயணத்தை துவக்க இயலும். இதற்கான முழுபொறுப்பும் அரசாங்கத்திடம்தான் உள்ளது. அரசனின் கட்டுப்பாட்டிற்குள் உள்ள இடங்களுக்கு செல்லும் கப்பல்கள் அதற்குரிய வரிகளை கட்டவேண்டும். தீங்கு விளைவிக்கும் கப்பல்கள், எதிரிகளிடமிருந்து வரும் கப்பல்கள் மற்றும் துறைமுகங்களின் சட்ட திட்டங்களுக்கு கட்டுப்படாத கப்பல்களை அழித்து விட வேண்டும்.

இறைவனால் அளிக்கப்பட்ட இயற்கை சாதனமான நீர் என்பதை இன்றைய சூழ்நிலையில் கையாளும் விதத்தையும் கௌடில்யர் அன்று நீர் நிலைகளின் நிர்வாகத்தை பற்றி கூறியிருப்பதையும் ஒப்பிட்டுப் பாருங்கள். இமய மலையிலிருந்து உருகும் பனிக்கட்டிகள் மூலமாகவும் தென்மேற்கு மலைகள் மூலமாகவும் எண்ணற்ற பெரிய நதிகளை இந்தியாநாடு பெற்றுள்ளது. இத்தகைய நிலை இருந்தும் கிராமங்களில் வாழும் மக்கள், குறிப்பாக பெண்களும், குழந்தைகளும், பல மைல்கள் நடந்து சென்று தண்ணீர் குடங்களை தலை மீது தூக்கி வைத்துக் கொண்டு செல்லும் அவலம் உள்ளது.

கடந்த இரண்டு வருட வரவு செலவு கணக்குகளை (பட்ஜெட்) அரசாங்கம் எடுத்துக் கூறுகையில் நீர் நிலைகளை சேமித்தல், உயிருக்கு ஆதாரமான தண்ணீரை பாதுகாப்பதில் உள்ள அலட்சியம் மற்றும் அதை மாசுபடுத்துதல் ஆகியவற்றை பற்றி நாம் அறிகின்றோம். இன்று இத்தகைய பொறுப்பு எடுத்தவர்களுக்கு

அர்த்த சாத்திரம் மிகவும் உதவிகரமாக இருக்கும். கடந்த அறுபது வருடங்களாக திட்டமிட்டு சிறந்த, சரியான முறையில் நீர் நிர்வாகம் செய்ய வேண்டும் என்று எண்ணினாலும் துரதிர்ஷ்டவசமாக அது இன்றும் ஒரு கனவாகத்தான் உள்ளது. இதன் அடிப்படையில் கௌடில்யரின் தொலைநோக்கு பார்வையில் அனுபவமிக்க பல யோசனைகள் கிடைக்கப் பெறுகின்றன.

13 கல்வி

கல்வி என்பது வளர்ச்சிக்கு பலவிதங்களில் ஆதாரமளிக்கின்றது. தேவையான அளவு மனித வள சக்தி மீது செலவு செய்யாமல் எந்த நாடும் தேவையான பொருளாதார முன்னேற்றம் அடைய இயலாது. கல்வி என்பது மக்கள் தங்களைப் பற்றி தாங்களே புரிந்து கொள்ளவும், இவ்வுலகை புரிந்து கொள்ளவும் உதவுகின்றது என்பதை மறுக்க இயலாது. கல்வி அவர்களுடைய வாழ்க்கையின் தரத்தை உயர்த்தி தனி மனிதனாகவும், சமூகத்திற்கும் பல பயன்களை அளிக்கின்றது.

19ம் நூற்றாண்டிற்கு முன்னர் எந்த நாட்டிலும் முறையான வகையில் மனித வள சக்தியில் ஈடுபாடு கொண்டதாக சரித்திரம் கிடையாது. பள்ளி, பணிகற்றுக் கொடுக்கும் தடங்கள், மேலும் மனிதவள சக்தியை பெருக்கும் வகையில் பண முதலீடு செய்வது என்பது மிகவும் குறைவாக இருந்தது. 19வது நூற்றாண்டில் இது முற்றிலும் மாறியது. ஏனெனில் புதுவிதமான பொருட்கள், மற்றும் உற்பத்தி பெருக்கும் வகையில் திட்டங்கள் ஆகியவை அறிவியல் மூலம் கிடைக்கப் பெற்றது. விவசாயத்தை பொறுத்தவரை கல்வி விவசாயிகளுக்கு புதிய முறைகளை கற்று கொடுத்து விளைச்சலை உயர்த்துகின்றது. ஆனால் மரபு வழியை பின்பற்றுவோருக்கு அது மிகச்சிறிய அளவே உபயோகமாகும் என்பது நாம் அறிந்ததுதான். கௌடில்யரின் அர்த்த சாத்திரம் கல்வியின் முக்கியத்துவமும், அறிவாளிகளின் ஈடுபாடும் ஓர் நாட்டின் நலத்தை எவ்வகையில் உயர்த்தும் என்று எடுத்துக் கூறுகின்றது.

மௌரியர் ஆட்சி கால கட்டத்தில் அரசியல் சாஸனங்களோடு ஒட்டாமல் வீண்வாதம் புரிபவரும் அர்த்த சாத்திரத்தின் அடிப்படையை உணர்ந்தவருமான ஒருவர் இதை முன்பே எழுதப்பட்டுள்ள அர்த்த சாத்திரத்துடன் இணைத்திருக்க வேண்டும். இது கௌடில்யரின் மரணத்திற்கு பிறகுதான் செய்திருக்க வேண்டும். ஏனெனில் கௌடில்யர் விட்டு சென்ற வெற்றிடத்தை நிரப்பவும், கௌடில்யர் மூல வாக்கியத்தை எழுதவில்லை அல்லது அதற்கான பள்ளிகளை ஆரம்பிக்கவில்லை என்பதுதான் இதற்கு காரணமாக இருக்க வேண்டும்.

கற்றுக் கொள்வது மற்றும் பயிற்சி பெறுவது பற்றி கௌடில்யர் அர்த்த சாத்திரத்தில் தெளிவாகக் கூறியுள்ளார் பயிற்சி என்பது மிகச்சிறந்த ஒழுங்குமுறையுடன் கூடிய அடக்கத்தை அளிக்கும். அதனால் பயிற்சியினால் பெறும் பாடங்களை மேலும் கற்றுக் கொள்ள விருப்பப்படுபவர்களுக்கு அளிக்கலாம். அது போன்றே உற்று கேட்டு புரிந்து கொள்பவர்களுக்கும் அளிக்கலாம். கற்றுக் கொண்டதை மனதில் பதித்து கொண்டு, முக்கியம் மற்றும் முக்கியமற்றதை புரிந்து கொள்பவர்கள், அதற்கேற்ற முடிவுகளை எடுப்பவர்கள் எடுத்த முடிவுகளை தீர்க்கமாக ஆலோசித்து, உண்மையை மற்றவர்களுக்கு எடுத்து கூறுமுன், தன் மனதில் நன்கு பதிய வைத்துக் கொண்டு பிறகுதான் மற்றவர்களுக்கு கூற வேண்டும்.

ஒரு இளவயது அறிவாளி தனக்குக் கற்றுக் கொடுக்கப்படும் விஷயங்களை விஞ்ஞான அறிவாக கருதுவர். எப்படி ஒரு புத்தம்புதிய பொருள் தன்னோடு இணையும் பொருளை முற்றிலுமாக ஏற்றுக் கொள்கிறதோ அது போன்றே இளவயது அறிவாளிகளும் நடந்து கொள்வர். அதனால்தான் அர்த்த சாத்திரம் தவறான விஷயங்களை கற்றுத்தருவது மிகப் பெரிய குற்றம் என்று கூறுகிறது. சரியான பயிற்சி மற்றும் கட்டுப்பாடு என்பது அதிகாரம் மிகுந்த, நம்பத்தகுந்த ஆசிரியர்களிடமிருந்து பல்வேறு விஷயங்களை கற்றுக் கொள்ள வேண்டும் என்று அர்த்த சாத்திரம் கூறுகிறது. நேர்மையையும், செல்வ வளத்தையும் அளிக்கும் கல்விதான் மிகச் சரியான கற்றுணர்ந்த கல்வி என்று கௌடில்யர் கருதினார்.

அறிவு, தைரியம் மற்றும் நற்செயல்கள் இவை அனைத்தையும் கற்றுக் கொள்பவர்கள் மற்றவர்களை விட உயர்ந்து நிற்கின்றார்கள். அதனால் கல்வி என்பது நேர்மை, செல்வம் மற்றும் பல சுகங்களை அளிக்க வல்லது என்று கௌடில்யர் எடுத்துக் கூறியுள்ளார். தவறான பாதை, ஏழ்மை மற்றும் வெறுப்பு ஆகிய மூன்றையும் கற்றுணர்தலையும் அதற்கேற்ற பயிற்சியையும் அழிக்க வல்லது என்று அர்த்த சாத்திரம் எடுத்துக் கூறுகிறது. கற்றுக் கொள்வதினால்தான் அறிவு ஏற்படுகின்றது. அந்த அறிவின் மூலம் செயல்பாடு (யோகா), யோகத்திலிருந்து சுய கட்டுப்பாடு வருகின்றது.

மௌரிய சாம்ராஜ்யத்தின் அரசு கொள்கை பற்றி நாம் அறிந்து கொள்வது அனைத்தும் அர்த்த சாத்திரத்தில் இருந்துதான். கி.மு. மூன்றாம் நூற்றாண்டில் எழுதப்பட்டிருந்தாலும் அர்த்த சாத்திரம் இன்றைக்கும் பொருந்தும். சமஸ்கிருதத்தில் இப்புத்தகம் எழுதப்பட்டிருந்தது. இது ஒரு சிறந்த அரசாங்கத்தை வழி நடத்துவது என்று தத்துவங்களை அடிப்படை உண்மைகள் மூலம் நமக்கு விளங்க வைத்தாலும் அது மௌரிய சாம்ராஜ்யத்தை மட்டுமே பார்த்து எழுதப்பட்டது அல்ல என்று கூறவேண்டும். ஒழுங்கு முறைபயிற்சி என்பது இரண்டு விதமானது, செயற்கை மற்றும் இயற்கை ஆகும். கட்டளைகள் (கிரியா) கொண்டவர்களுக்கு என்பதை மிக அதிகமான பணிவு கொண்டவர்களுக்கு அளித்து ஒழுங்குமுறையின் சட்டங்களை புலப்படுத்த இயலும். கட்டளைக்கு கீழ்ப்படிவது, உற்றுக் கேட்பது, புரிந்து கொள்வது, புரிந்து கொண்டதை ஞாபகத்தில் வைத்துக் கொள்வது, பகிர்ந்து பார்ப்பது, அநுமானிப்பது மற்றும் நிதானித்த ஆழ்ந்த யோசனை ஆகிய குணங்களை கொண்டவர்களை மட்டுமே விஞ்ஞானத்தின் அறிவு வழிமுறைப்படுத்தும். இத்தகைய திறனற்றவர்களுக்கு இப்படிப்பு எவ்விதத்திலும் உதவாது.

இத்தகைய பல்வேறு விஞ்ஞானங்களை படித்து அதில் கூறியுள்ள அறிவுரைகளை மிகக்கடுமையாக ஏற்றுக் கொள்வது என்பது மிகச் சிறந்த கற்றுணர்ந்த ஆசிரியர்களின் கட்டளைக்கு கீழ்ப்படிவதனால் மட்டுமே கிடைக்கக்கூடியது. மிகச்சிறந்த கட்டுப்பாடுகளை பாதுகாக்க ஒரு மாணவன் வயது முதிர்ந்த ஆசிரியர்களை தேடிக்

கண்டு பிடிக்க வேண்டும். அத்தகைய ஆசிரியர்களிடமிருந்து மட்டுமே கட்டுப்பாடுகளின் அடிப்படையை புரிந்து கொள்ள முடியும். யானைகள், குதிரைகள், ரதங்கள், ஆயுதங்கள் ஆகியவற்றைப் பற்றி மாணவர்கள் காலையில் பாடம் கற்கவேண்டும்.

இதிகாசம், புராணம், இதிவிருந்தா, (வரலாறு) அக்யாயிகா (கதைகள்), உதஹரணா (படங்கள், வரையப்பட்ட கதைகள்) தர்ம சாஸ்திரம் மற்றும் அர்த்த சாஸ்திரம் இவை மட்டுமே இதிகாசம் எனும் தலைப்பின் கீழ் மதிய வேளையில் கற்றுத் தரப்பட வேண்டும். காலை மற்றும் இரவின் மற்ற நேரங்களில் புது பாடங்களை கற்றுக் கொண்டு பழைய பாடங்களை மீண்டும் ஞாபகத்திற்கு கொண்டு வருவது மட்டுமல்ல புரியாததை மீண்டும் மீண்டும் நம்முடைய காதால் கேட்டு புரிந்து கொள்ள வேண்டும்.

உற்றுக் கேட்பது என்பது (ஸ்ருதி) அறிவை அளிக்கும். அறிவிலிருந்து (யோகம்) செய்முறை சித்திக்கும். செய்முறையிலிருந்து சுயசிந்தனை (ஆத்மவர்த்தா) ஏற்படும். இவ்வகையில்தான் உண்மையான கற்றுணர்தல் (வித்யா சமர்த்தியம்) ஏற்படுகின்றது.

கற்றுணர்ந்த அரசன், பல அறிவு சார்ந்த விஷயங்களை ஒழுங்கு முறையாக நடத்திக் காண்பிப்பவன். ஒரு நல்ல அரசாங்கத்தை நடத்தும் அர்ப்பணிப்பைக் கொண்டவன், இந்த பூமியை எவ்வித எதிர்ப்பும் இன்றி அரசாள்வான். கௌடில்யரின் காலத்தில் இருந்த இந்தியா உலகம் முழுவதும் இருந்த மருத்துவ அறிவிற்கு புகழ்பெற்றது. அன்றைய காலத்திலேயே மருத்துவர்கள் கண்புரை நோய், விரை வீக்கம், கட்டிகள், இறந்து விட்ட கருவை வெளியெடுப்பது போன்ற அறுவை சிகிச்சைகளைச் செய்து புகழ் பெற்றுள்ளனர். படிப்பும், பயிற்சியும் பல முக்கிய இடங்களுக்கு பகிர்ந்து அளிக்கப்பட்டது.

கால்நடை கல்வி

இத்தகைய மருத்துவக் கல்வி அன்றைய கால கட்டத்திலேயே

மிகவிரிவாக கற்றுத்தரப்பட்டது. மனிதர்களைப்போன்றே மிருகங்களும் கருதப்பட்டதால் கால்நடைகளின் வாழ்வு பத்திரமாக பாதுகாக்கப்பட்டதாக கருதப்பட்டது. இக்கல்விக்குரிய கற்றுணர்ந்தவர்களைக் கொண்ட ஒரு சிறந்த விஞ்ஞானமாக கால் நடை மருத்துவம் கருதப்பட்டது.

இராணுவக் கல்வி

புதிய இளைஞர்கள் இராணுவத்தில் சேரும்பொழுது இன்றைய காலகட்டத்தில் அரசங்கத்தால் தேர்ந்தெடுக்கப்பட்ட அதிகாரிகளால் இராணுவ பயிற்சி அளிக்கப்படுகிறது. அன்று இப்படிப்பட்ட பயிற்சிகளுக்கான சந்தர்ப்பம் கிடையாது. ஒரு சராசரி நாட்டுப்பிரஜை எந்த கிராமத்தில் இருந்தாலும் தன் வீட்டையும், தன் கிராமத்தையும் தானேதான் பாதுகாத்துக் கொள்ள வேண்டும்.

ஒவ்வொரு கிராமமும் தன்னைத்தானே பாதுகாத்துக் கொள்ள வேண்டும் என்று எடுத்துக் கூறுகிறது. கிரேக்க சரித்திர பேராசிரியர்களின் ஆய்வின்படி பேரரசன் அலெக்சாண்டரின் படையெடுப்பு சம்பவங்களை காண்கையில் இப்படிப்பட்ட ஒரு நிலமைதான் இந்தியாவில் பல பாகங்களில் இருந்தது என்பதை நம்மால் அறிந்து கொள்ள இயலுகிறது.

மெசடோனியன் சரித்திரத்தைப் புரட்டிப் பார்க்கையில் அரசாங்க சக்திகளை விட மக்கள் சக்திதான் கையில் ஆயுதங்களை ஏந்தினர் என்று புரிகின்றது. அன்றைய இந்தியா பல்வேறு சிறு ராஜ்ஜியங்களாக இருந்தபடியால் பஞ்சாப், கதாக்கள், மாலவர்கள், சிபிக்கள் என்று ஒவ்வொரு நாட்டிலும் வாழும் ஒவ்வொரு மனிதனும் மிக உயர்ந்த இராணுவ பயிற்சியை பெற்றான் என்று நமக்குப் புரிகின்றது.

இராணுவப் பயிற்சி

அன்றைய இந்திய நாட்டில் ஒரு சில நகரங்களில் புகழ்வாய்ந்த இராணுவ பயிற்சி அளிக்கப்பட்டது. வடமேற்கு பகுதியிலிருந்த தட்சசீலா நாடு இராணுவ பயிற்சிக்கு பெயர் பெற்றதாகும்.

பொருளாதாரக் கல்வி

உள்நாட்டு மற்றும் வெளிநாட்டு வர்த்தகம் அன்றைய காலகட்டத்தில் மிக அதிகமாக இருந்தன. கடல்வழி வணிகம் மிக மும்முரமாக நடைபெற்றது. மற்ற நாடுகளுடன் கூடிய வர்த்தகம் மிகுந்த லாபகரமாக இருந்தன. புள்ளி விவரங்கள் பற்றியும் கற்றுத் தரப்பட்டது என்பதற்கான சாத்தியக் கூறுகள் உள்ளன. பல்வேறு அதிகாரிகளின் கடமைகளைப் பற்றி கௌடில்யரின் அர்த்த சாத்திரம் எடுத்துரைக்கின்றது. இதற்கு உதாரணமாக ஒரு மாதம் அல்லது இரண்டு மாதமே ஆன சிறிய கால்நடைகள் அல்லது மந்தைகளில் ஒருமாதம் அல்லது இரண்டு மாதங்கள் மட்டுமே தங்கிய மிருகங்கள் ஆகியவற்றின் ஒரு குறிப்பிட்ட முத்திரை இயற்கையான முத்திரை, வண்ணங்கள், கொம்புகளின் விசேஷ அடையாளங்கள் ஆகியவற்றை குறித்துக் கொள்ள வேண்டும். இத்துடன் புதிதாக பிறந்துள்ள கால்நடைகளின் எண்ணிக்கையைக் கூட்டிக் கொள்ள வேண்டும்.

அதே சமயம் மற்றொரு அதிகாரி நூறு கால்நடைகளை அதாவது வயதான மாடுகள், கறவை மாடுகள், கன்றுகளை ஈன்ற மாடுகள், கன்றுகளை முதன்முதலாக ஈன்றெடுத்த மாடுகள், கன்று ஈனாத இளம் பசுக்கள் ஆகியவற்றை பாதுகாக்க வேண்டும். இதிலிருந்து பண்டைய கால இந்தியா இத்தகைய கல்வியில் சிறந்து விளங்கியது என்று நமக்கு புரிகின்றது.

காரணங்களை கற்பிக்கும் குழுக்கள்

இதே அத்தியாயத்தில் அர்த்த சாத்திரத்தில், ஒரு கிராமத்தின் அனைத்து விவசாய மற்றும் பல்வேறு சொத்துக்களை **கோபாஸ்** மற்றும் **ஸ்தானிகாஸ்** எனும் அதிகாரிகளால் பாதுகாக்கப்பட வேண்டும் என்று கௌடில்யர் கூறுகிறார்.

இத்தகைய புள்ள விவரங்களின் கல்வி அத்தகைய காலகட்டத்தில் கற்றுத் தரப்பட்டது என்று நாம் கொள்ளலாம். விஞ்ஞான பொருளாதார மற்றும் நடைமுறைக்கு ஏற்ற கல்வி முறையாக இருந்தாலும் பண்டையகால இந்திய கல்விக்கூடங்கள் மிக

உயர்ந்த உண்மைகளை அறிந்து கொள்ள ஆன்மீக அடிப்படையை கொண்டிருந்தது என்பதை புரிந்து கொள்ள இயலுகின்றது. நன்னடத்தை கல்வி, உயர்ந்த குணத்தை பெருக்குவது, அறிவு சார்ந்த விஷயங்களை கற்பது போன்றவை அன்றைய காலகட்டத்தில் பின்பற்றப்பட்டது.

மேம்படுத்தப்பட்ட கல்வி நிலையங்கள்

அரசாங்க வருவாயிலிருந்து பல்வேறு கல்வியின் பிரிவுகளுக்காக கல்வி நிலையங்களை கட்டும்படி அரசர்களுக்கு ஊக்கம் அளிக்கப்பட்டது. **அன்றைய காலகட்டத்தில் நாளந்தா பல்கலைகழகம் பீகார் - ராஜ் கிரஹாவில்; இன்று பாகிஸ்தானில் உள்ள ராவல் பிண்டியில் உருவாக்கப்பட்ட தக்க்ஷசீலா பல்கலை கழகம், பீகாரில் தர்ம பாலாவில் இருந்த விக்ரம் சீலா பல்கலை கழகம் போன்றவை மிகச்சிறந்த முறையில் வளர்க்கப்பட்டன.**

நாளந்தா பல்கலை கழகத்தின் ஆராய்ச்சியாளர்கள் கூற்றின்படி அங்கு 1500 பேராசிரியர்களுக்கு 10,000 மாணவர்களும் இருந்தனர். அனைத்து பல்கலைக் கழகத்திலும் குருகுல முறையில் கற்பித்தல் அதாவது மாணவர்கள் மற்றும் பேராசிரியர்கள் தங்குவது எனும் முறையை பின்பற்றினார்கள். இன்றைய ஆக்ஸ்போர்டு ஹாவேர்டு பல்கலைக் கழகத்திற்கு இணையாக கப்பல்களில் கடிதங்கள், கற்பித்தல் மூலம் உலகம் முழுவதும் மிகச்சிறந்த பெயரைப் பெற்றது. அதனால் பல்லாயிரக்கணக்கான வெளிநாட்டு மாணவர்கள் இப்பல்களைக் கழகத்தை நோக்கி படையெடுத்து வந்தனர்.

தக்க்ஷசீலா - மிகவும் பழைமை வாய்ந்த பல்கலைக் கழகம்

தக்க்ஷசீலா மிகவும் புகழ்பெற்ற பல்கலைக் கழகமாக திகழ்ந்தது. இங்கு மாணவர்கள் தங்கள் கல்வியை ஆரம்பிப்பதைவிட முழுமையாக முடிப்பதை விரும்பினார்கள். ‘வயதிற்கு வரும்

பதினாறாவது வயதிலிருந்து மாணவர்கள் தக்ஷ சீலாவை நோக்கி வந்த வண்ணம் இருந்தனர்.' தக்ஷசீலாவில் கற்பிக்கப்பட்ட பாடங்கள் 1. விஞ்ஞானம் 2. தத்துவம் 3. ஆயுர்வேதம் 4. பல்வேறு மொழிகளின் இலக்கணம் 5. கணிதம் 6. பொருளாதாரம். 7. ஜோசியம் 8. புவியியல் 9. வானவியல் 10. அறுவை சிகிச்சை கல்வி 11. விவசாயக் கல்வி 12. வில்வித்தை 13. பண்டைய மற்றும் புதிய விஞ்ஞானம். காந்தார நாட்டின் தலைநகரான தக்ஷசீலாவின் சரித்திரம் மிகவும் பழமை வாய்ந்தது. பரதாவினால் நிறுவப்பட்ட இந்நாட்டிற்கு தக்ஷா எனும் தன்னுடைய மகனுடைய பெயரை அளித்து, தன்னுடைய நாட்டை ஆண்டு பிறகு தன் மகனிடம் அளித்தார்.

கல்வி கற்கும் இடம் என்பதால் இந்த ஊரின் புகழுக்கு அளவே இல்லை. இப்பல்கலை கழகத்தின் அடிப்படை மற்றும் கட்டிடபாணிகள் பண்டைய ஹிந்து நம்பிக்கைகளைக் கொண்டு செயல்பட்டது. பல்கலை கழகத்தை சுற்றியிருந்த இயற்கையான சுற்றுச்சூழல் மிகுந்த நன்மதிப்பைப் பெற்றது. ''இப்பள்ளதாக்கு மிகுந்த அழகானது. மலையிலிருந்து கீழ்நோக்கி வரும் நீர்வீழ்ச்சிகள் அழகான வளையம் போன்று அமைந்து சிறந்த நீர்வளத்தை அளித்தது'' என்று குறிப்பிடப்பட்டுள்ளது.

பனாரஸ், ராஜகஹா, மிதிலா, உஜ்ஜயின், போன்ற தூரத்து மத்திய பகுதிகளின் நாடுகளிலிருந்தும், வட பிரதேசத்தைச் சார்ந்த கோசலா மற்றும் குரு போன்ற அரசாங்கத்திலிருந்தும் மாணவர்கள் தக்ஷசீலாவை தேடி வந்தனர். தக்ஷசீலாவின் புகழுக்கு காரணம் அங்கிருந்த பேராசிரியர்களின் அறிவுதான். அன்றைய காலகட்டத்திலேயே மிகச்சிறந்த படிப்பு படிக்க வேண்டும் என்பதற்காக தங்கள் வீட்டு பிள்ளைகளை ஆயிரக்கணக்கான மைல்களுக்கு அப்பால் அனுப்பிய பெற்றோர்களின் எண்ணங்கள் நமக்கு புலப்படுகின்றன.

ஜீவகா எனும் மருத்துவ படிப்பு ஏழு ஆண்டுகள் தொடர்ந்தன என்று நமக்கு சரித்திர ஏடுகள் எடுத்துக் கூறுகின்றன. தக்ஷ சீலாவிலிருந்து திரும்பும் தங்கள் மகன்களைக் கண்டு பெற்றோர்கள் எப்படி பெருமைப்பட்டார்கள் என்று சரித்திர ஏடுகள் விவரங்களைக் கூறுகின்றன. தக்ஷ சீலாவில் உள்ள வில்வித்தை கற்றுத்தரும் ஒரு

பள்ளியில் பல்வேறு நாடுகளிலிருந்து வந்த 103 இளவரசர்களைப் பற்றிய குறிப்புகள் உள்ளன. மூன்று வேதங்கள் மற்றும் கலை எனப்படும் 'சிப்பாக்கள்' எனும் கல்வியை கற்று முடிக்க மாணவர்கள் தக்ஷ சீலாவை தேடி வந்தனர். சில சமயங்களில் மாணவர்கள் வேதங்கள் மற்றும் கலைகளை கற்பதற்காகவே வந்தனர். போதிசத்தா (புத்தர்) எனும் வேதங்களை மனப்பாடமாக கற்றவர் என்று அடிக்கடி குறிப்பிடப்படுகிறது.

நாளந்தா

பீஹார் மாநிலத்தில் ராஜ்கிர் எனும் ஊரிலிருந்து ஏழு கிலோமீட்டர் தொலைவில் உள்ள இன்றைய பராகாவ்தான் அன்றைய நாளந்தா என்று கூறப்படுகின்றது. புத்தரின் காலத்தில், ராஜக்ருஹத்தின் அருகில் பவாரிகா மாம்பழ தோட்டத்தினுள் நாளந்தா கிராமத்தில் நாளந்தா பல்கலைக்கழகம் இருந்தது என்று மிகப்பழமையான புத்த மத குறிப்பேடுகளில் உள்ளன.

கௌடில்யர் கூட இப்பல்கலைக்கழகத்தின் மாணவர் என்று குறிப்பிடப்பட்டுள்ளது. இப்பல்கலைக்கழகம்தான் உலகுக்கே அறிவளித்த பல்கலைக் கழகம் என்று கூறுவது மிகையாகாது. மஹாயான புத்தமதத்தின் பாடங்கள் இங்கு கற்றுத் தரப்பட்டன என்றால் நாளந்தா பல்கலைக்கழகத்தில் படிப்பதற்காக பல்வேறு பாட வகைகள் கற்றுத் தரப்பட்டன. தர்க்க சாஸ்திரம், இலக்கணம், தத்துவம், வான சாஸ்திரம், இலக்கியம், புத்தமதம் மற்றும் ஹிந்து மதம் ஆகியவை கற்றுத் தரப்பட்டன. கலந்துரையாடல் மூலமாகத்தான் பள்ளிக்கூடங்களில் பாடங்கள் கற்றுக் கொடுக்கப்பட்டன.

விக்ரம சீலா

நாளந்தாவைப் போன்றே விக்ரமசீலா பல்கலை கழகம் அரச உதவியை பெற்றிருந்தது. பாடத்திட்டங்கள் மற்றும் கற்றுக் கொடுக்கும் முறைகள் ஆகியவை சிறந்த ஆசிரியர்களை கொண்டு தயாரிக்கப்பட்டன. சிறந்த பண்டிதர்களின் படங்கள் இப்பல்கலை

கழகத்தின் சுவர்களை அலங்கரித்தன. இலக்கணம், தர்க்க சாஸ்திரம், இயற்கை மற்றும் எண்ணங்களின் அடிப்படையை ஆராயும் தத்துவம் சடங்குளை ஆராயும் படிப்பு போன்றவைதான் இங்கு முக்கியமான படிப்பாகும்.

இந்த பல்கலைக் கழகத்தை பற்றி எண்ணும் பொழுதே உச்சிகுடுமி, தாடி, குட்டையான உடைகள், வட்டமான குடிசையில் இலைகளடர்ந்த இடத்தில், ஒரு பாய் மீது அமர்ந்திருக்கும் ஓர் அந்தணர்தான் நம் நினைவில் வருகின்றது. இந்த குடிலில் ஒரு மாடு, ஒரு காக்கை ஓர் புறா மற்றும் பாம்பு இவையனைத்தும் ஒற்றுமையுடன் நண்பர்களாக இருப்பது போன்றும் அஹிம்சை எண்ணங்கள் சூழும் ஓர் இடம் எனும் காட்சி நம் கண் முன் தோன்றுகிறது.

முடிவு

கௌடில்யரின் அர்த்த சாத்திரம் பயிற்சி மற்றும் கற்றுக் கொடுத்தலின் முக்கியத்துவத்தை உணர்த்துகின்றது. பயிற்சி சிறந்த ஒழுங்கு முறை நடவடிக்கையை அளித்தது. கல்வி, நேர்மை, செல்வம், உடற் சுகங்களை அளிக்க வல்லது என்று கௌடில்யர் எடுத்துக் கூறினார். கௌடில்யரின் அர்த்த சாத்திரத்தில் மனிதவள மேம்பாட்டைப் பற்றிய நேரடி குறிப்புகள் இல்லையென்றாலும் அவரளித்த அனைத்து வழிமுறைகளும் மனிதவள மேம்பாட்டை நோக்கி செல்கின்றன என்று நாம் புரிந்து கொள்ளலாம்.

பொதுவான அடிப்படையில் கல்வியாளர்கள் உட்பட 'கல்விக் கூடங்களுக்கும் கல்விக்கும் இடையே உள்ள தொடர்பு மிகச்சிறிய அளவே உள்ளன என்றும், பன்னாட்டு நிறுவனங்களில் பணி புரியவேண்டும் அல்லது அவற்றுடன் இணைந்து பணி புரியவோ தான் கல்விக் கூடங்கள் செயல்படுகின்றன' எனும் எண்ணம் கொண்டுள்ளனர். மேலும் கல்வி மக்களின் புதிய படைப்புகள், அதிக உற்பத்தி, புதுத் தொழில்களின் துவக்கம், விஞ்ஞான பொறியியல் வளர்ச்சியை கூட்டுகின்றது. மேலும் பொருளாதார

சமூக வளர்ச்சியை பெருக்கி வருமானத்தை பெருக்குகின்றது.

ஆதலால் கல்வி மற்றும் பயிற்சிக்கு மிக அதிக முக்கியத்துவம் அளிக்கப்படவேண்டும். பல நாடுகள் இன்று உயர் கல்வியை பொதுமக்கள் சுலபமாக அணுகும் முறையை ஏற்படுத்துகின்றன. அனைத்து தரப்பினருக்கும் மிக சிறந்த உயர்வை அளிக்கக்கூடிய அளவில் கல்வி அனைத்து தட்டுகளிலும் அளிக்கப்படவேண்டும். பல மாணவர்கள் அடிப்படைக் கல்வியை முடித்து விட்டு உயர் கல்வியை நோக்கி செல்வது அதிகமாகின்றது. முந்தைய ஆராய்ச்சிகள் அடிப்படைகல்வி, ஆராய்ச்சி, பயிற்சி, செயல் மற்றும் திறமையை வளர்ப்பது போன்ற விஷயங்களை மனிதவள மேம்பாட்டுடன் உயர்த்துகின்றது என்று புரிகின்றது. பல நாடுகளில் சரிசமமில்லாத கல்வி என்பது நிகர வருமானத்தின் நிலையை கீழிறக்கி விடுகின்றது. கௌடில்யர் கூறியுள்ளது போல உயர் கல்விக்கு அதிக மக்கள் வருகையில் ஒரு நாட்டின் வளர்ச்சி மற்றும் பொருளாதார உயர்வு மிக சிறந்த வகையில் வளருகின்றது.

14 சமகால இந்தியாவின் பிரச்சினைகள்

நீண்டு நிலைத்திருக்கும் பொருளாதார வளர்ச்சி மற்றும் அதன் மூலம் மக்களுக்கு ஏற்ற நன்மைகள்

கௌடில்யரின் அர்த்த சாஸ்திரம் மிகப்பெரிய ஓர் வெளியீடாகும். நாட்டின் உயர் நிர்வாகிகளுக்கு ஏற்ற வழிகாட்டுதலை அளிக்கும் ஓர் புத்தகமாகும். அரசு மற்றும் பொருளாதார நிர்வாகத்தைக் குறித்து பல குறிப்புகளை அளிப்பது மட்டுமல்ல. அதை உபயோகித்து சிறந்த பயனைப் பெற வழிவகுக்கின்றது. **அரசியல் சக்தி மற்றும் சிறந்த நிர்வாகமின்றி பொருளாதார இலக்கை அடைய முடியாது. பொருளாதார மற்றும் நிர்வாக அரசாட்சி இன்றி மக்களிடையே புகழ் அளிக்கக்கூடிய எதிர்பார்ப்புகளை அதனுடைய உண்மையான தன்மையுடன் வெளிக் கொண்டுவர இயலாது.**

ஓர் அரசியல் சாசனமாக, பொருளாதார செயல்பாடாக பொது மற்றும் தனியார் நிர்வாக இயலாக சிறந்த கொள்கை ஆனால் சிறப்பான சாத்தியக்கூறு கொண்ட அரசாட்சி எனும் பார்வையில் எழுதப்பட்ட ஒரு முழுமையான புத்தகமாக அர்த்த சாஸ்திரம் இருந்தாலும் பல நூறு ஆண்டுகளாக நமக்கு கிடைக்காமல் இருந்தது.

இத்தகைய அருமையான அறிவு சார்ந்த புத்தகத்தை மக்களின்

கவனத்திற்கு கொண்டு வர வேண்டும். இன்றைய இந்தியா மட்டுமல்ல உலகம் முழுவதற்கும் கௌடில்யரின் எண்ணங்கள் மற்றும் கற்பித்தல் இவை இரண்டும் மிகத்தெளிவாக இன்றைக்கும் பொருந்தும். ஒரு சக்திவாய்ந்த கூட்டு நிர்வாகமாக, மக்களுக்கு பேருதவி செய்யக்கூடிய பணியாக கௌடில்யரின் உள் நோக்கிய ஒழுங்குமுறை சார்ந்த பணி மிகவும் உகந்ததாக உள்ளது. சிறந்த ஆட்சி முறை என்றால் கௌடில்யரின் கூற்றுப்படி மக்கள் நலனை அடிப்படையாகக் கொண்டிருக்க வேண்டும். ''ஒரு அரசனின் மகிழ்ச்சி அந்நாட்டின் மக்களுடைய மகிழ்ச்சியில் உள்ளது. அம்மக்களுடைய நலன் அவனுடைய நலமாகிறது. எது அவனுக்கு மகிழ்ச்சி அளிக்கிறதோ அதை அவன் நல்லது என்று எண்ணக்கூடாது. அவன் ஆளும் நாட்டு மக்களுக்கு எது மகிழ்ச்சி அளிக்கிறதோ அது நன்மை அளிக்கும் எனும் எண்ணம் கொள்ள வேண்டும். அன்றைய சூழலில் மனிதவள நிர்வாகம் எனும் வார்த்தை ஜாலங்கள் இல்லை என்றாலும் அதனுடைய உள்ளர்த்தம் கௌடில்யரின் காலகட்டத்தில் மிக அதிகமாக உபயோகப் படுத்தப்பட்டது.

ஒரு அரசன் தன்னுடைய பணி ஆட்களின் உடல் நலத்தை கவனித்து அதற்குரிய ஊதியத்தை அளித்து அதனால் அவர்கள் ஒரு புத்துணர்வோடு பணி செய்யும் வகையில் உதவவேண்டும். நேர்மையையும், செல்வத்தைப் பெறும் விதத்தையும், எவ்வகையிலும் தவறான பாதையில் செல்லாமலும் இருக்க வேண்டும். ஆதலால் பணியாட்களை பேணுவது மட்டுமல்ல அவர்களுடைய ஊதியம் மற்றும் வாழ்வதற்கான அத்தியாவசியப் பொருட்களை அவரவர்களுடைய கற்றுக்கொள்ளும் தன்மைக்கும், பணிக்கும் ஏற்ப அளிக்க வேண்டும்.

சிறந்த அரசு, மாற்றத்திற்கு உகந்த பணியாளர்களுக்கான கொள்கைகள் மற்றும் தெளிவான நிர்வாக முறைகள் இவற்றின் மீது கௌடில்யர் ஆழ்ந்த நம்பிக்கை கொண்டிருந்தார். அதீதமான முடிவுகள் மற்றும் அதீதமான செயல்பாடுகளை நல்ல அரசு முற்றிலும் தவிர்த்து விட வேண்டும். கௌடில்யர் தனக்கும் மற்ற நிர்வாகிகளுக்கும் மிகக் கடுமையான வழிமுறைகளை

பரிந்துரைத்தார். இத்தகைய வழிமுறைகள் இன்றைய நிர்வாகிகளுக்கு பொருத்தமானதாகவும் உபயோகமாகவும் இருக்கும். கௌடில்யரின் காலகட்டத்தில் பொறுப்புகளை ஏற்றுக் கொள்ளும் தர்ம கர்த்தா போன்றவர்கள் காணப்படவில்லை. ஆனால் காந்திஜி பின்னொரு காலத்தில் கூறியபடி கௌடில்யர் இவ்விஷயத்தைப் பற்றிக் கூறியுள்ளார். **"சிறந்த ஆட்சி பெற அனைத்து நிர்வாகிகளும் அரசன் உட்பட மக்களின் சேவகர்கள் எனும் எண்ணம் கொண்டிருக்க வேண்டும்."** நிர்வாகிகளும் அரசரும் அவர்கள் செய்யும் சேவைக்கான ஊதியத்தை பெற்றார்களே தவிர அவர்கள் இவற்றிற்கெல்லாம் சொந்தக்காரர்கள் என்பதற்காக ஊதியம் பெறவில்லை.

தான் கூறுவதைப் போலவே நடந்து கொள்ளவேண்டும் என்பதுதான் ஒரு தலைவனின் முக்கியமான திறனாகும். கௌடில்யர் கூறியுள்ள அனைத்து குணாதிசயங்களும் இன்றைய தலைவர்களிடமிருந்து எதிர்பார்க்கப்படுகின்றது. பல்வேறு பொருளாதார நிலையிலிருந்து வரும் தலைவர்களின் செயல் மற்றும் ஊக்கம் அப்பொருளாதாரத்தில் வாழும் நலனைத் தீர்மானிக்கின்றது. சட்டம் மற்றும் ஒழுங்கு முறையின் சிறப்பான பணி சிறந்த நிர்வாகம், வரிவிதிப்பு மற்றும் பிறபணிகள் என்பதைப் பற்றிய விவரமாக அளிக்கப்பட்ட விஷயங்கள் இன்றைக்கும் பொருத்தமானதே. பல்வேறு நிர்வாகத்தின் தலைமைக்காக தேர்ந்தெடுக்கப்படும் மனிதர்களை பணியின் தேவைக்கேற்ப மிக ஜாக்கிரதையாக தேர்ந்தெடுக்க வேண்டும் என்று கௌடில்யர் கூறியுள்ளார். அவர்களுடைய நேர்மையையும் திறமையையும் அடிக்கடி சோதித்து பார்க்க வேண்டும் என்று கௌடில்யர் கூறியுள்ளார். சிறந்த நிர்வாகமும் அதனுடைய பிற தன்மையும் ஒன்றோடொன்று பின்னிப் பிணைந்ததாகும் என்று கௌடில்யர் குறிப்பிட்டுள்ளார். தலைவர்கள் ஒத்துணர்வு உள்ள பொறுப்பு மிகுந்த நேர்மையான எளிதில் பதவியை விட்டு விலகக்கூடிய மீண்டும் பதவிக்கு வரக்கூடிய அளவு நாட்டை ஆள்பவர்கள் இருந்தால் ஒரு ஸ்திரத்தன்மை இருக்கக்கூடும். இல்லை எனில் ஸ்திரமற்ற தன்மை அந்த நாட்டில் ஏற்படக்கூடும் என்றும் எழுதியுள்ளார் கௌடில்யர்.

ஒரு அரசரிடம் கூட கௌடில்யர் பொறுப்பு மிக்க தன்மை இருக்க வேண்டும் என்று அழுத்தமாக கூறியுள்ளார். இன்றைய குடியரசு காலகட்டத்தில் இத்தகைய குணாதிசயங்கள் மிகவும் முக்கியமானதாகும். லஞ்ச ஊழலுக்கு எதிராக கௌடில்யர் மிக கடுமையாக எழுதியுள்ளார். அரசாங்க கஜானா பணத்தை ஊழல் மிகுந்த அதிகாரிகள் நாற்பது விதமான வழிமுறைகளில் லஞ்சமாக கையாளக்கூடும் என்று குறிப்பிட்டுள்ளார். அதே சமயம் பெருவாரியான லஞ்ச ஊழலைப் பற்றிய சாத்தியமான பார்வையும் அவரிடம் இருந்தது. ஒரு அதிகாரியின் நேர்மையை உறுதி செய்து கொள்வது என்று குறிப்பிட்டுள்ளார்.

அரசாங்க பணியாளர்களின் பேராசையை மாற்ற உரிய தற்காப்புச் செயல்கள் மற்றும் கடுமையான தண்டனைகளை நிறைவேற்றினால் தான் சிறந்த ஆட்சியை அமைக்க இயலும் என்று கூறியுள்ளார். ஒரு சுத்தமான பொது வாழ்க்கையை வெளிக் கொண்டு வரவேண்டுமென்றால் அரசாங்கத்தில் கொள்கைகளை இயற்றுபவர்கள் கடுமையான கவனிப்புடன் இருக்க வேண்டும். இன்றைய சூழலில் மிக உயர் பதவியில் உள்ளவர்கள் மீது லஞ்ச ஊழல் குற்றச்சாட்டு இருந்தால் இதுநாள் வரை ஒருவருக்குக்கூட அதற்கான தண்டனை அளிக்கப்படவில்லை என்றால் கௌடில்யர் எடுத்துக் கூறியுள்ள கடுமையான தண்டனை மற்றும் பல விஷயங்களை உபயோகப்படுத்துவது என்பது மிக முக்கியமானதாகும்.

இந்தியாவில் கடந்த அறுபது வருடங்களாக திட்டமிடப்படும் சிறந்த மற்றும் பலருக்கும் சென்று சேரக்கூடிய நீர்நிலை நிர்வாகம் என்பது ஒரு கனவாகத்தான் உள்ளது. இதன் அடிப்படையில் கௌடில்யர் ஒரு தொலைநோக்கு பார்வை உடையவர் என்றும் பல சிறந்த விஷயங்களை எடுத்துக் கூறியிருக்கிறார் என்றும் நாம் புரிந்து கொள்ளவேண்டும். 1985-ஆம் ஆண்டு பாதுகாப்பான குடிநீர் பெறுவதற்காக தொழில் நுட்பக்கலை கொண்ட ஒரு ஸ்தாபனத்தை நிறுவி இருந்தாலும் கிராமப்புறங்களில் வாழும் மக்களுக்கு இன்றளவும் அது ஒரு கனவாகவே உள்ளது. இன்று கௌடில்யரின் கொள்கைகளை கையாள வேண்டிய அவசியம் மிக அதிகமாக உள்ளது. இரண்டாயிரம் ஆண்டுகளுக்கு முன்னரே

கௌடில்யர் பல்வேறு கலப்புகள் கொண்ட பொருளாதாரத்தின் அடிப்படை பணிகளைப் பற்றி விபரமாக தெரிவித்துள்ளார் 1950-ல் ஜே. ஆர்.டி. டாடா இத்தகைய கலப்புகள் நிறைந்த பொருளாதாரத்தில் பொதுத்துறை மற்றும் தனியார் துறை வர்த்தகத்திற்கு ஒரு பாலம் என்று குறிப்பிட்டுள்ளார். ''ஒரு அரசு பல்வேறு பொருளாதார செயல்பாடுகளை திறமையாகவும், லாபகரமாகவும், முன்னெச்சரிக்கையுடனும் கையாள வேண்டும் என்று கௌடில்யர் குறிப்பிட்டுள்ளார். இன்று வரை 'லாபம்' எனும் ஒரு வார்த்தையை அரசு அதிகாரிகள் விரும்பவில்லை. அதனால் புது வியாபாரங்கள் நாட்டில் செய்யப்படவில்லை.

கௌடில்யர் 'லாபம்' பெறுவதையும் 'செல்வம்' பெருகுவதையும் மிகுந்த ஆர்வத்துடன் ஏற்றுக் கொண்டார். ஒரு வர்த்தகம் லாபகரமாக செயல்பட்டது என்றால் அது பணியாளர்களுக்கு எதிரானதல்ல. அதற்கு நேர்மாறாக அது அவர்களுக்கு உரியதுதான் என்று கருதினார். அரசாங்கப் பணிகளில் உரிய லாபத்தை பெறாத அதிகாரிகள் **''பணியாளர்களின் உழைப்பை விழுங்குபவர்''** என்றும் அதற்குரிய தண்டனையையும் அளிக்க வேண்டும் என்றும் கூறியுள்ளார். பணியாளர்களை மிகச்சரியாகவும் அதே சமயம் கடுமையான பார்வையுடனும் நடத்த வேண்டும் என்றும் அவர் எடுத்துக் கூறியுள்ளார். ஒரு சிறந்த அரசு நிலைபெற்று நிற்க செல்வவளம் மிக முக்கியமானது என்று கௌடில்யர் புரிந்து செயல்பட்டார். நாட்டின் செல்வ வளத்தை பெருக்கி பாதுகாத்து சேமித்து வைப்பதற்கான பல திட்டங்களைப் பற்றி அர்த்த சாத்திரத்தில் தெளிவாக கூறியுள்ளார். உற்பத்தித் திறனுக்கு ஏற்றக் கூலியை அளித்து பணியாளர்களின் எண்ணிக்கையை பெருக்குவதற்கு உரிய வழிகளை எடுத்துக் கூறியுள்ளார். இன்றைய உலக மயமாக்குதல் காலகட்டத்தில் வாங்கும் சம்பளம் உற்பத்திக்கு ஏற்ப இருக்க ே வண்டும் என்பது மிக மிக முக்கியமானதாகும்.

பொது பணத்தை பொறுத்தவரை இன்றைய ஆட்சியாளர்கள் கௌடில்யரின் கொள்கைகளை உபயோகித்திருந்தால் ''பொது வரிப்பணம் மற்றும் வரவு செலவு நிர்வாக சட்டம்'' என்பதை மத்திய அரசு மற்றும் மாநில அரசு அமுலுக்கு கொண்டு வர வேண்டியதில்லை. ஒரு சிறந்த கஜானா நிர்வாகம் பற்றி கௌடில்யர்

அளித்துள்ள சட்டங்கள் இந்தியாவிற்கு மட்டுமல்ல இவ்வுலகிற்கே பொருத்தமானதாகும். பொதுப் பணத்தை பொறுத்தவரை கௌடில்யரின் ஆழ்ந்த எழுத்துக்களை அவருடைய பொருளாதார எண்ணங்களில் காணலாம். பொருளாதார நிர்வாகத்தை ஒரு அரசு கையாளுவதை மிக முக்கியமாக கருதிய அவர் **பொதுவான காலகட்டத்திலேயே அரசின் பொருளாதார சக்தி என்பது மிகவும் ஆபத்தானது என்றாலும் போர் பஞ்சம் மற்றும் பல பேரிடர்களின் போது அதிக கடினமானதாகிறது.**

ஏழுவிதமான வகைகளில் வருவாயை ஒரு அரசு பெருக்குவதற்கான வழிமுறைகளை கௌடில்யர் கூறியுள்ளனர். நிலம் மற்றும் வர்த்தகவரி, வட்டி மற்றும் லாபம் போன்ற விஷயங்களைப் பற்றி அவர் குறிப்பிட்டுள்ளார். அதே சமயம் செலவுகளை பதினைந்து தலைப்புகளின் கீழ் அளித்துள்ளார். வரிகளை விதிக்கும் பொழுது **நம்பகத்தன்மையும் சமமான நோக்கும்தான் வரிவிதிப்பிற்கு மிக முக்கியமானது** என்று கூறியுள்ளார்.

நாட்டு மக்களின் நலம் மட்டுமே அவருடைய மனதில் முதன்மையாக இருந்ததால் வரி கட்டுபவரிடம் அதிருப்தி எந்த நிலையிலும் ஏற்படக்கூடாது என்று அவர் அழுத்தமாக கூறியுள்ளார்.

பொதுப்பணம் எவ்விதத்தில் தவறாக கையாளப்படுகிறது என்று கௌடில்யர் மிக விவரமாக எழுதியுள்ளார். இத்தகைய செயல்களை எப்படி தடுத்து நிறுத்தி கட்டுப்பாட்டுடன் இருக்க வேண்டும் என்றும் தெளிவாக கூறியுள்ளார். கௌடில்யரின் காலகட்டத்திலேயே மானியம் மற்றும் வரிவிலக்கு அளிக்கப்பட்டது என்று நமக்குத் தெரிகின்றது. இத்தகைய மானியங்கள் புத்திசாலித்தனமாக திட்டமிடப்பட்டு மகளிர், சிறுவயதினர், மாணவர்கள், மாற்றுத்திறனாளிகள் மற்றும் பலருக்கு அளிக்கப்பட வேண்டும் என்று கூறியுள்ளார். பொதுப் பணத்தைப்பற்றி எழுதுகையில் கௌடில்யர் மிகுந்த தொலை நோக்குப் பார்வையுடன் எழுதியுள்ளார். **அவர் பயிரிடப்படாத நிலங்கள், அணைக்கட்டுகள், குளங்கள், நீர்ப்பாசனங்கள்**

முதலியவற்றில் பணத்தை முதலீடு செய்யவேண்டும் என்று கூறியுள்ளார். இன்றும் இத்தகைய விஷயங்கள் எத்தனை முக்கியத்துவம் பெறுகின்றன என்று கடந்த இரண்டு வருட வரவு செலவு திட்டத்தில் நாம் காணலாம்.

பொருளாதார திட்டமிடும் நோக்கில் இத்தகைய சொத்துக்கள் கௌடில்யரின் காலகட்டத்தில் மிக முக்கியமாக இருந்தது என்று தெரிகின்றது. இதை புரிந்து கொண்டு இன்றைய இந்திய பொருளாதார முறைக்கு ஏற்ப புதுமையான வகையில் ஒரு நீண்ட பட்டியலை தயாரிக்க வேண்டும். பண முதலீட்டைப்பற்றி கௌடில்யர் அளித்துள்ள பரிந்துரைகள் இன்றைய இந்தியாவிற்கு மிகவும் பொருத்தமானது. **கௌடில்யர் நிலத்தை மிக முக்கியமான சொத்தாக கருதினார்.** 2400 ஆண்டுகளுக்கு முன்பே அவர் அதிசயத்தக்க வகையில் விஞ்ஞான ரீதியாக விவசாய செயல்பாடுகள் மற்றும் நிர்வாகத்தைப் பற்றி குறிப்பிட்டுள்ளார்.

கௌடில்யர் நிலத்தை பயிர் நிலம் மற்றும் பயிரிடாத நிலம் என்று இரண்டு வகையாகப் பிரித்துள்ளார். பயிர் நிலத்தை விவசாயிகளுக்கு அவர்களுடைய வாழ்நாள் முழுவதும் இருக்கும்படியும், அதே சமயம் அவர்கள் வரிகளை கட்ட வேண்டும் என்றும் குறிப்பிட்டுள்ளார். **இந்தியாவில் இன்று விவசாய வருவாய்க்கு வரிவிதிப்பு வேண்டுமா ? அல்லது கூடாதா ? எனும் சர்ச்சையில் ஈடுபட்டு இன்றுவரை அது முடிவின்றி உள்ளது.** விவசாய வரிவிதிப்பிற்கு கௌடில்யர் ஒரு அடிப்படை காரணத்தை அளித்திருந்தாலும் **பணக்கார விவசாயிகளுக்கு அதிகமான வரி விதிக்கப்பட வேண்டும் என்றும் பரிந்துரைத்துள்ளார்.** விவசாய வரியைப் பொறுத்தவரை முற்றிலும் வரிவிலக்கு அளிப்பதையும் அல்லது மிக அதிகமான வரிவிதிப்பையும் அறவே தவிர்க்க வேண்டும் என்றும் கூறியுள்ளார்.

விவசாயத்தில் செய்தி விவரங்களை சேகரித்து வைப்பதற்கு அதிக ஊக்கம் அளித்தார். ஏனெனில் வருவாய் மற்றும் பணப்பட்டுவாடாவிற்கு இது ஒரு சரியான தகவல் முறையாகும் என்று அவர் கருதினார். அதுபோன்றே நிலங்களைப் பற்றிய விவரங்களையும் சேகரிக்க வேண்டும் என்று அவர் கூறினார்.

இன்று இந்திய மாநிலங்கள் பலவற்றில் நிலங்களுக்கான தெளிவான ஆவணங்கள் இல்லை. அதனால் நிலங்களை சீர்படுத்தும் பணிகள் தடைப்படுகின்றன என்பதால் இன்றைய இந்தியாவிற்கு இந்த விஷயம் மிக முக்கியமானதாகும்.

நீர்ப்பாசன நிர்வாகத்திற்காகவும், சேமித்து வைக்கும் பொருட்களுக்காகவும் கூட கௌடில்யர் பல அறிவுரைகளை தெரிவித்துள்ளார். பொதுமக்களின் தேவைக்கேற்ப தகுந்த உதவிகளைச் செய்யவேண்டும் என்று உணர்ந்த கௌடில்யர் முற்றிலும் வரிவிலக்கு கொண்ட நிலங்களை ஒரு சில வகை மக்களுக்கு அளிக்க வேண்டும் என்றும் கூறியுள்ளார். கௌடில்யரின் காலகட்டத்தில் கூட தங்கமும், வெள்ளியும் மக்களின் மனத்தில் ஆழமான இடத்தைப் பெற்றிருந்தது என்று புரிகின்றது. பிரேசில், ரஷ்யா, இந்தியா மற்றும் சைனா (BRIC) ஆகிய நான்கு நாடுகளும் இணைந்து 'கோல்டுமேன் சேழ்ஸ்' பற்றிய அறிவிப்பின்படி இன்று தங்கம் மிகவும் முக்கியமான ஒரு பொருளாக உள்ளது. ஏனெனில் அதனுடைய உண்மையான உள்ளுறை மதிப்பு பணத்தை விட அதிகமாக உள்ளது.

சுற்றுப்புறச் சூழல் பாதுகாப்பு என்பது கௌடில்யரின் பொருளாதாரத்தில் மிகப்பெரிய பங்கு வகித்திருந்தது. நீர் நிலை நிர்வாகம், காடுகளின் பாதுகாப்பு, நிலநிர்வாகம் ஆகிய அனைத்திற்கும் முக்கியத்துவம் அளிக்கப்பட்டிருந்தது. நியாயவிலை என்பதைப் பற்றி கௌடில்யர் மிக அதிகமாக கூறியுள்ளார். இந்த விஷயம் இன்று இந்தியாவில் மட்டுமல்ல உலகம் முழுவதும் மிகுந்த சர்ச்சைக்குள்ளாகி உள்ளது. கச்சா எண்ணெயின் சரியான விலை நிர்ணயம் இன்று மிகப்பெரிய பிரச்சினையாக எழுந்துள்ளது.

பொதுத்துறைப்பணிகளில் கௌடில்யரின் எழுத்துக்கள் ஒரு அரசன் மற்றும் அவர் மூலமாக செய்யப்படும் ஆட்சியை அடிப்படையாக கொண்டுள்ளது. ஆனால் இன்றைக்கும் இவை ஓரளவிற்கு பொருத்தமாக உள்ளன. ஒரு அரசன் கோட்டைகள், கால்வாய்கள், சாலைகள், அகழிகள் ஆகியவைகளை கட்டவேண்டும் என்று கூறியுள்ளார். மேலும் ஒவ்வொன்றின்

கட்டிட அமைப்புகளையும் அதற்கு தேவையான அடிப்படை விஷயங்களையும் எடுத்துக் கூறியுள்ளார்.

ஒரு அரசரின் கீழ் பணிபுரிபவர்களின் கடமைகள் மற்றும் பொறுப்புகளை தெளிவுற எடுத்துக் கூறியுள்ளார். ஒரு அரசாங்கத்தின் பல்வேறு தட்டுக்களில் பணிபுரியும் அதிகாரிகளின் பொறுப்புகளைப் பற்றியும், அது நிறைவேற்றப் படாவிட்டால் அதற்குரிய தண்டனைகளைப் பற்றியும் அர்த்த சாத்திரத்தில் கௌடில்யர் மிகத் தெளிவாக எடுத்துரைத்துள்ளார். நேர்மையும், பொறுப்புணர்ச்சியும், தெளிவும் அரசு பணிகளுக்கு மிக முக்கியமானது என்பதை கௌடில்யர் புரிந்து கொண்டுள்ளார். இன்று புதுப் பணிகளில் இது இல்லாததால்தான் பொதுத்துறை வர்த்தகங்களில் நஷ்டங்கள் ஏற்படுகின்றன. ஒரு அரசன் ஒற்றர்களை அமைத்து பல்வேறு துறைகளின் பணிகளை ஆழ்ந்து கவனிக்க வேண்டும் என்று அர்த்த சாத்திரம் கூறுகிறது. வரவு செலவு, கணக்கு வழக்குகளுக்கு இவை உதவியாக இருக்கும்.

இன்றைய நிர்வாக நிலைகளில் அதிகாரிகள் மற்றும் சபலத்திற்கு உட்பட்டவர்கள் நேர்மையும், தெளிவும் கொண்டு பணிகளை முடிக்க வேண்டும் என்பது முக்கிய குறிக்கோளாக உள்ளது. உலக அரங்கில் இந்தியா ஒரு மாபெரும் சக்தியாக உருவாக உள்ளது. அதுவும் விரைவாக ஆகக்கூடிய தன்மை உள்ளது என்பதால் கவனத்தை கலைக்கக்கூடிய விஷயங்களை தாண்டிச் செல்வது மிக முக்கியமாகும். நம்நாட்டைப் பொறுத்தவரை ஆட்சி வழிமுறைகளால் முன்னேற்றத்தை தடுக்கும் பல்வேறு தடைக்கற்கள் உள்ளன. அதனால்தான் அன்று கௌடில்யர் எழுதியுள்ள அர்த்த சாத்திரம் இன்றும் மிக முக்கியமாக கருதப்படுகின்றது.

அர்த்த சாத்திரத்திலிருந்த ஒரு சில வரிகள் : நற்குணங்கள் போன்ற மிக உயர்ந்த குணங்களை கொண்ட ஒரு அரசன் ஒரு ராஜ ரிஷியைப் போன்று இருந்தால்தான் அந்த அரசன் ஒரு சிறந்த அரசனாக கருதப்படுவான். ''ஒரு ராஜ ரிஷி என்பவர் 'யோகக்ஷேமா' எனப்படும் மக்கள் தலனை மட்டுமே யோசித்து செயல்பட வேண்டும்.'' மக்களின் பேராதாரவைப் பெற அவர்களுக்கு நற்பணிகளை செய்து அவர்களை முன்னேற்ற

வேண்டும். 'யோகா' என்றால் ஒரு குறிக்கோளை வெற்றிகரமாக செய்வதாகும். 'க்ஷேமா' என்பது ஒரு அமைதியான செல்வ வளத்தை அனுபவிப்பது ஆகும்.

மிகச்சிறந்த அறிவாளியாக ஒரு அரசன் (தலைவன்) ஆக வேண்டும் என்றால்

- கற்றுக்கொள்ளும் ஆசை
- கற்றதை நினைவில் வைத்துக் கொள்வது
- உண்மையை தேடிச் செல்லும் புரிதல்

ஒரு அரசன் (தலைவன்) சுய அதிகாரம் பெறும் வழிமுறைகளை கௌடில்யர் எடுத்துக் கூறியுள்ளார். சிறந்த பேச்சாளராக கூர்மையான அறிவு உள்ளவராக, மிகச்சிறந்த ஞாபக சக்தி கொண்டவராகவும், ஆர்வம் கொண்டவராகவும் இருக்க வேண்டும் என்று கௌடில்யர் கூறுகிறார். வழிகாட்டுதலை ஏற்றுக் கொள்ளும் பக்குவம் அவரிடம் இருக்க வேண்டும். பரிசளிப்பதிலும் தண்டனை கொடுப்பதிலும் நியாய உணர்வோடு செயல்பட வேண்டும். சரியான நேரத்தில், சரியான இடத்தில், மிகச்சரியான செயல்பாடுகளைச் செய்ய கிடைக்கும் சந்தர்ப்பங்களை உபயோகித்துக் கொள்ள வேண்டும்.

சாதாரண சமயங்களிலும், இடர்பாடுகள் தோன்றும் சமயங்களிலும் ஆட்சி புரிய தெரிந்திருக்க வேண்டும். எப்பொழுது போர் செய்ய வேண்டும். எப்பொழுது சமாதான தூது அனுப்ப வேண்டும் எப்பொழுது காத்திருக்க வேண்டும், எந்த சமயத்தில் சமாதான உடன் படிக்கைகளை உன்னிப்பாக கவனிக்க வேண்டும், எதிரியின் பலவீனத்தை புரிந்து எப்பொழுது அடிக்க வேண்டும் என்று ஒரு அரசன் தெளிவாக புரிந்து கொள்ள வேண்டும்.

ஒரு அரசன் தன்னுடைய கௌரவத்தை அனைத்து சமயங்களிலும் காப்பாற்றிக் கொண்டு சிரித்து பேசக்கூடாது. பேசுவதில் ஒரு இனிமை மக்களை நேரடியாக பார்த்து பேசுவது என்று பழக வேண்டும். கோபத்தில் புருவங்களை நெரிக்கக்கூடாது. பெரியோர்களின் அறிவுரைகளைக் கேட்டு அதன்படி நடந்து

கொள்ளவேண்டும்.

பொருளாதார வளர்ச்சி என்பது நம்முடைய இலக்கை அடையும் ஒரு வழி. தொடர்ந்து முன்னேற்றம் அடைவது முதன்மையான இலக்காக இருக்க வேண்டும். ஒரு சிறந்த அரசியல் பொருளாதாரத்தின் அடிப்படை என்பது இணைந்து செயல்புரிவது, முக்கிய அம்சங்கள் ஆகியவை கொண்ட சாஸனம் ஆகும். பொருளாதார வளர்ச்சி அதிகமாக இருந்தாலும் ஏழ்மையும், வளர்ச்சியற்ற தன்மையும் இருப்பது சகஜம்தான்.

பொதுவாக பார்த்தால் இதற்கான காரணங்கள் பல உள்ளன. பெருகும் செல்வ வளத்தை மக்களுக்கு நலம் தரும் வகையில் மாற்ற தேவையான அடிப்படை இருப்பதில்லை. அது போன்றே பஞ்சம் மற்றும் பட்டினி ஏற்படக்கூடிய நிலைமையை தவிர்க்கவும் உரிய அடிப்படை இருப்பதில்லை. வளத்திலிருந்து மேலும் விரிவடைய தேவையான தெளிவு மற்றும் நேர்மை இவற்றை ஏற்படுத்தும் வகையில் அரசாங்கங்கள் பணி புரிவதில்லை.

பல நூற்றாண்டுகளுக்கு முன்னர் நிலைத்து நிற்கும் வளர்ச்சியைப் பற்றி தெளிவாக குறிப்பிடப்பட்டுள்ளது. இவற்றில் மிக முக்கியமானவை :

(i) அடிப்படை ஆதாரக் கொள்கைகளை ஏற்படுத்துவது.

(ii) அரசாங்க அதிகாரிகளை தேர்ந்தெடுக்கும் தீர்க்கமான முறைகளில் எத்தகைய ஆழமான அடிப்படைகளை அவர்கள் கொண்டிருக்க வேண்டும். இவற்றை வழிமுறைப்படுத்தி எவ்விதம் செயலாக்குவது என்று மிகத்தெளிவாக குறிப்பிடப்பட்டுள்ளது.

இதைச் செய்வதினால் கௌடில்யர் சட்டத்தை புரிந்து கொண்டவர், நேர்மையையும் தெளிவான பணி முறைகளையும் அலட்சியமாக எடுத்துக் கொள்ள இயலாது என்பதையும் மனிதர்கள் எல்லா சமயத்திலும் நேர்மையாக இருக்க இயலாது என்பதையும் நன்குணர்ந்தவர் என்றும் நமக்கு எடுத்துக் கூறுகின்றார்.

(iii) ஒரு அரசனுக்கு சில அதிகாரங்கள் நிச்சயமாக அளிக்கப்பட

வேண்டும் என்பது மட்டுமல்ல, கட்டுப்பாட்டுடன் நடந்து கொள்வதிலிருந்து அவர் தப்ப இயலாது என்றும் கௌடில்யர் கூறுகிறார். ஆதலால் தலைமை என்பது வெறும் சக்தியும் பதவியும் மட்டும் கொண்டதல்ல. கடமைகளை தீர்க்கவும், பொறுப்புகளை ஏற்கவும் கடமை உணர்ச்சியுடன் செய்வதும் கொண்டதாகும் என்று நமக்குத் தெரிகின்றது.

கௌடில்யர் இன்றைய உலகமயமாக்குதல் சூழலில் வாழவில்லை என்றாலும் **பல்வேறு நாடுகளுடனான உடன்படிக்கைகள் ஒரு நாட்டிற்கு உதவக்கூடிய நட்பு நாடுகள் விரோதிகள் அல்லது போருக்கான சூழ்நிலைகளைப் பற்றி மிகத்தெளிவாக எழுதியிருப்பது இன்றைக்கும் உபயோகமானதாகும்.** இன்று நம்மைச் சுற்றியுள்ள பல விஷயங்களில் சிறந்த ஆட்சியை வெகு தீவிரமாக தேடுவதில் அர்த்த சாத்திரம் பல பாடங்களை நமக்கு அளிக்கிறது. இன்றைய அமைதியற்ற கொந்தளிப்பு நிறைந்த சூழ்நிலையில் நல்ல மற்றும் நியாயமான நிர்வாகம், சேவை, முழுமையான நேர்மை, பொறுப்புடமை ஆகியவை உடனுக்குடன் தேவை.

15

முடியவான கருத்துகள்

அர்த்த சாத்திராவின் அடிப்படை கருத்துகளைப் பற்றி நாம் கூறுகையில் கௌடில்யர் இன்றைய விஷயங்களுக்கு ஏற்ப சக்தி வாய்ந்த ஆனால் அதே சமயம் நிலையற்ற நிதிமற்றும் சமூக நிலைகளுக்கு ஏற்ப எழுதி இருப்பது மிகுந்த ஆச்சரியத்தை அளிக்கிறது. மேலும் கௌடில்யரின் பணி இன்றைய இந்தியாவிற்கு மட்டுமல்ல இன்று உலகம் முழுவதும் நடைபெறும் விஷயங்களோடு பொருந்துகிறது. சமஸ்கிருத மொழியில் எழுதப்பட்டிருந்தாலும் இந்திய இலக்கியத்திலேயே அர்த்த சாத்திரம் மிகச்சிறந்த ஒரு இடத்தைப் பெற்றுள்ளது. ஏனெனில் அது சிறிதும் தயக்கமின்றி உண்மையாக அரசியல் மற்றும் ஒழுங்குமுறை படுத்தப்பட்ட நிதி நிர்வாகத்தைப் பற்றி எடுத்துக் கூறுகிறது.

கௌடில்யர் சிக்கன நிதி நிலையைப் பற்றி அதிகம் எடுத்துக்கூறவில்லை எனும் கருத்து இருந்தாலும் அவர் ஆட்சி முறையைப் பற்றி ஒரு முழுமையான மற்றும் நேர்மையான பார்வையை கொண்டிருந்தார். அதன் மூலம் சிக்கன நிதி நிர்வாகத்திற்கு ஒரு புதிய பரிணாமம் அளித்திருந்தார். அப்பார்வை பல ஆயிரம் வருடங்களாக அலட்சியப் படுத்தப்பட்டதுதான் வருந்தத்தக்கது. நிதி நிர்வாகம் என்பது வருவாய் நிர்வாகம், திறமையான நிர்வாகப் பார்வை, சீரிய நீதி கொள்கை, நேர்மையான படித்த மக்கள் ஆகியவற்றுடன் இணைந்து செயல்புரிகின்றது. இத்தகைய மக்கள் உயர் பதவியை அடைய திறமை பெற்றவர்கள். க்ஷ நிதி உயர்வு, சம பங்குகள் மற்றும் சமூக நலனுடன்

இணைவது என்பது கௌடில்யர் வகுத்த ஒரு முக்கியமான பார்வை கொண்ட வழி வகையாகும். இது நிதி நிர்வாக கொள்கைகளை உறுதிப்படுத்துகிறது.

கஜானா நிர்வாகத்தைப் பற்றி இவர் முக்கியமான கருத்துக்களை கூறியுள்ளார். இது நாம் முன்பே பார்த்தபடி ஒரு நேர்மையான பார்வையுடன் உண்டாக்கப்பட்டுள்ளது. இதன் மூலம் ஒரு அரசன் என்பவன் நேர்மையுடனும், கொடுத்த வாக்கை மீறாதவனாகவும் தன்னுடைய நிலைக்கு முற்றிலும் மிகச்சரியான தேவையான கொள்கைகள் மற்றும் வழிமுறைகளில் தரம் கொண்டவனாகவும் அவற்றைக் கொண்டு சரியான முறையில் கண்காணித்து அதை செய்பவனாகவும் இருக்க வேண்டும். கஜானாவை நிரப்ப வேண்டும் என்பதற்கு பல வழிமுறைகள் உள்ளன. அவற்றை வெளிப்படையாக தெரியப்படுத்த வேண்டும். கஜானாவின் சக்தி ஒரு நாடு சேர்த்து வைக்கும் செல்வ வளத்தை பொறுத்து உள்ளது. அரசன் என்பவன் அனைத்து சொத்திற்கும் சொந்தக்காரனாகவும் பொறுப்பாளனாகவும் இருந்ததால் இது சாத்தியமாக இருந்தது.

உ.தா. நிலம் என்பது ஒரு தனி மனிதனால் பெற்றுக் கொள்ள முடியாது. ஏனெனில் அது அரசனுக்கு உரிய சொத்தாக கருதப்பட்டது. அனைத்து நீர் நிலைகளும் ஒரு அரசனுக்கு உரியது என்பதால் அதை உபயோகிப்பவர்கள் அரசனுக்கு வரி செலுத்த வேண்டும் என்று கருதப்பட்டது. ஆட்சியின் முக்கியத்துவத்தை விளக்குகையில் நேர்மைக்கும் உண்மைக்கும் அவர் அளித்துள்ள இடம் ஆச்சரியப்படத்தக்கதாக உள்ளது. 2400 வருடங்களுக்கு முன்னரே கௌடில்யர் தீர்க்க தரிசனத்துடன் மிகத்தெளிவான தீர்வுகளை அளித்திருந்தாலும் நாம் இன்றும் அதே பிரச்சினைகளில் உழன்று கொண்டிருக்கிறோம் என்பது ஒருவிசித்திரமான விஷயமாக உள்ளது. ஏதோ ஒரு இடத்தில் நம்முடைய அணுகுமுறை தவறான பாதையில் சென்றுவிட்டது என்று நமக்கு எடுத்துக் கூறுகிறது.

நிதி நிலைக்கு மட்டுமல்ல மனிதவள நிர்வாகத்திற்கும் ஏற்படக்கூடிய பிரச்சினைகளுக்கு தீர்வு முறைகளை கௌடில்யர் பிரச்சாரம் செய்துள்ளார். ஆனால் இன்று அதனை நேர்மையாக பின்பற்றுவார் இல்லை. அதனால்தான் மீண்டும் கௌடில்யரின் நிதி

நிலையைப் பற்றி எழுதியுள்ளதை காணவேண்டிய அவசியம் நமக்கு ஏற்படுகின்றது.

21வது நூற்றாண்டில் இந்தியாவும், சைனாவும் உலகநிதி நிலையின் மிகப்பெரிய பங்கு வகிக்கப்போகிறார்கள் என்று கூறப்படுகிறது. அப்பார்வையில் இந்திய நிதிநிலையில் கௌடில்யரின் எண்ணங்களுக்கான உரிய இடம் உள்ளது என்பது நம்முடைய பார்வையை முற்றிலும் மாற்றுகிறது.

கௌடில்யரின் நிதி நிலைக்கான பார்வை இந்தியாவிற்கு ஒரு முழுமையான, நேர்மையான வளர்ச்சித் திட்டங்களை அளிக்க வல்லது. இத்தகைய ஒரு கனவின் யதார்த்தம் என்பது பொது கொள்கைகள் மற்றும் அரசாட்சி ஆகியவற்றை இணைத்து ஒரு சாதகமான சூழ்நிலை உருவாக்க வேண்டும். இங்குதான் கௌடில்யரின் பணி முழுமையாக உபயோகப்படுத்தப் படவேண்டும்.

இணைப்பு :

அர்த்தசாத்திரம் நீதிமொழிகளும், பாடங்களும்.

(i) ஆள்பவர்கள் : கடமைகளும் - பண்புகளும்

- மக்களின் மகிழ்ச்சியில் ஆள்பவரின் மகிழ்ச்சி உள்ளது. அவர்களுடைய நலன்தான் அவருடைய நலனாகும். ஆள்பவர் (அரசர்/நிர்வாகி) தனக்கு சுயநலமாக மகிழ்ச்சி மற்றும் நலன் அளிக்கும் விஷயத்தை விடுத்து எது பொது மக்களுக்கு மகழ்ச்சியும், நன்மையும் அளிக்கின்றதோ அதை செய்ய வேண்டும்.

- தன் பலத்தை வெளிப்படுத்துவதையும், தன் சாதனைகளின் பலன்களயையும் ஆள்பவர்கள் சரியாக திட்டமிட வேண்டும். இதன் மூலம்தான் மக்களை தன் பக்கம் கவர இயலும்.

- பல தலைவர்கள் ஆறு எதிரிகளின் பிடியில் சிக்கி சீரழிந்துள்ளனர். அவை காமம், கோபம், பேராசை, தீவிர ஆசை கொண்ட காமம், கர்வம், பொறாமை ஆகிய ஆறு தீய குணங்களாகும். அந்த வழியை பின்பற்றாமல் நேர் பாதையை தேர்ந்தெடுத்து சொத்து சேகரிப்பு செய்ய வேண்டும்.

- தாக்கப்படும் பொழுது அல்லது பேராபத்தின் பிடியில் சிக்கும் பொழுது மக்கள் நியாயமான உணர்வுடன் பணிபுரியும் தலைவருக்கு உதவி புரிய ஓடோடி வருவார்கள்.

- மேற்கூறிய அனைத்திற்கும் அடிப்படை தன் புலன்களை அடக்கி ஆள்வதற்காக கூறப்பட்டுள்ளது. ஒரு தலைவர் இதற்கு

மாறாக நடந்து கொண்டு புலனடக்கம் இன்றி இருந்தால் உடனேயே பேரழிவிற்கு உள்ளாவான். அவன் இவ்வுலகின் நான்கு மூலைகளுக்கும் தலைவனாக இருந்தாலும் சரி, அவனால் தப்ப இயலாது.

- கோபத்தினால் ஆட்கொள்ளப்பட்ட தலைவர்களின் அழிவு மக்களின் கோபத்தினால் ஏற்படுகின்றது. காமத்தினால் ஆட்கொள்ளப்பட்ட தலைவர்கள் வியாதிகளாலும் எதிரிகளாலும் அழிக்கப்படுவார்கள். இந்த அழிவு சீர்கேடு துர்க்குணம் ஆகியவற்றின் வீழ்ச்சியினால் ஏற்படுகின்றது.

- மதம் பிடித்த யானையின் பாகன் குடித்திருந்தால் அந்த யானை தன் எதிரில் வரும் அனைத்தையும் அழித்து விடுகின்றது. அது போன்றே கல்வியறிவற்ற ஓர் தலைவன், புத்திசாலித்தனமற்ற மந்திரிகளினால் அனைத்தையும் அழித்து விடுவான்.

- கற்றுணர்ந்ததினால் ஒழுக்கமுள்ள ஒரு தலைவன் தன்னுடைய மக்களுக்கும் ஒழுக்கத்தை கற்றுத் தருவான். இந்த பூமியை எவ்வித எதிர்ப்புமின்றி ரசித்து ஆள்வான். மக்கள் நலத்திற்கு தன்னை முற்றிலும் அர்ப்பணிப்பான்.

- சத்தியத்தை காப்பாற்றாதவன், மக்களின் நன்மைக்கு எதிராக நடப்பவன் மீது மக்கள் நம்பிக்கை கொள்ள மாட்டார்கள். மக்களுக்கும், மற்றவர்களுக்கும் அவன் நம்பத்தகாதவனாகின்றான். ஆதலால் ஒரு தலைவன் தன் மக்களின் வாழ்வு முறை, உடை, மொழி மற்றும் பழக்க வழக்கங்கள் ஆகியவற்றை தானும் பின்பற்ற வேண்டும்.

- ராஜவிசுவாசம் கொண்ட மக்களை பெற்ற தலைவன் தன் திட்டங்களை அம்மக்களின் சிறிய உதவியினால் முடித்து விடுவான்.

- நற்குணம் கொண்ட தலைவன் பிரபலமற்ற மக்களை கூட திருப்தி படுத்த இயலும். நல்ல குணங்கள் பெறாத தலைவன் செழிப்பு வாய்ந்த, விசுவாசம் கொண்ட மக்களை கூட அழித்து விடுவான்.

இணைப்பு : அர்த்தசாத்திரம் நீதிமொழிகளும், பாடங்களும்.

- தீய குணம் கொண்ட, சீலமற்ற தலைவன் தன் மக்களாலேயே அழிக்கப்படுவான் அல்லது எதிரிகளால் தோற்கடிக்கப்படுவான்.

- நற்குணம் கொண்ட தலைவன், ராஜ்ய பரிபாலனை தெரிந்தவன், விசுவாசிகளால் சூழப்பட்டவன், அவன் மிகச்சிறிய நாட்டை ஆண்டாலும் இப்பூமி முழுவதையும் ஆள்வான், தோல்வி என்பதே இல்லாமல் எப்பொழுதும் வெற்றி பெறுவான்.

- மிகச்சிறந்த நடத்தை கொண்டவனாக ஒரு தலைவன் மாறவேண்டும். மேலும் சிறந்த ஆசான்களையும், மந்திரிகளையும், நியமனம் செய்ய வேண்டும். ஏனெனில் அவர்கள்தான் தீய பாதையிலிருந்து தலைவனை காப்பாற்றுவார்கள்.

- ஒரு தலைவன் நேர்மை மற்றும் செல்வம் ஆகியவற்றின் அடிப்படையை தொந்திரவு செய்து அலைக்கழிக்கக்கூடாது.

- ஓர் தலைவன் எப்படிப்பட்ட குணாதிசயங்களை கொண்டுள்ளானோ அக்குணம் அவனிடம் பணி புரிபவர்களிடமும் இருக்கும்.

- ஒரு தலைவன் பல்வேறு விஷயங்களை கற்றுக் கொள்ள விரும்பாத குருடனாக இருந்தால் அவனுடைய முடிவுகளில் மிகவும் பிடிவாதமாக இருப்பான். அது மட்டுமல்ல மற்றவர்களால் வழிநடத்தப்படுவான்.

- கற்பதையும், கட்டுப்பாட்டையும் இழப்பவர்களுக்கு தீய குணங்கள் வந்து ஒட்டிக் கொள்ளும். பயிற்சியற்ற கட்டுப்பாடற்ற, படிப்பறிவில்லாத மனிதன் மற்றவர்களின் தீய குணத்தில் உள்ள கெடுதலை உணர மாட்டான்.

- விஞ்ஞானமும், வேத புத்தகங்களையும் படிப்பது என்பது உணர்ச்சிகளை கட்டுப் படுத்துவதற்கான காரணமாகும்.

- தன் கடமைகளை சரிவர செய்தும், தன் மக்களை நன்கு காத்தும்

ஆட்சி செய்யும் தலைவன் நிச்சயமான சொர்க்கத்திற்கு செல்வான். எந்த தலைவன் தன் மக்களை காப்பாற்றாமலும் தேவையற்ற தண்டனைகளை தருகின்றானோ அவன் எதிர்மாறாக நரகத்திற்குச் செல்வான்.

- மக்கள் தத்தம் கடமைகளை நான்கு தர்மங்களுக்கும் வாழ்க்கையின் நான்கு நிலைகளுக்கும் ஏற்ப சரிவர செய்கின்றார்களா என்று உறுதிபடுத்திக் கொள்வதும், அதர்மம் என்பதை அறவே ஒழித்தும் மக்கள் வாழ்கின்றார்களா என்று கண்காணித்து ஆட்சி புரியும் ஓர் அரசன்தான் நீதியை சிறந்த முறையில் நிலை நாட்டுகின்றார்.

- நான்கு அடிப்படைக் கொள்கைகளான நேர்மை, சாட்சியம், வழக்கின் விவரங்கள் சட்டம் ஆகியவற்றை அடிப்படையாகக் கொண்டு நீதி நிர்வாகம் புரியும் தலைவன் இப்பூமியை ஆள்வான்.

- நேர்மை என்பதை அநீதி ஆட்சிசெய்தால் அலட்சியம் தோன்றி அது அரசனை அழித்து விடும்.

- இப்புவியை வென்ற அரசன், அதில் வாழும் பல்வேறு ரகத்தை சார்ந்த மனிதர்களை பல்வேறு நிலையில் உள்ளவர்களை உணர்ந்து ரசித்து விதிக்கப்பட்ட கடமைகள் கொண்டு ஆள வேண்டும்.

- ஓர் அரசன் நேர்மையான பழக்கங்களை கொள்ள வேண்டும், இதை மற்றவர்களும் இந்நாட்டில் உபயோகிக்க வேண்டும். நேர்மையற்ற பழக்கங்களை அவர் கையாளக்கூடாது. மேலும் அவற்றை கையாள்பவர்கள் இருந்தால் அதை தடுக்க வேண்டும்.

- ஓர் தலைவரின் ரகசியங்களை மற்றவர்கள் பெறக்கூடாது. ஆனால் அவர் மற்றவர்களின் பலவீனத்தை நன்கு உணர வேண்டும். எப்படி ஓர் ஆமை தன் கால்களை ஓட்டுக்குள் இழுத்துக் கொள்கின்றதோ அது போன்றே தன்னுடைய விஷயங்களை முற்றிலும் வெளிக்காட்டாமல் இருக்க வேண்டும்.

இணைப்பு : அர்த்தசாத்திரம் நீதிமொழிகளும், பாடங்களும்.

- எப்படி ஓர் பாம்பு தன்னை தாக்க வரும் பொருட்கள் மீது விஷத்தை கக்குகின்றதோ அது போன்றே ஒரு தலைவன் கோபத்தின் விஷத்தை தனக்கு ஆபத்து விளைவிக்க வருபவர் மீது தெளிக்க வேண்டும்.

- ஒரு பசு, நாய் பராமரிப்பவர்களால் வளர்க்கப்பட்டால் பிராமணர்களுக்கு பால் அளிக்காமல் நாய்களுக்கு பால் அளிக்கும். அது போன்றே சீரழிந்த அரசன் வீரம், அறிவு, பேசும் திறன், சக்தி அற்றவர்களுக்கு உதவியளிப்பாரே தவிர சிறந்த குணம் உள்ளவர்களுக்கு அளிக்க மாட்டார்.

- வேட்டைகாரர்களுக்கே உரித்தான கிணறு எப்படி மற்றவர்களுக்கு உதவாமல் அவர்களுக்கு மட்டும் உதவுமோ அது போன்றே சீரழிந்த அரசன் கீழ்த் தர மக்களுக்கு மட்டுமே உதவுவாரே தவிர சிறந்த குணம் உள்ளவர்களுக்கு அவர் உதவமாட்டார்.

- அரச பிரதிநிதிகள் அரசரின் கருத்துகளை வெளியிடும் ஓர் சாதனமாகும். போர்க் கருவிகளை கொண்டு அவர்களை தாக்க வந்தால் அவர்களை பேசக் கூறியது போன்றே பேசுவார்கள். இவர்களில் யாராக இருந்தாலும் அவர்கள் சாவுக்கு அஞ்சுவதில்லை. பிறகு பிராமணர்களை பற்றி மேலும் கூற என்ன இருக்கின்றது ?

- ஓர் அரசர் சிறிய குற்றங்களை மன்னித்து விட்டுவிட வேண்டும். அதுபோன்றே சிறிய அளவு வருவாயாக இருந்தாலும் மகிழ்ச்சியுடன் இருக்க வேண்டும்.

- ஒரு அரசனின் செயல்பாடுகளை அவர் வெளிப்படுத்தும் செயல்கள் மூலம் மற்றும் எதை வெளிப்படையாக காண முடியவில்லையோ அதன் மூலமும் அனுமானிக்கப்படுகின்றன.

- மக்களால் சுலபமாக சந்திக்க முடியாத அரசரின் செயல்பாடுகள் அவரைச் சூழ்ந்துள்ள மக்களால் தீர்மானிக்கப்படுகின்றன.

- ஒரு தலைவன் அனைத்து அவசர விஷயங்களையும் வேகமாக

கவனிக்கவேண்டும். எக்காரணம் கொண்டும் தள்ளிப் போடக்கூடாது. ஒரு விஷயம் பிறர் முடிவுக்கு விடப்பட்டால் யோசனை மற்றும் முடிவு இரண்டுமே அதிக கடினமாகி சமாளிக்க இயலாமல் போய் விடுகின்றது.

(ii) ஆலோசகர்கள், உதவியாளர்கள் மற்றும் நண்பர்கள் :

- ஆதரவாளர்களின் உதவி கொண்டுதான் ஆட்சி செய்ய இயலும். ஒற்றை சக்கரம் நகராது. ஆதலால் மந்திரிகள் நியமிக்கப்பட வேண்டும். அவர்களுடைய ஆலோசனைகளை வரவேற்க வேண்டும்.

- அரசனுக்கு ஆலோசகர்கள் இல்லாத பட்சத்தில் அவரை சுற்றி தெளிந்த ஞானம் கொண்டவர்களை வைத்துக் கொள்ள வேண்டும் அல்லது அறிவு முதிர்ந்த பெரியவர்களுடன் கூடி ஆலோசனை புரிய வேண்டும். இதனால் உடனடி செல்வம் சேரும்.

- இந்தியாவின் ஆலோசனை மந்திரிகள் என்பது ஆயிரம் முனிவர்களை கொண்டதாகும். அதுதான் அவருடைய கண். அதனால்தான் அவரை 'ஆயிரம் கண் கொண்டவர்' என்று கூறுகின்றனர். ஆனால் அவருக்கு இருப்பதோ இரண்டே கண்கள் தான்.

- யாரோடு உடன்பாடு ஏற்படுத்திக் கொள்ள வேண்டும் ? அவர் நெருக்கமாக பழகுபவர்களுடனா அல்லது அவருடன் நெருக்கமாக பழகுபவர்களுடனா ? அவர் பிடித்தவர்களுடன் தான் உடன்பாடு கொள்ள வேண்டும். ஓர் சரியான உடன்பாடு ஏற்படுத்திக் கொள்ள அதுதான் சரியான வழியாகும்.

- மிக உயர்ந்த நிலைக்கு செல்பவர்களுடன் கூட்டு முயற்சி என்பது நம்பத்தகாததாகும். ஏனெனில் பணம் மனதை மாற்றிவிடும்.

- துன்பங்கள் நட்பை பலப்படுத்துகின்றன.

- உதவி புரிவது என்பது நட்பின் அடையாளமாகும்.

- தீர்மானிக்கப்பட்ட உறவு முறைகள் அவமான படுத்தப்பட்டாலும் எதையும் புறந்தள்ளுவதில்லை.

- இத்தகைய நம்பிக்கை பற்றுதல் மிருகங்களிடமும் நாம் காணலாம். இதற்கு உதாரணமாக பசுமாடுகள் தனக்கு பழக்கமற்ற கூட்டத்தில் இருப்பதில்லை அதே சமயம் தனக்கு பழக்கமான மந்தையுடன் தான் இருக்கும்.

- தலைவர்களுடன் நீண்ட கால உறவு முறை கொண்டவர்கள் பிற்பாடு அவர்களிடமிருந்து அனைத்தையும் எடுத்துக் கொண்டு தாங்களே தலைவர்களாகிவிடுகின்றார்கள்.

- அரசனோடு உடன் படித்தவர்கள் அரசனை மதிக்க மாட்டார்கள் ஏனெனில் அவர்கள் உடன் விளையாடியவர்கள். ஆதலால் அவர்களை மந்திரிகளாக நிறுவக்கூடாது.

- ரகசிய விஷயங்களைக் காப்பாற்றுவதில் ஒரே மாதிரியான எண்ணம் கொண்டவர்கள், அரசனுக்கு இருப்பது போன்றே பழக்க வழக்கங்களை கொண்டவர்கள் அரசனுக்கு அவர்களை பற்றி தெரியும் என்பதால் அரசனுக்கு அவமானம் அவர்களால் ஏற்படுவதில்லை.

- வேதங்களை படிக்காதவர்கள் நல்ல மனிதர்களால் செய்யப்படும் பித்ரு காரிய உணவை உண்ண முடியாதோ. அது போன்றே நாட்டை ஆளும் விஷயங்களை அறியாத அரசன் மந்திரிகளின் சிறந்த ஆலோசனைகளை பெற லாயக்கில்லாதவனாவான்.

- ஒரு பலவீனமான கூட்டாளி, பலம் பொருந்திய கூட்டாளியிடமிருந்து வெற்றியின் மீதத்தில் சிறிய பங்கை பெற்றால் கூட திருப்தியடைய வேண்டும்.

- ஆதரவு இன்றி இருந்தால் ஆதரிக்கப்படுபவர் இருப்பதில்லை.

(iii) எதிரிகளிடம் கொள்ள வேண்டிய கொள்கை :

- எப்படி ஒரு பறவை மற்றொரு பறவை எனும் தூண்டில் கொண்டு பிடிக்கப்படுகின்றதோ அது போன்றே எதிரிகளிடம் நம்பிக்கையை உண்டாக்கி, அதை ஓர் தூண்டிலாக கொண்டு அழித்து விடவேண்டும்.

- நண்பர்களைப் போன்று வேடமிடும் வேடதாரிகளிடம் ஏமாந்து அவர்களை வளர்த்து விடக்கூடாது.

- ஓர் எதிரிக்கு, மற்றொரு எதிரி சக்தியை கொண்டு எடுத்துக் கொள்ள போகும் விஷயத்தை அளித்து விடவேண்டும்.

- எதிராளியின் இராணுவத்தை அழிக்க அவர்களது யானைப் படையை அழித்து விடவேண்டும்.

- 'ப்லாக்ஷா' என்று அழைக்கப்படும் புனிதமான அத்திமரத்தில் வாழும் புறா ('சால்மாலி') பருத்திபட்டு மரத்திற்கு தொடர்ந்து அபாயமளிக்குமோ அது போன்றே எதிரியிடம் வாழ்ந்து மீண்டும் திரும்பி வந்துள்ள மனிதன் தொடர்ந்து அபாயமானவன்.

(iv) இராணுவக் கொள்கை :

- பல்வேறு கட்டளைகளை கொண்ட இராணுவப்படை, பரஸ்பரம் ஏற்படும் பயத்தினால் எதிரியிடம் செல்வதில்லை.

- கூட்டமாக இருக்கும் மக்கள் ஓரிடத்தில் தங்கினால் ஆயுதங்களை பெற வழியுண்டு.

- போரில் ஈடுபடும் அரசர்கள் யானைகள் (யானைப்படை) மீது அதிகமாக சார்ந்து இருப்பார்கள்.

- ஒருவருக்கொருவர் நிகரானவர்களிடையே ஏற்படும் போர், எப்படி பழுக்காத இரண்டு யானைகள் மோதினால் உடைந்து விடுமோ, அது போன்றே இருவரையும் அழித்து விடும்.

- தன்னை விட தாழ்ந்து உள்ளவர்களிடம் போரிடுவதினால், எப்படி ஓர் கல் ஓர் மண் பானையை அடித்தால் முற்றிலும் அழித்து விடுமோ, அது போன்றே வெற்றி நிச்சயமாக பெறுவார்கள்.

- ஏகாதிபத்திய சக்திதான் போலி உடன்படிக்கைகளை தயார் செய்யக்காரணமாக உள்ளது. தீயில் பொசுக்கப்படாத உலோகம் மற்ற உலோகத்துடன் இணைவதில்லை.

- வாழும் ஆசையின்றி போரிட திரும்பி வரும் இராணுவப் படையை எதிர்க்க இயலாது ஆதலால் மனம் உடைந்துபோன இராணுவப்படையை அலைக்கழிக்கலாகாது.

- காலைப்பொழுதில் ஓர் காகம் வௌவாலை கொன்றுவிடும் இரவில் ஒரு வௌவால் காகத்தை கொன்றுவிடும் (போரிடும் காலம் மிகவும் முக்கியமாகும்)

- ஓர் நாய்க்கும் பன்றிக்கும் இடையே நடக்கும் போரில் கடைசியில் மாமிசம் சாப்பிடுபவருக்குதான் வெற்றி.

- தரையில் இருக்கும் நாய் ஓர் முதலையை இழுத்துக் கொண்டு செல்லும். அதே சமயம் தண்ணீரில் இருக்கும் முதலை நாயை இழுத்துக் கொண்டு செல்லும் (போரிடும் இடம் மிக முக்கியமானதாகும்)

- சமாதான உடன்படிக்கை தன் இணையானவர்களுடனும், தன்னை விட உயர்ந்தவர்களுடனும் செய்து கொள்ள வேண்டும். அதே சமயம் தன்னை விட தாழ்ந்தவர்களுடன் போரிட வேண்டும்.

- தன்னைவிட உயர்ந்தவர்களுடன் போரிடுவது என்பது ஒரு சாதாரண இராணுவ சிப்பாய் யானையுடன் போரிடுவதற்கு சமமாகும்.

- வாழ்க்கையில் எவ்வித நம்பிக்கையுமின்றி அனைவரிடமும் சரணடையும் ஓர் அரசர், நதிக்கரையில் வாழும் நண்டு எப்படி பிடிக்கப்படும் பயத்தில் வாழ்கிறதோ, அதுபோன்று

வாழ்கின்றான். எந்த அரசர் மிகச்சிறிய இராணுவ படையுடன் மோதுகின்றாரோ, அவர் கடலை சிறிய படகில் தாண்ட முயற்சி செய்யும் ஒரு மனிதனைப் போன்று அழிந்து விடுவார். அதனால் அவர் ஒரு சக்தி வாய்ந்த அரசரிடம் சரணடைய வேண்டும் அல்லது யாரும் தகர்க்க இயலாத கோட்டைக்குள் இருக்கவேண்டும்.

- கட்டுப்பாடற்ற இராணுவப்படையை சமாதானம் மற்று இதர வழியில் கட்டுப்படுத்த இயலும்.

(v) பொருளாதாரக் கொள்கை

- சுரங்கத்தில்தான் ஒரு கஜானாவிற்கு ஒரு உற்பத்தி இடம் உள்ளது.

- கஜானாவின் சக்தியிலிருந்துதான் ஒரு இராணுவம் பிறக்கின்றது.

- கஜானா மற்றும் இராணுவம் இவை இரண்டினால்தான் பூமி கிடைக்கின்றது. பூமியின் நகை கஜானாவாகும்.

- லோகாயத சொத்துக்கள்தான் மிக மிக முக்கியமானது என்று கூறும் கௌடில்யர், நேர்மை மற்றும் இன்பம் இவை இரண்டும் பொருட்களை அடையும் சொத்துக்கள் மீது ஆதாரப்பட்டுள்ளது என்கிறார்.

- போரில் வெற்றி அடைந்திருந்தாலும் ஒரு மன்னரிடம் உள்ள பலகீனமான இராணுவம் மற்றும் பணமற்ற கஜானா அவரை தோல்வியடைய செய்து விடும்.

- பணி செய்யாமல் இருப்பது என்பது இதுநாள் வரை நிறைவேற்றியுள்ள பணி மற்றும் மேலும் ஆற்றவேண்டிய பணிக்கு நிச்சயமான அழிவை அளிக்கும்.

- செயல் இருப்பதினால் இலக்குகளை அடைந்து அபரிமிதமான சொத்து பெற இயலும்.

- செல்வம், நேர்மை மற்றும் உடல் இன்பம் இவை மூன்றும் மிகப்பெரிய மூன்று விதமான செல்வங்களாகும். முதலில் குறிப்பிட்டுள்ள இரண்டு செல்வங்களை பெறுவதுதான் மூன்றாவதாக கூறப்பட்டுள்ள செல்வத்தை விட முக்கியமானதாகும்.

- செல்வமற்ற நிலை, நேர்மையற்ற நிலை மற்றும் இன்பம் அற்ற நிலை இவை மூன்றும் மூன்று விதமான வறுமை நிலையாகும். முதலில் குறிப்பிட்டுள்ள இரண்டு வறுமைகளை முதலில் கையாள வேண்டும், பிறகுதான் கடைசியில் குறிப்பிட்டுள்ளதை கையாள வேண்டும்.

- திட்டங்களை துவக்குபவர்கள் முதலில் கஜானாவின் வருவாய் மீது சார்ந்திருக்கின்றார்கள்.

- நேர்மைதான் செல்வத்திற்கு அடித்தளம். மகிழ்ச்சியுடன் இருப்பது அதனுடைய பலனாகும். செல்வம் பெறுவது நேர்மையுடன் இணைந்ததாகும். மகிழ்ச்சியுடன் இருப்பது என்பது அனைத்து செல்வத்திற்கும் ஈடாகும்.

- கஜானாவை காலி செய்துவிட்ட அரசன், நகரத்தில் உள்ள மனிதர்களையும், கிராமத்தின் மனிதர்களையும் விழுங்கி விடுவான்.

- நூற்றுக்கணக்கான முயற்சிகள் செய்தும் செல்வமற்ற மனிதர்கள் தங்கள் இலக்கை அடைய இயலாது. செல்வம் இருந்தால்தான் பொருட்களை பெற இயலும். இது, எப்படி மதம் பிடித்த யானையை அடக்க அடங்கிய யானையை உபயோகிக்கின்றார்களோ அது போன்றதுதான்.

- எவ்வித வரவுமில்லாத நாடு, அடையப்பெற்றாலும் அது பாரமாகி விடுகின்றது.

- எப்படி பழுத்த பழங்களை மட்டுமே தோட்டங்களில் இருந்து பறிக்கின்றார்களோ அது போன்றே ஒரு நாட்டின் வருவாயை சரியான நேரத்தில் வாங்கிக்கொள்ள வேண்டும். பழுக்கப்படாத பழங்களை (காலத்தில் சேர்க்கப்படும் வரிவசூல்) தவிர்க்க

வேண்டும், ஏனெனில் இது மக்களிடம் கோபத்தை மூட்டி, தன்னைத் தானே அழித்துக் கொள்ள வழி வகுக்கும்.

(vi) நேர்மையற்ற தன்மை :

- தேன் அல்லது விஷம் நாக்கில் தடவப்பட்டால் எப்படி அதை ருசி பார்க்காமல் இருக்க இயலாதோ அது போன்றே அரசனின் பணத்தை கையாள்பவனுக்கு சிறிய அளவிலாவது ருசி பார்க்காமல் இருக்க இயலாது.

- நீரில் நீந்தும் மீன் எப்பொழுது தண்ணீரை குடிக்கின்றது என்று அறிய இயலாதோ அது போன்றே பணிகளில் ஈடுபடும் அதிகாரிகள் எப்பொழுது தவறான முறையில் பணத்தை கையாள்கின்றார்கள் என்று அறிய இயலாது.

- ஆகாயத்தில் பறக்கும் பறவைகளின் பாதையைக் கூட கண்டு பிடித்து விடலாம் ஆனால் தங்கள் எண்ணங்களை மறைத்து வைத்துக் கொள்ளும் அதிகாரிகளின் வழியை கண்டு பிடிக்க இயலாது.

- தவறுதலாக திருட்டுத்தனம் நடக்கும் இடத்தில் இருப்பவன், உடை, போர்க் கருவிகள் மேலும் மற்ற பொருட்கள் ஒரு திருடனைப் போன்றே தன்னிடமும் இருப்பவன், அல்லது திருட்டு பொருட்களின் அருகே தவறுதலாக இருப்பவன்தான் திருடனாக இல்லாவிட்டாலும் பிடிபடுவான்.

- மாட்டிடையர்களுக்கு பால் மற்றும் நெய் ஆகியவற்றை சம்பளமாக அளித்தால் அவர்கள் மாடுகளுக்கு கேடு விளைவிப்பார்கள்.

- வருவாய் வருவதில் நஷ்டம் ஏற்படுத்துபவன் அரசனின் சொத்து முழுவதையும் சாப்பிட்டவனாக கருதப்படுவான்.

- யார் வருவாயை இரட்டிப்பாக ஆக்குகின்றார்களோ அவர்கள் மக்களின் சொத்து முழுவதையும் சாப்பிடுகின்றார்கள் என்று அர்த்தம்.

இணைப்பு : அர்த்தசாத்திரம் நீதிமொழிகளும், பாடங்களும்.

- வருவாய்க்கு ஏற்ற செலவு கணக்கை காண்பிப்பவன் உழைப்பாளிகளின் வருவாயை சாப்பிடுகிறான்.

- விஷம் தண்ணீரை பாழ்படுத்த இயலாது. அதுபோன்று உண்மையானவனை எக்காரணம் கொண்டும் களங்கப்படுத்த இயலாது. சில சமயங்களில் களங்கப்பட்டவனுக்கு எவ்வித தீர்வும் அளிக்க இயலாது.

- தைரியம் மிகுந்தவனின் அறிவு உறுதியாக மாறாமல் இருந்தாலும் அது ஒரு முறை களங்கப்படுத்தப்பட்டால், தவறான பாதையின் முடிவைக் காணாமல் திரும்ப இயலாது.

- மிக அதிகமான பணச் சூறையாடலில் ஒரு அரசு பணியாளர் மிகச் சிறிய அளவில் தவறு செய்ததாக கண்டு பிடிக்கப்பட்டால் கூட, அவர் முழு பணத்தை சூறையாடியதாகக் கருதப்படுவான் என்பது நிச்சயமாகும்.

(vii) இரகசியங்களைக் காத்தல் :

- ஓர் இரகசியத்தை ஒரு அரசன் எத்தனை பேரிடம் கூறுகின்றானோ, அத்தனை பேர் மீதும் அவன் ஆதாயப் படுத்துகிறான் என்பதால் அச்செயலால் அவன் உதவிகளற்றுப் போகின்றான்.

- யாருடைய இரகசியங்கள் சரியான முறையில் பாதுகாக்கப்படாமல் உள்ளதோ அவன் தனிப்பட்ட முறையில் முக்கியமான வெற்றியை பெற்றிருந்தாலும் கூட, அவன் சந்தேகமின்றி கடலில் தத்தளிக்கும் உடைந்த படகைப் போன்று அழிக்கப்படுவான்.

- அலட்சியம், போதை தூங்கும் பொழுது பிதற்றுவது அல்லது சிற்றின்பத்தில் மூழ்குவது, மறைந்து வாழ்பவன் அல்லது அவமரியாதையடைந்தவன் இரகசிய ஆலோசனைகளை வெளியிடுவான்.

- வெளியிடப்படும் இரகசிய ஆலோசனைகள் அரசன் மற்றும் அவனது பணியாளர்களுக்கு கேடு விளைவிக்கும்.

- புத்திசாலி மக்கள் தன்னுடைய சைகை, சமிக்ஞை அல்லது முகக்குறி மூலம் தங்கள் உணர்வுகளுக்கு முற்றிலும் மாறான உணர்வுளை இரட்டையாக வெளியிடுவார்கள். அன்பு மற்றும் வெறுப்பு; அன்பு மற்றும் கவலை; திட நம்பிக்கை மற்றும் பயம் ஆகியவை மூலம் தங்கள் இரகசியங்களை மறைக்க வெளியிடுவார்கள்.

(viii) சட்டம், நீதி மற்றும் தண்டனை :

- பெண்கள், உறவினர்கள், வியாபார போட்டியாளர்கள், எதிராளிகளிடம் ஏற்பட்ட வெறுப்பு, இணைந்து புரியும் வியாபார சங்கம், தொழிற் சங்கம் ஆகியவற்றின் எதிராக நடக்கும் குற்றங்கள் அனைத்திற்கும் உள்காரணம் கோபம் தான். கோபத்தின் பதில் கொலையில் முடியும்.

- நடக்கும் வழக்குள் நான்கு கால்களில் நிற்கின்றன அவை :

  1) நீதியின் கொள்கையில் எது சரி ?

  2) சாட்சியம்

  3) பழக்க வழக்கம்

  4) அரச ஆணை

  கடைசியாக உள்ளது மற்ற அனைத்தையும் பயனற்றது என நீக்கி விடுகின்றது.

- எது சரியானதோ அது உண்மையின் மீதும், சாட்சிகள் உரைக்கும் சாட்சியங்கள் மீதும், மக்களின் பழக்கங்கள் மற்றும் கலாசாரம் மீதும் ஆதாரப்பட்டுள்ளது. சட்டம்தான் அரசனின் ஆணையாகும்.

- வரையறுக்கப்பட்ட கலாசாரம் மற்றும் நேர்மையின் கொள்கைகள் அல்லது சாட்சியம் மற்றும் எது சரியானதோ (நேர்மையின் கொள்கைகளின்படி) இவை இரண்டிற்கும் நடுவே அபிப்பிராய பேதம் ஏற்படுகின்றதோ அப்பொழுது

அந்த பிரச்னைக்கு நேர்மையான கொள்கைகளின் அடிப்படையில் தீர்வு காண வேண்டும்.

- எங்கு வேத நூல்களும் மற்றும் உண்மையும் நேர்மையும் மோதிக் கொள்கின்றனவோ, அங்கு நீதிதான் சத்திய பிரமாணமாக மாறி எழுதப்பட்ட மூல சூத்திரம் தன்னுடைய மதிப்பை இழக்கின்றது.
- நேர்மையையும், செல்வ வளத்தையும் அளிக்கும் விஷயங்களை கற்றுத் தர வேண்டுமே தவிர அதர்மத்தையும் செல்வத்தை பாழாக்கும் விஷயங்களையும் கற்றுத் தரக்கூடாது.
- மிகக் கடுமையான தண்டனை அளிப்பவன் வெறுக்கப்படுகின்றான், தீவிரமற்ற தண்டயையை அளிப்பவன் இகழப்படுகின்றான், சரியான தகுதியுள்ள தண்டனையை அளிப்பவன் மரியாதைக்குரியவனாகின்றான்.
- சரியானபடி யோசித்து அளிக்கப்படும் தண்டனைகள் மக்களை நேர்மைப்பாதையில் செலுத்துகின்றது; மேலும் அவர்களை செல்வவளம் மற்றும் மகிழ்ச்சியை நோக்கி அழைத்து செல்கின்றது.
- கோபம், அதிக ஆசை அல்லது பேதமை இவற்றின் அடிப்படையில் அளிக்கப்படும் தண்டனைகள் காடுகளில் வாழும் முனிவர்களுக்கு கூட கோபத்தை உண்டாக்கும் என்றால் சாதாரண மக்களின் கோபத்தை பற்றி என்ன கூற ?
- தண்டனைகள் அளிக்கப்படவில்லையெனில் மீன்களின் சட்டம் (அதாவது பெரிய மீன் சின்ன மீனை விழுங்கும் சட்டம்) உண்டாகி விடும்.
- தண்டனைகள் இல்லாத போது பலசாலிகள், பலமற்றவர்களை விழுங்கி விடுவார்கள்.
- எப்பொழுது மிகச் சரியான தண்டனையை அளிக்கும் அரசன் ஆட்சியில் இருக்கின்றானோ அப்பொழுது அவனது ஆட்சியில் நான்கு தலைமுறையை சார்ந்தவர்களும், வாழ்க்கையின் நான்கு நிலைகளை சார்ந்தவர்களும் தங்களுக்குரிய வகையில் வாழ்க்கையை நடத்துகின்றனர்.

- தண்டனை என்பது ஒழுங்கு முறையின் அடித்தளமாகும் என்பது மட்டுமல்ல அது மக்களின் செல்வ வளத்திற்கும் மூல காரணமாகும்.

- தண்டனையை நிறைவேற்றுபவரை 'யமனின் மறு அவதாரம்' என்ற எண்ணம் கொண்ட ஆண்கள் குற்றங்களை புரிவதில்லை.

- தண்டனையை நிறைவேற்றுபவர்களை தன் கீழ் கொண்ட அரசர்கள் மக்களின் துயரை துடைத்து, பாதுகாப்பளித்து, நன்மை பயக்கின்றார்கள்.

- சட்டத்தை மீறும் குற்றங்களை நீக்கிவிட்டால் குற்றவாளிகளே கிடையாது.

- குற்றம் புரிந்தவர்களை நீக்கிவிட்டால், குற்றம் மீண்டும் மற்றவர்களையும் தொற்றிக் கொள்ளும். நீதிபதிகள் பாரபட்சமற்றவர்களாகவும், நம்பிக்கைக்குகந்தவர்களாகவும், மக்களால் விரும்பப்படுபவர்களாகவும் இருக்க வேண்டும்.

- தன் மகனாக இருந்தாலும் சரி, எதிரியாக இருந்தாலும் சரி (எவ்வித வித்தியாசமும் காணாமல்) தண்டனையை அளிக்கத் தயங்காத அரசன் மட்டுமே இவ்வுலகையும் மற்றவர்களையும் காப்பாற்ற இயலும்.

- எந்த குற்றமாக இருந்தாலும் சரி, கற்றுணர்ந்தவன் சித்திரவதை செய்யப்படக்கூடாது.

- குற்றஞ் சாட்டப்பட்டவன் மீது எவ்வித நீதிமன்ற வழக்கும் அளிக்கப்படக்கூடாது.

- வழக்கை தொடரும் வழக்கறிஞர் தான் என்ன செய்ய வேண்டும் என்று தீர்மானிக்க வேண்டுமே தவிர குற்றஞ் சாட்டப்பட்டவர் அல்ல.

- சாட்சியங் கூறுபவர் உண்மையை மட்டுமே பேச வேண்டும்.

- இளைய வயதுடையவர்கள் அளிக்கும் உத்தரவாதம் செல்லாது.

- தந்தை உயிருடன் இருக்கையில் மகனுக்கு சொத்து உரிமை கிடையாது.

- திருமணம் தகராறுகளுக்கு முன்னோடி நிகழ்ச்சியாகின்றது.

- நேர்மையான திருமணங்கள் கலைக்க முடியாதவையாகும்.

- தன் மனைவியின் காமப்பசிக்கு, அவளுடைய மாதந்திர தீட்டுக்கு பிறகு ஒரு கணவன் மறுப்பது என்பது அவனது கடமையின் அத்துமீறல் ஆகும்.

- திருமணத்தின் பொழுது ஒரு பெண்ணுக்கு அளிக்கப்படும் சீதனம் என்பது அவளுக்கு எதிர்பாராத கஷ்டம் வரும் பொழுது உபயோகப்படுவதற்குதான்.

(ix) மக்களின் அதிருப்தி

- எங்கு நன்கொடை அளிக்க வேண்டுமோ அங்கு அளிக்காமல் எந்த நன்கொடைகளை ஏற்றுக் கொள்ளாமல் இருக்க வேண்டுமோ அங்கு ஏற்றுக் கொள்வது.

- தவறு புரிந்தவர்களுக்கு தண்டனை அளிக்காமல் இருப்பதும், குற்றமற்றவர்களுக்கு தண்டனை அளிப்பதும்.

- கைது செய்யப்படக்கூடாதவர்களை கைது செய்வதும், கைது செய்ய வேண்டியவர்களை செய்யாமல் இருப்பதும்.

- நேர்மையான, பொருத்தமான பழக்கவழக்கங்களை நிறுத்துவது.

- நேர்மையற்றவற்றை ஊக்கப்படுத்தி, நேர்மையானதை ஊக்கப்படுத்துவது.

- எதை செய்யக்கூடாதோ அதை செய்வது, எது செய்யப்படவேண்டுமோ அதைச் செய்யாமல் இருப்பது.

- மக்களுக்கு பிடித்த முக்கியமான தலைவர்களை துன்புறுத்துவதும், மரியாதைககுகந்தவர்களை அவமரியாதை செய்வதும்.

- பெரியவர்களை பேதபடுத்துவதும், உறவினர்களுக்கு வேலை அளித்து சுயநலத்தை வளர்த்துவதும், பொய்மையை பரப்புவது.

- உதவி அளித்தவர்களுக்கு திருப்பி அளிக்காமல் இருப்பது, எதை செய்ய தீர்மானிக்கப்பட்டதோ அதை செய்யாமல் இருப்பது.

- ரகசிய ஏற்பாடுகளை செய்து அது தோல்வியில் முடிவது, இலாபத்தில் முடிவடையும் விஷயங்களை முன்கூட்டியே தவிர்ப்பது.

- திருடர்களிடமும், கொள்ளையர்களிடமும் மக்களை காப்பாற்றாமல் இருப்பது, மக்களின் பணத்தில் தன்னை பணக்காரனாக்கிக் கொள்வது.

- மனிதர்களின் கடுமையான முயற்சிகளை தடுப்பது மேலும் நற்பணிகளை கண்டனம் செய்வது.

- நன்மக்களை அவமரியாதை செய்வது, நேர்மையற்றவர்களை ஊக்கப்படுத்துவது.

- இதுவரை நடைபெறாத, சிறிதும் நேர்மையற்ற கொடுமை செய்வது.

- நேர்மையான, சரியான பழக்கவழக்கங்களை தடுப்பது, நேர்மையானவற்றை மதிக்காமல் ஒதுக்குவது, சீர்கேடு, பேராசை, அதிருப்தி ஆகியவற்றை மக்களிடையே அதிகமாகுவது.

- அரசனின் கவனமின்மை மற்றும் சோம்பேறித்தனத்தால் மக்களின் பாதுகாப்பு மற்றும் நலத்தை முற்றிலும் அழித்து விடுவது. வளம் குன்றுவது, பேராசை, மனக்குறை ஆகியவற்றை மக்களிடம் அதிகமாக்குவது.

- வளம் குறைந்து விட்ட நிலையில் மக்கள் அதிக பேராசை கொள்கின்றார்கள். அதிக பேராசையுள்ள மக்கள் மனக்குறைகளை பெறுகின்றார்கள்.

- மனக்குறை பெறும் மக்கள் எதிரிகளிடம் செல்வார்கள் அல்லது தங்கள் அரசரையே அழித்து விடுவார்கள்.

(x) ஆட்சிபுரியும் குடும்பங்கள் ஆளப்படும் மக்கள்

- ஆட்சி புரியும் பிரிவுகளின் சக்தி, கற்றுணர்ந்த குருக்கள் நல்ல மந்திரிகளால் ஆதரவளிக்கப்பட்டு, வேத நூல்கள் மற்றும் விஞ்ஞானத்தின் முழு புரிதலோடு பணி புரிந்தால் அந்த ஆட்சியை யாரும், எளிதில் வெற்றி கொள்ள இயலாது.

- ஆட்சியாளர்களின் குழு இணைந்து இருந்தால், எதிரிகளால் எளிதில் தோற்கடிக்கப்பட இயலாது.

- அரசாட்சிபுரியும் குடும்பத்தில் நல்லொழுக்கமற்ற, கட்டுப்பாடற்ற குடும்ப உறுப்பினர்கள் இருந்தால், அந்த அரச குடும்பம் கரையான் அரித்த மரங்களைப் போன்று உடைந்து விடும்.

(xi) அதிகாரிகளின் கடமைகள்

- ஒரு புத்திசாலி மனிதன், ஒரு உற்ற நண்பனின் உதவியோடு, நல்ல குணங்கள், செல்வ வளம் மற்றும் நம்பிக்கைக்கு உந்த மக்களை கொண்டிருக்கும் அரசனின் உதவியை நாடவேண்டும்.

- செல்வ வளமற்ற அல்லது நம்பிக்கைக்குகந்த மக்களை பெறாத அரசனுக்கு கூட சேவை புரியலாம். ஆனால் நற்குணம் பெறாத அரசனிடம் சேவை செய்யக்கூடாது. ஏனெனில் அத்தகைய அரசன் அரசியலை முற்றிலும் துறந்து தீயோர்களின் நட்பு கொண்டு, மிகப்பெரிய வளம் வாய்ந்த நாட்டை பரம்பரை சொத்தாக பெற்றும் கூட அதை முற்றிலும் நாசமாக்கி விடுவான்.

- நம் உடலின் பாகத்தையோ அல்லது முழு உடலையோ நெருப்பு முற்றிலும் சுட்டு விடலாம். ஆனால் ஓர் அரசன்

ஒருவரின் மனைவி, மக்களையும் அழித்து விடலாம். அதேசமயம் அவர்களின் முன்னேற்றத்தையும் அவன் வளர்க்கலாம்.

- எதிர் புதிராக முரண்பட்டு பேசும் தன்மையற்றவர்கள், தங்கள் நிலையை உறுதிப்படுத்துகின்றார்கள்.

- அரசனின் தேவையை உடனுக்குடன் காலதாமதம் செய்யாமல் பேசி சரி செய்ய வேண்டும். தன்னுடைய தேவைகளை தன் நண்பர்களிடமும், மற்றவர்களின் தேவைகளை சரியான நேரத்திலும் பேச வேண்டும். அச்சமயத்தில் நேர்மையையும், பொருட்களின் தேவைகளையும் மனதில் கொள்ள வேண்டும்.

- அரசவையில் உள்ளவன் ஓர் அரசனால் கேள்வி கேட்கப்படும் பொழுது, அதுவும் முக்கியமான அறிவு சார்ந்த, நுண்ணறிவை பயன்படுத்தக்கூடிய, மனதில் உள்ளதை நன்கு புரிந்து கொள்ள வேண்டிய விஷயங்களை கேட்கையில் ஓர் தேர்ந்த அறிவாளியாகவும், அரசவை கூட்டத்தை கண்டு பயப்படாதவனாகவும் செயல்பட்டு, தன் எண்ணங்களை எது சரியானதோ, நேர்மையானதோ செல்வ வளத்தை அளிக்க வல்லதோ, சாத்தியமானதோ அதை எடுத்துக்கூற வேண்டும்.

- மூர்க்கத்தனமான, அஜாக்கிரதையான, நியாயமற்ற மற்றும் ஊதாரித்தனமான பணிகளை செய்யத் தூண்டுபவர்கள் நண்பர்கள் எனும் முகமூடி மறைக்கும் எதிரிகளாவர்.

- மற்றவர்களைப்பற்றி தீங்கு உண்டாக்கும் அவச்சொற்களை கேட்பதும், அவற்றை பேசாதிருத்தலும் வேண்டும்.

- தீய வார்த்தைகளை பேசியவர்களை மன்னித்து விட வேண்டும். பூமியைப் போன்ற பொறுமை கொள்ள வேண்டும்.

- வேண்டத்தகாத விஷயங்களை மிகவும் திறன் வாய்ந்தவர்கள் பேசினாலும் அரசர்கள் அவர்களை நாட்டை விட்டு துரத்தியுள்ளார்கள்.

- அரசனின் மனப்போக்கை நன்குணர்ந்த, வேண்டத்தகாத தீய மனிதனாக ஒருவன் இருந்தால் கூட அவன் அரசனுக்கு

தகுந்தாற்போல் நடந்து கொண்டால் அரசனுக்கு உகந்தவனாகி விடுகின்றான்.

- நகைச்சுவைக்கு சிரிக்கலாம் ஆனால் சத்தமாக அல்ல.
- அரசனுக்கு பணிபுரிபவன் நெருப்பில் இருப்பதற்கு சமம் என்று கூறப்படுவதால், புத்திசாலிகள் தங்களை முதலில் பாதுகாத்துக் கொள்ளவேண்டும்.
- கேட்கப்படும் பொழுது ஒருவன் நன்மை பயக்கக்கூடிய கேட்பதற்கு இனிமையான விஷயங்களை பேசவேண்டும். உபயோகமற்ற இனிமையான விஷயங்களை ஒருவர் பேசக்கூடாது.
- இனிமையற்ற விஷயமாக இருக்கலாம் ஆனால் அது நன்மைபயக்கும் என்றால் அதை தனிமையில், கேட்பதற்கு ஆட்கள் இருந்தால், எடுத்துக் கூற வேண்டும்.
- பதில் கூறாமல் அமைதியாக இருக்கலாம் ஆனால் புண்படுத்தும் விஷயங்களைக் கூறாதீர்கள்.
- தன்னுடைய பதவியை விட்டு விலக வேண்டிய தருணங்கள் :

a) எவ்வித பலனுமின்றி ஒருவருடைய பணி முற்றிலும் அழிந்து விடும் பொழுது.

b) ஒருவருடைய சக்தி குறைக்கப்படும் பொழுது.

c) ஒருவருடைய கற்றுணர்த்தலை வியாபாரமாக்க முற்படும் பொழுது

d) ஒருவருடைய நம்பிக்கைகள் நடவாமல் ஏமாற்றப்படும் பொழுது.

e) வேறு புது நாடுகளுக்கு செல்ல ஆசைப் படும்பொழுது.

f) தலைவனின் நம்பிக்கையை ஒருவன் இழக்கும் பொழுது மிகவும் சக்தி வாய்ந்தவர்களுடன் தகராறு ஏற்படும் பொழுது.

(xii) பயிற்சியும் கற்றலும்

- பொருத்தமானவர்களுக்கு பயிற்சி என்பது நல்ல ஒழுங்கு முறையை ஏற்படுத்தும். ஆனால் பொருத்தமற்றவர்களுக்கு அது உதவாது.

- கற்றுக் கொள்வது என்பது கற்றுக் கொள்ள விரும்பும் அறிவாளிகளுக்கு, உன்னிப்பாக கேட்பவர்களுக்கு கற்றுக் கொடுக்கப்பட்டதை புரிந்து கொள்ளும் திறன் அதை நினைவில் வைத்துக் கொள்வது, முக்கியமானது, முக்கியமற்றது ஆகியவற்றை பிரித்துப் பார்ப்பது, அனுமானிப்பது, யோசிப்பது, மனிதில் கிரகித்துக் கொள்வது.

- ஒரு புத்தம் புதிய கச்சாப் பொருள் எதனுடன் இணைந்து உறிஞ்சிக் கொள்கின்றதோ அது போன்றே ஓர் இளைய வயது அறிவாளியிடம் எதைக் கூறினாலும் அதை ஓர் விஞ்ஞான அறிவாக எடுத்துக் கொள்வான்.

- தவறான விஷயங்களை பேசுவது என்பது பெருங்குற்றமாகும்.

- ஒழுங்குமுறை பயிற்சி மற்றும் சுயகட்டுப்பாடு எனும் பல்வேறு அறிவுப் பாடங்களைக் கற்றுக் கொள்ள அதிகாரமுற்ற தகுந்த ஆசிரியர்களிடம் செல்ல வேண்டும்.

- நேர்மையையும், செல்வ வளத்தையும் அளிக்கக்கூடியவற்றைக் கற்றுக் கொள்வதுதான் கற்றுணர்தலாகும்.

- யார் தன் அறிவு, படிப்பு, வீரம், உயர்குடி மற்றும் நற்காரியங்கள் மூலம் எழுச்சி கொண்டு நிற்கின்றார்களோ அவர்கள் போற்றத் தக்கவர்களாகின்றார்கள்.

- பல உபாயங்கள், கருவிகளைக் கொண்டு உலகையும், மற்றவர்களையும் ஈர்த்து, கையகப்படுத்தி பாதுகாக்கத் தான் இந்த அறிவு விவரிக்கப்பட்டுள்ளது.

- இந்த அறிவு நேர்மை, செல்வவளம் மற்றும் உடல் சார்பான மகிழ்ச்சியையும் அளிக்கின்றது.

- இது அநீதி, ஏழ்மை மற்றும் வெறுப்பு ஆகியவற்றை அழிக்கின்றது.

இணைப்பு : அர்த்தசாத்திரம் நீதிமொழிகளும், பாடங்களும்.

- கற்றுக் கொள்வதினால்தான் நுண்ணறிவு கிடைக்கின்றது. நுண்ணறிவினால்தான் செயல்பாட்டில் திறன் (யோகா) கிடைக்கின்றது. யோகத்திலிருந்து சுய கட்டுப்பாடு கிடைக்கின்றது.

(xiii) தத்துவம்

மூன்று வேதங்கள் பல்வேறு விஷயங்களை எடுத்துக் கூறுகின்றன. அவை :

- நேர்மை மற்றும் நேர்மையற்றவை.
- நிதி மற்றும் வியாபாரத்துடன் செல்வ வளமும், ஏழ்மையும்.
- அரசியல் நிர்வகிப்புடன் அரசியலின் நன்மைகள் மற்றும் தீமைகள் கொண்ட அரசு கொள்கைகள்
- மேலும் மூன்று வேதங்களும் தத்துவார்த்தமாக இந்த அறிவின் முக்கியத்துவம் எப்படி உலக நன்மை, செல்வ வளம் இருக்கும் பொழுதும், இல்லாத பொழுதும் இந்த அறிவு எப்படி திடமாக உள்ளது, எண்ணங்கள், வார்த்தைகள், செயல்கள் ஆகிய மூன்றிலும் உயர்வை ஏற்படுத்துகின்றது என்று எடுத்து கூறுகின்றது.
- கற்றுணர்தலின் ஒளிதான் தத்துவம் அனைத்து பணிக்கும் உழைத்து பெறும் நுண் திறனாகும். அனைத்து மதங்களுக்கும் பொருத்தமான புகலிடம்.

(xiv) தொகுப்புகளின் பதிவு

- ஒரு நாடு என்பது மக்களை கொண்டது. மக்கள் இல்லாமல் அது என்ன அளிக்கும் ? மலடுத்தன்மை கொண்ட மாட்டைப் போல எதையும் அளிக்காது.

- ஆளப்படாத இடம் ஒரு நாடாகாது. நாடு இல்லை எனில் அரசு கிடையாது.

- எது முடியுமோ அதை மட்டுமே செய்பவன் சுலபமான பணிகளை மட்டும் தேர்ந்தெடுத்துக் கொள்கிறான் அனுகூலமான பணிகளை மட்டுமே செய்பவன் குற்றங்களற்ற பணிகளை மேற் கொள்கின்றான். பலன் தரக்கூடிய பணிகளை செய்பவன் மக்கள் நலனை அளிக்கும் பணிகளை செய்கின்றான்.

- வாழ்க்கையில் ஒரே ஒரு முறை தான் (வாய்ப்பு) நேரம் என்பது மனிதனுக்கு கிட்டும். இரண்டாம் முறை அப்பணியை செய்ய அந்த வாய்ப்பு கிட்டாது.

- பொதுவாக சூதாட்டக்காரர்கள் தீயவர்களாத்தான் இருப்பார்கள்.

- விழுந்து வணங்குவதினால், கற்றுணர்ந்த கூட்டத்தை (பிராமணன்) தன் வசப் படுத்தலாம்.

- வானளாவிய சொத்து அடைவதற்காகக் கூட யாரும் இறக்க விரும்புவதில்லை.

- வெற்றி, தோல்வி என்பது அனைத்து வழிகளுக்கும் பொதுவானது.

- சக்தியின் பலம் அறிவை மாற்றுகின்றது.

- ஒரு குறிப்பிட்ட ரகத்தைச் சார்ந்த மனிதர்களால்தான் அதே ரகத்தைச் சார்ந்தவர்களை இனங் கண்டுக் கொள்ள இயலும்.

- உலக இன்பத்தில் ஈடுபடுத்தப்பட்ட மகன்கள் தந்தைக்கு எதிராக எழுவதில்லை.

- வீரத்தை வெளிப்படுத்துவதின் மூலம் தான் பல பிரச்சனைகளை எதிர் கொள்ள இயலும்.

- செழுமையை அளிக்கக்கூடிய பணிகளைத்தான் செய்ய வேண்டும்.

- ஆயிரக் கணக்கானவர்களில் ஒருவர்தான் தலைவனாவதற்க தகுதி பெற்றவர்கள். அந்த ஒருவர் கூட கிடைக்காமல் போகலாம்.

- மிகப்பெரிய நிலப் பரப்புகளில் மருத்துவ குணம் நிறைந்த மூலிகைகள் நீரிலோ அல்லது நிலத்திலோ மிக துர்லபமாகக் காணப்படுகின்றன.
- இறைவன் மற்றும் மனிதன் இணைந்தால்தான் இவ்வுலகம் செயல் புரிய இயலும்.
- தீ என்பது நம்பகத்தக்கது அல்ல. அது இறைவனின் தண்டனையாகும்.
- ஒரு எழுத்தாளன் என்பவன் அனைத்து மரபு மற்றும் சம்பிரதாயங்களை பற்றி அறிய வேண்டும். அவன் வேகமாக அனைத்தையும் திரட்டி, தொகுக்கும் திறனை பெற வேண்டும். அழகான கையெழுத்து வேண்டும். சிறப்பாக ஆவணங்களை படிக்க வேண்டும்.
- குழந்தைகள் பிறப்பதற்கு பெண்கள் மிகவும் அவசியம்.
- கற்பில் சிறந்த ஒரு பெண் எப்படி ஏமாற்ற இயலும் ?
- செயல்தான் தேர்ந்தெடுக்கும் பணிகளுக்கு ஓர் பூர்ணத்துவத்தை அளிக்கின்றது.
- அமைதிதான், எவ்வித தடங்கலுமின்றி அடைந்த வெற்றியை அனுபவிக்க வைக்கின்றது.
- நதி நீரினால் நிரப்பப்பட்ட நிலம் வாழ்விற்கு ஆதாரமாகும். மேலும் அது ஒரு பெரிய ஆதாரமாகும்.
- ஆண்களின் மனம் நிலையற்றது.
- குதிரைகளின் தன்மை கொண்டதால், ஆண்கள் பணி புரியும் பொழுது அவர்கள் நடத்தையில் வித்தியாசம் காணலாம்.
- கைவினை செய்யும் தொழிலாளிகள் பொதுவாக நாணயமற்றவர்கள்.
- மிக அதிகமான வீரம் கொண்டவர்களைக் கூட புத்திசாலிகள் வெற்றி கொள்கின்றார்கள்.

- ஓர் வில்லாளி தொடுக்கும் அம்பு ஓர் தனி மனிதனை கொல்லாமல் போகலாம். ஆனால் ஓர் புத்திசாலியால் தீட்டப்பட்ட தந்திரம் மிகுந்த பிரச்சனைகள் கர்ப்பப் பையில் இருக்கும் குழந்தையைக் கூட கொன்றுவிடும்.

- சூதாட்டக்காரன் தொடர்ந்து இரவிலும், விளக்கு வெளிச்சத்திலும், தன் தாய் இறந்திருந்தாலும் விளையாடுவான். துன்பம் நிறைந்த வேளையில் கேள்விகளைக் கேட்டால் கோபப்படுவான்.

- நற்குணம் கொண்டவர்கள் கோபத்தையும், ஆசையையும் விட்டுவிட வேண்டும். ஏனெனில் இதிலிருந்து தான் அனைத்து தீமையும் நடக்கின்றது. வாழ்க்கையின் வேரையே கெடுத்து விடுகின்றது. அதனால் மூத்தோர்களுக்கு சேவை செய்து தங்கள் புலன்களை அடக்கி ஆள வேண்டும்.

- விசுவாசமானவர்களுக்கு பிரச்சனைகள் ஏற்பட்டால் உடனே இவற்றை சரியான நடவடிக்கை கொண்டு எதிர்க்க வேண்டும்.

- ராஜ்யத்திற்காக தந்தைகள் மகன்களை எதிர்க்கின்றனர். மகன்கள் தந்தைகளை எதிர்க்கின்றனர். இதுவே இப்படியென்றால் மந்திரிகளைப் பற்றி கூற என்ன உள்ளது ?

- மிகச்சிறிய பிரச்சினை கூட, மிகப்பெரிய பிரச்சனையாக தாக்குதல் நடப்பவருக்கு உள்ளது.

- காடுகளின் நெருப்பு போல துன்பம் மற்றும் வெறுப்பில் கிடைக்கும் சக்தி தைரியத்தை அளிக்கின்றது.

- யாரும் அவமரியாதைப் படுத்தப்படக்கூடாது. ஒவ்வொருவரின் எண்ணங்களும் கேட்கப்பட வேண்டும். ஓர் குழந்தையின் விவேகமான பேச்சைக் கூட ஓர் அறிவாளி உபயோகப்படுத்த வேண்டும்.

- கடமையை சரியாக செய்பவன் சுவர்க்கத்திற்கும் நிரந்தரமான பேரானந்தத்திற்கும் செல்கின்றான்.

- மூன்று வேதங்கள் மூலம் நான்கு வர்ணத்திற்கும் வாழ்வின்

இணைப்பு : அர்த்தசாத்திரம் நீதிமொழிகளும், பாடங்களும்.

நான்கு நிலைகளுக்கும் உரிய கடமைகளை பற்றி நாம் அறிகின்றோம்.

- இப்பிறவியில் தன் கடமைகளை முடிப்பவர் மகிழ்ச்சியுடன் இருப்பார். அதுமட்டுமல்ல அடுத்த ஜென்மத்திலும் மகிழ்ச்சியுடன் இருப்பார்.

- செல்வ வளம் மற்றும் நேர்மையான பாதையை கெடுக்காத அளவில் உடல் சம்பந்த மகிழ்ச்சியை ஒருவன் கொண்டாட வேண்டும். இவ்விதத்தில் அவன் மகிழ்ச்சியுடன் இருப்பான். அது போன்றே மூன்று விதமான வளத்திற்கு போதுமான அளவு கவனம் செலுத்த வேண்டும். ஏனெனில் அந்த மூன்றும் ஒன்றோடொன்று இணைந்துள்ளன. அவை நேர்மை, செல்வ வளம் மற்றும் உடல் சம்பந்தமான இன்பம். இந்த மூன்றில் ஒன்று அதிகமானால் கூட அது தன்னையும் மேலும் மற்ற இரண்டையும் துன்பப்படுத்துகிறது.

- ஆசைகளற்ற மனிதனே கிடையாது.

- நட்சத்திரங்களை மட்டுமே ஆலோசனை கேட்கும் குழந்தைத் தனமான மனிதனின் செல்வ வளம் அவனை விட்டு விலகி விடும். செல்வ வளம்தான் செல்வ வளத்திற்கு தேவையான மங்களகரமான விஷயமாகும். வானத்தில் இருக்கும் நட்சத்திரங்கள் என்ன செய்ய இயலும்?

- பணிகளை முடிக்க வேண்டிய தருணத்தில் வெறும் கூற்றுக்காக மட்டுமே அறிவாகக் கொண்ட மனிதன், அதாவது செய்முறை அனுபவம் அற்றவன் துன்பத்தில் மூழ்கி விடுவான்.

- செயல் முறையில் காட்டப்படும் திறனைக் கொண்டுதான் ஒரு மனிதனின் உள் ஆற்றலை அளவிட இயலும்.

- மனம் தளராத தொழிலாளி பணியை முடிக்காமல் இருப்பதில்லை.

- நெருப்பு எப்பொழுதும் மரக்கட்டைக்குள் இருக்கும்.

- எது தானாகவே தேடி வருகின்றதோ அதை கைவிட முடியாது.

தானாகவே காதல் வயப்படும் பெண்ணை மறுதலிக்கும் பொழுது அவள் சாபங்களை அள்ளி வீசுகிறாள் என்று மக்களிடேயே கூறப்படுகின்றது.

- சுய கட்டுப்பாடு உள்ளவன் தன்னைத் தானே பாதுகாத்துக் கொள்ள வேண்டும்.

- தொலை நோக்கு பார்வை கொண்டவன் தன் மனிதர்கள் மற்றும் வெளியாட்களிடமிருந்து தன்னை பாதுகாத்துக் கொள்ள வேண்டும்.

- வாழ்க்கையின் உயர்ந்த தார்மீக வழியில் செல்பவர்கள் கடமைகளை மிகச்சரியாக செய்பவர்கள், வாழ்க்கையின் பல்வேறு நிலைகளில் பயணிப்பவர்கள் ஆகியோரை மூன்று வேதங்களும் நன்கு பாதுகாக்கின்றன, அவர்கள் முன்னேறி வருவார்களே தவிர அழிந்து போகமாட்டார்கள்.

- அமைதி மற்றும் பணிகள் (உழைப்பு) இவை இரண்டும் பாதுகாப்பு மற்றும் வளத்திற்கான ஆதாரமாகும்.

- சக்தி, இடம் மற்றும் நேரம் ஒன்றுக்கொன்று உதவியாக உள்ளது.

- ஒரு கூட்டத்தின் தலைவன் பாரபட்சமின்றி இருந்து, அக்கூட்டத்தின் அனைத்து உறுப்பினர்களுக்கும் நன்மை செய்து, மக்களால் விரும்பப்பட்டு சுயகட்டுப்பாடு மிகுந்த விசுவாசமுள்ள மக்களை தன் கீழ் கொண்டு அனைவருடைய விருப்பத்திற்கு ஏற்றாற் போல் நடந்து கொள்ள வேண்டும்.

- உதாரண குணமுள்ள பெருமானை அடிமைப்படுத்தக்கூடாது. வருணன் எனும் மழைக்கான கடவுள் மனிதர்களில் தவறு செய்பவரை தூய்மைப் படுத்தும் கடவுளாகும். ஒருவருடைய உடல் சிறப்பாக பாதுகாக்கப்பட வேண்டுமே தவிர அவருடைய சொத்து அல்ல. என் நிலையற்ற செல்வத்திற்காக நாம் ஏன் மனவருத்தம் கொள்ளவேண்டும் ?

இணைப்பு : அர்த்தசாத்திரம் நீதிமொழிகளும், பாடங்களும்.

அர்த்த சாத்திரம் நமக்களிக்கும் பாடங்கள்:

கௌடில்யரின் அர்த்த சாத்திரம் ஆழமான கருத்துக்களும் மற்றும் தெளிவான யோசனைகளையும் கொண்டுள்ளது. அதிலும் முக்கியமாக ஆட்சி மற்றும் நிர்வாகம், பொது நிதி நிலை, விவசாயம் ஆகியவற்றைப் பற்றி தெளிவாக கூறியுள்ளது. இதில் முக்கியமானது கீழ்வருமாறு.

I. அரசியல் உடன்படிக்கை, அரசாட்சி மற்றும் நிர்வாகம்

- யதா ராஜாத ததா பிரஜா - மன்னன் எவ்வழி மக்கள் அவ்வழி. ஒரு அரசனின் மிக புனிதமான பணி என்பது மக்களின் மகிழ்ச்சியும் வளமும் பெருகுவதற்காக தொடர்ந்து பாடுபடுவதாகும். அவர் மக்களுக்கு அளிக்கும் மிகப்பெரிய பரிசு என்பது அனைவரையும் ஒன்றாக நினைப்பதாகும்.

- அதிகார பலத்தின் மூன்று அரசியல் நிர்ணய சபை நுண்ணறிவை பயன்படுத்தும் சக்தி, இராணுவ பலம், ஆர்வம் மற்றும் மன உறுதி ஆகும்.

- மக்களிடமிருந்து பெறும் வருவாய்தான் ஒரு அரசை தாங்கி நிற்கிறது. மக்கள் பல்வேறு விதமான தொழில்களைச் செய்து அதன்மூலம் தங்கள் வாழ்க்கையை நடத்திக் கொண்டு அரசிற்கு வரியும் கட்டுகிறார்கள்.

- ஒரு நாடு அல்லது அதற்குரிய இடம் இல்லாமல் ஒரு இராஜ்ஜியம் இருக்க முடியாது. ஒரு சீரிய நாடு (ஜனபாதா) சுய தேவைகளை பூர்த்தி செய்யும் பல கிராமங்களைக் கொண்டு விவரிக்கப்படுகிறது. கௌடில்யர் நமக்கு எடுத்துக் கூறும் **நாடு என்பதை யோசித்துப் பார்த்தால் நம் கண்முன், சிறப்பாக நடைபெறும் அரசு, செல்வ வளம் மற்றும் சுறுசுறுப்பாக நடைபோடும் ஒரு நாடாக தோன்றுகிறது. அதில் கடைகள், துணிக்கடைகள் தங்கம் மற்றும் நகைக்கடைகள், சைவம் மற்றும் அசைவ உணவுகளை அளிக்கும் உணவகங்கள்**

உள்ளன. சங்கீத கலைஞர்கள் நாட்டியக் கலைஞர்கள் கதை சொல்பவர்கள் மற்றும் கதைகளை ஒப்பிப்பவர்கள், விதூஷகர்கள், கழைக் கூத்தாடிகள், ஜாலவித்தை செய்பவர்கள் என்று பலர் மக்களை மகிழ்ச்சிப்படுத்தினர். ஆண்கள் சூதாட்ட கிடங்குகளுக்கும் மதுபான கடைகளுக்கோ அல்லது பாலியல் தொழிலாளிகளின் இல்லங்களுக்கோ சென்றனர். சந்தியாசினிகளும், சுதந்திரமாக நடமாடினர். இது போக அரசு மக்களை காப்பாற்றி அவர்கள் வாழ வழி வகுக்க வேண்டும். அதற்காக விவசாய நிலங்கள், சுரங்கங்கள், காடுகள், வயல்வெளிகள், வர்த்தக பாதைகள் என்று பலவற்றை அளிக்க வேண்டும். இவை அனைத்திலும் கடுமையாக உழைக்கும் விவசாயிகள் மற்றும் ஆண்கள் மற்ற வர்ணாசிரம தர்மப்படி மற்ற இனங்களை சார்ந்தவர்களாக இருக்க வேண்டும்.

- தர்மத்தின் வழிப்படி பரம்பரை சொத்து பெறும் சட்டம் என்பது இடத்திற்கு இடம் சமூகத்திற்கு சமூகம் சங்கத்திற்கு சங்கம் அல்லது கிராமத்திற்கு கிராமம் மாறுபட்டு புதுமையாக இருந்தாலும் அதையும் ஏற்று செயல்பட வேண்டும்.

- ஒரு அமைச்சருக்கு (அமத்தியா) மிக முக்கியமான இயற்கை பண்பு அவர் அந்த மண்ணை சார்ந்தவராக இருக்கவேண்டும். (ஜலபாதா) இதன் மூலம் அவர் உண்மையாக நாட்டின் தேவைகளை பூர்த்தி செய்வார் என்று எதிர்பார்க்கப்படுகிறது. அதே சமயம் அந்த மண்ணிற்கு சொந்தமில்லாதவர்களைத் தான் அரசனை சுற்றி இருக்க வேண்டும் என்று கூறப்படுகிறது. (ந அன்யதோ தேசியம்)

- ஒரு அரசன் மற்றொரு அரசனுடன் இணைந்து செயல்படும் பொழுது தன்னைவிட பலசாலியான அரசனுடன் இணைவதா அல்லது ஒரேமாதிரியான பலம் கொண்ட இருவருடன் இணைவதா என்று யோசித்து பார்க்கும் பொழுது ஒரே மாதிரியான பலம் கொண்ட இரண்டு அரசர்கள் இணைவது உத்தமம்.

இணைப்பு : அர்த்தசாத்திரம் நீதிமொழிகளும், பாடங்களும்.

- ஒரு அரசன் ஒரு உடன்படிக்கையில் கையெழுத்து இடுவதற்கு முன்னர் அல்லது இணைந்து செயல்புரிவதற்கு முன்னர் அவன் தன்னுடைய குறிக்கோளை மனதில் கொண்டு தெளிவான மற்றும் நிச்சயமான பலத்தை ஆய்வு செய்து அல்லது ஒரு பாதி வளர்ச்சியாவது பெறுவதற்கு முனைய வேண்டும்.

- மக்களின் மகிழ்ச்சியில்தான் மன்னனின் மகிழ்ச்சி உள்ளது. எது மக்களுக்கு பிடித்தமானதாக உள்ளதோ அது மன்னனுக்கு மகிழ்ச்சியாக இருக்க வேண்டும்.

- ஒரு நாட்டின் பலம் என்பது அதனுடைய கிராமப் புறங்களில்தான் உள்ளது. ஏனெனில் அங்குதான் அனைத்து நிகழ்வுகளும் நடைபெறுகின்றன.

- அமைச்சராக பதவி அளிக்கப்படும் ஒருவரை ஒரு அரசன் அவனுடைய குணாதிசயங்கள் முழுவதையும் முழுமையாக ஆராய வேண்டும்.

- மனு அளிக்க வருபவர்களை வழக்காடு மன்றத்தின் வாசலில் நீண்ட நேரம் காக்க வைக்கக்கூடாது. அரசன் மக்களால் தினந்தோறும் சுலபமாக தொடர்பு கொள்ளப்பட வேண்டும்.

- மிகச்சிறந்த தலைமைப்புண்பு அறிவு பலம் மற்றும் நற்குணங்கள் கொண்டு ஒரு ராஜஸ்ரீயைப் போல நடந்து கொள்பவன்தான் உண்மையான அரசன் ஆவான். ஒரு ராஜ்ய ஸ்ரீ என்பவன் சதா சுறுசுறுப்புடன் செயலாற்றி மக்களின் லோகக்ஷேமத்தை உயர்த்த வேண்டும். அவன் தன்னை மக்கள் விரும்பும்படி அவர்களுக்கு செல்வ வளத்தை பெருக்கி இவர்களுக்கு நன்மை பயக்க வேண்டும்.

- ஒரு புத்திசாலியான நிர்வாகி தன்னுடைய வருவாயை பெருக்கி செலவை குறைக்க முயல்வான்.

II. பொது நிதி :

- செல்வ வளத்தை பெருக்குவதுதான் ஒரு நாட்டின் வளத்தை உறுதிப்படுத்தும்.

- செல்வவளத்தின் ஆதாரம் என்பது நிதி நிர்வாகச் செலவாகும். இத்தகைய செயலாக்கங்கள் இல்லை எனில் அப்பொழுது இருக்கும் வளமும் எதிர்காலத்தின் வளர்ச்சி என்பது அழிவை நோக்கிச் செல்லும் அபாயத்தில் உள்ளது.

- பொதுவாக ஒரு தேனீ எப்படி ஒரு பூவிலிருந்து தேவையான, சரியான தேனை மட்டும் உறிஞ்சி எடுத்து தன்னையும் அப்பூவையும் காப்பாற்றுகிறதோ அதுபோல் ஒரு அரசாங்கம் தன்னுடைய வரிவசூலை நடைமுறைப்படுத்த வேண்டும்.

- அனைத்து செலவுகளையும் சரியாக கழித்து வருவாயை சரியானபடி கணக்கிடுவது தான் நிகர இருப்பு ஆகும். இந்த நிகர இருப்பை அச்சமயம் தான் பார்த்திருக்கக்கூடும் அல்லது ஏற்கனவே முன் கணக்கில் உள்ளபடி கருத வேண்டும்.

- அரசு வரிகளை விதிக்கும் முன்னர் வரிகட்டுவோரின் வளம் மற்றும் உறுதி நிலையை கவனிக்க வேண்டும்.

- வர்த்தகத்தின் தணிக்கை செய்யும் உயர் அதிகாரி இலாபத்தை பெருக்கி நஷ்டத்தை தவிர்க்க வேண்டும்.

- அரசின் முழு சம்பள பண பட்டுவாடா என்பது அரசின் வருவாயில் 25% ஒன்றின் கீழ் நான்கு (1/4).

- காலியான கஜானாவை கொண்ட அரசன் நாட்டின் உயிர் சக்தியை உறிஞ்சி விடுவான்.

- நாட்டின் வளம் என்பது அரசனின் கஜானாவில் உள்ள அதிகப்படியான செல்வ வளம், கிடங்குகளில் உள்ள அதிகப்படியான பொருட்கள், அதிகப்படியான தானியங்கள், அதிகப்படியான காடு விளைப் பொருட்கள் மற்றும் யுத்த தளவாடங்களைக் கொண்ட கிடங்குகள் ஆகும். இவற்றில் கஜானாதான் மிக மிக முக்கியமானதாகும். ஒரு அரசன் தன் முழு கவனத்தையும் அதில் செலுத்த வேண்டும் ஏனெனில் நாட்டின் அனைத்து வளங்களையும் சார்ந்துள்ளது.

- இராணுவத்தை விட கஜானாதான் உயர்ந்தது. ஏனெனில் இராணுவமும் நிதியை சார்ந்துள்ளது. கஜானாவில்

இணைப்பு : அர்த்தசாத்திரம் நீதிமொழிகளும், பாடங்களும்.

பணமில்லாத பட்சத்தில் மனம் தளரும் இராணுவம் எதிரியின் பக்கம் சென்று விடக்கூடும் அல்லது அரசனையே கொன்று விடக்கூடும்.

- மிகச்சிறந்த கஜானா என்றால் அதில் விலை உயர்ந்த கற்கள் மற்றும் தங்கக் காசுகள் இருக்க வேண்டும். நாட்டை பல்வேறு விதமான பிரச்சினைகள் சூழ்ந்து எவ்வித வருவாயும் இல்லாத இந்த காஜானாவில் உள்ள பெருமளவு செல்வம் உபயோகப்பட வேண்டும்.

- நிதி பிரச்சினைகளில் உள்ள ஒரு அரசன் மேலும் வருவாயை சிறந்த முறையில் பெருக்க வேண்டும்.

- தீவிரமான தண்டனைகளின் அமைப்பு குற்றத்தை குறைப்பதற்கு மட்டுமல்ல வருவாயை பெருக்குவதற்கும் ஒரு வழியாகும்.

III. விவசாயம்

- நிதி நிர்வாகத்தின் மிக முக்கிய பிரதிநிதி விவசாயம் ஆகும்.

- மூன்று முக்கியமான பணிகள் மக்களுக்கு வாழ்வை அளிக்கக்கூடியவை :

கிருஷி (விவசாயம்)
பசுபால்யா (கால் நடை பராமரிப்பு)
வனிஜ்யா (வர்த்தகம்)

இவை மூன்றும் இணைந்து வரிதா என்று அழைக்கப்பட்டது. (வ்ருத்தி - வாழ்வாதாரம்)

- எங்கு மழை காற்றோடு கலக்காமல் சூரிய வெளிச்சத்தோடு இணையாமல், கீழே விழுந்து நிலத்தை விவசாயத்திற்கு தயார் செய்கிறதோ அங்கு மிகச்சிறந்த அறுவடையை நிச்சயமாக அளிக்கும்.

- விவசாயத்திற்கு வரிவிதிக்கும் பொழுது முற்றிலும் வரி

இல்லாமல் செய்வதும் மிக அதிகமான வரி விதிப்பதையும் தவிர்த்து விட வேண்டும்.

IV. தொகுப்பு

- மனிதனில் உறுதி கொள்ளவும் நன்நடத்தையும் ஒரு மனிதனுக்கு தேவை எனில் ஆன்மீக வளர்ச்சி மிக முக்கியமான தேவை. பொருள் சார்ந்த வெற்றியும் சாதனைகளும் இரண்டாம் பட்சம்தான்.
- மாற்றத்திற்கு உட்படாதவர்களை சமூகம் முற்றிலும் தள்ளி வைத்து விடுகிறது ஏனெனில் சமூகம் தொடர்ந்து மாற்றத்திற்கு உட்படுகிறது.

பிரசுரிக்கப்பட்ட புத்தகங்களின் விவரமான அட்டவணை

முனைவர் ஆர். பி. கங்குலி - கௌடில்யரின் அர்த்த சாத்திரம்

சுகாந்தோ பாட்டாச்சார்யா - கௌடியல்யரிலிருந்து பென்ஹோர்டு வரை - நீதி மன்றத்திற்குரிய புலன் விசாரணை காரணங்கள்.

எல். என். ரங்கராஜன் - கௌடில்யர் அர்த்த சாத்திரா (பெங்குவின் இந்தியா, 1992)

உஷா மெகதா மற்றும் உஷா தாக்கர், 1980... கௌடில்யர் மற்றும் அவருடைய அர்த்த சாத்திரம்.

ஆர். சியாமா சாஸ்திரி (மொழி பெயர்ப்பு) கௌடில்யர்... அர்த்த சாத்திரம் (பெங்களூரு அரசு பதிப்பகம், 1915, 51 - 185)

ரோஜா போய்ஷே ரௌனன் தி பர்ஸ்ட் கிரேட் பொலிடிகல் ரியலிஸ்ட்... கௌடில்யா அண்ட் ஹிஸ் அர்த்த சாஸ்திரா (லிட்டில் ஃபீல்டு பதிப்பகம்)

சார்ல்ஸ் வால்டரன் கௌடில்யரின் அர்த்த சாத்திரம் ஏ நெக்லெட்டட் ப்ரீகர்ஸர் டு கிளாசிக்கல் எகனாமிக்ஸ், ஜர்னல் இண்டியன் எகனாமிக் ரெட் க்ரூப் வால்யூம் 31, 1996.

சாம் சங்கர் கௌடில்யன் எகனாமிக்ஸ்... அன் அனாலிஸிஸ் அண்ட் இண்டர் பிரடேஷன்.

(சஜினா ராலி யூனிவர்சிடி, இந்தியன் எகனாமிக் ஜர்னல் வால்யூம் 47 எண் 4.

நெனே ஒய். எல் 2002. மாடர்ன் ஆக்ரோனாமிக் கான்செப்ட்ஸ் அண்ட் பிராக்டீஸஸ் எவிடெண்ட்-ன் கௌடில்யாஸ் அர்த்தசாஸ்திரா (300 (கி.மு.). ஏஷியன் அக்ரி - ஹிஸ்ட்ரி 6 (3): 231 - 242. போஸ்ட் கிராஜுவேட் ஃபெலோ ஸ்கூல் ஆப் பிஸினஸ், பாண்ட் யூனிவர்சிடி, க்யூன்ஸ்லேண்ட் 4229, ஆஸ்திரேலியா.

Gautamindia.com

Infinityfoundation.com